I0720709

NGÔN NGỮ
TẠP CHÍ VĂN HỌC NGHỆ THUẬT
SỐ 6 1/3/2020

NHÓM CHỦ TRƯƠNG:

Luân Hoán - Song Thao - Nguyễn Vy Khanh - Hồ Đình Nghiêm - Lê Hân

CỘNG TÁC TRONG SỐ NÀY:

Biển Cát, Cao Nguyên, Châu Yến Loan, Cung Tích Biền, Du Tử Lê, Dung Thị Vân, Duy Thanh, Đặng Hiền, Đặng Tường Vy, Đỗ Kh, Hạnh Tuyền, Hiền Nguyễn, Hoài Ziang Duy, Hoàng Long, Hoàng Nga, Hoàng Xuân Sơn, Hồ Chí Bửu, Hồ Trường An, Huỳnh Duy Lộc, Huỳnh Liễu Ngạn, Lê Hân, Lê Thị Thấm Vân, Luân Hoán, Lữ Quỳnh, Mang Viên Long, M.H. Hoài Linh Phương, Minh Ngọc, Mộng Hoa Võ Thị, Ngàn Thương, Ngọc Ánh, Nguyên Bình, Nguyên Cẩn, Nguyễn An Bình, Nguyễn Dạ Quỳnh, Nguyễn Đình Phượng Uyển, Nguyễn Hải Thảo, Nguyễn Hàn Chung, Nguyễn Lệ Uyên, Nguyễn Quốc Hưng, Nguyễn Thái Dương, Nguyễn Thành, Nguyễn Thị Thanh Bình, Nguyễn Thị Vinh, Nguyễn Thiếu Dũng, Nguyễn Văn Gia, Nguyễn Vy Khanh, Orchid Lâm Quỳnh, Phạm Cao Hoàng, Phạm Hiền Mây, Phương Tấn, Quan Dương, Song Thao, Sỹ Liêm, Thị Quỳnh Dung Lê, Thiếu Khanh, Tiểu Nguyệt, Trần Đình Sơn Cước, Trần Hạ Vi, Trần Thị Nguyệt Mai, Trần Vạn Giã, Trần Vấn Lệ, Việt Dương, Võ Phú, Vy Thượng Ngã, Xuân Thao.

BÌA: Uyên Nguyên Trần Triết
DÀN TRANG: Nguyễn Thành & Lê Hân
ĐỌC BẢN THẢO: Trần Thị Nguyệt Mai

LIÊN LẠC:

Thư và bài vở mời gởi về:
- Luân Hoán: lebao_hoang@yahoo.com
- Song Thao: tatrungson@hotmail.com

TÒA SOẠN & TRỊ SỰ:
Lê Hân: (408) 722-5626 han.le3359@gmail.com

THƯ TÒA SOẠN

Tạp chí Ngôn Ngữ đang là số thứ 6, nhưng đã có bảy số trình diện cùng bạn đọc, bởi có số đặc biệt tưởng niệm hai tác giả Hoàng Ngọc Biên và Tô Thùy Yên. Công việc thực hiện tạp chí đã có phần quen tay. Tuy nhiên trong mười phần hứng thú đã có đôi phần sút giảm. Điều không vui này ở phía chúng tôi và có thể ở cả những người cộng tác lẫn bạn đọc. Mong rằng chúng ta sẽ sớm lấy lại cảm hứng ban đầu.

Điều kiện bài viết cần hoàn toàn mới hoặc chưa được phổ biến nơi đâu, để xuất hiện trên Ngôn Ngữ quả thật khó chu toàn. Và trong những số đã qua, số nào cũng đã vướng lỗi này.

Trước thực tế những cây bút kỳ cựu viết thưa hơn và không ít những tác giả tên tuổi thiếu hứng thú vui chơi cùng Ngôn Ngữ. Chúng tôi đang nghĩ đến việc giới thiệu những sáng tác cũ có giá trị còn phù hợp và cần thiết. Nhưng vẫn giữ quyết định tối đa hạn chế những bài phổ biến cùng lúc trên các sân chơi đại chúng phổ quát hơn.

Trong số này, ngoài thơ, văn, biên khảo... như thường lệ, chúng tôi đã xin phép gia đình để được phổ biến ít sáng tác của các tác giả đã qua đời những tháng gần đây:

- Nhà văn Hồ Trường An, sinh năm 1938 tại Vĩnh Long, (em trai nhà văn Nguyễn Thị Thụy Vũ), qua đời tại Pháp vào ngày 27-01-2020 nhằm ngày mùng 3 tết Canh Tý. Ông là một nhà văn có sức sáng tác dồi dào, lượng tác phẩm xuất bản nhiều gồm truyện ngắn, truyện dài, thơ, biên khảo, ký sự văn học...

- Nhà văn Nguyễn Thị Vinh, thành viên của Tự Lực Văn Đoàn, sinh năm 1924 tại Vân Hoàng, Hà Đông, mất ngày 08-01-2020 tại Na Uy, thọ 97 tuổi. Bà để lại 2 cuốn truyện dài, 2 tập thơ và 5 tập truyện ngắn.

- Nhà văn nhà thơ Du Tử Lê, sinh năm 1942 tại Kim Bảng Hà Nam, mất ngày 07-10-2019 tại Garden Grove, California, USA, thọ 77 tuổi. Ông để lại trên 55 tác phẩm gồm thơ, văn, biên khảo cùng một số tranh sơn dầu. Du Tử Lê là nhà thơ có số thi phẩm được nhiều nhạc sĩ chọn phổ nhạc và được nhiều ca sĩ giới thiệu rộng rãi đến quần chúng. Bên cạnh một sáng tác văn tiêu biểu của ông, chúng tôi cũng đi kèm bài của hiền thê ông, chị Hạnh Tuyền và bài của con gái ông, cháu Orchid Lâm Quỳnh.

- Họa sĩ, nhà văn Duy Thanh, sinh năm 1931 tại Thái Nguyên, mất ngày 24-11-2019 tại San Francisco, California USA, thọ 88 tuổi. Ngoài hội họa, ông còn là một nhà văn trong nhóm bảy người đầu tiên của nhóm Sáng Tạo tại Sài Gòn (Doãn Quốc Sỹ, Mai Thảo, Nguyễn Sỹ Tế, Duy Thanh, Ngọc Dũng, Trần Thanh Hiệp, Thanh Tâm Tuyền). Về văn, ông để lại tập truyện ngắn Lớp Gió phát hành năm 1964 tại Sài Gòn.

Sự phổ biến không đầy đủ này mong được hiểu là tâm thành kính tiếc cũng như chia buồn của chúng tôi, Ngôn Ngữ rất tiếc chưa đủ điều kiện để thực hiện những số đặc biệt riêng từng tác giả.

Đa tạ các bạn văn vui vẻ góp bài, các bạn đọc vẫn khuyến khích, ủng hộ.

Luân Hoán

Mục Lục

NGUYEN VAN TY   94tuổi   ĐANG HOAI NAM 90 tuổi   NGUYEN THI VINH 96 tuổi.

NGUYEN VAN HAI 93 tuổi   MICH LA PHONG   76 tuổi.   HO TRUONG AN 82 tuổi

CHIA BUỒN

Ban chủ trương tạp chí Ngôn Ngữ, cùng các bạn văn cộng tác, thành kính tiễn đưa những người sinh hoạt Văn Học Nghệ Thuật vừa vĩnh biệt cuộc sống cuối năm 2019 và tháng 1 năm 2020:

*** Nhạc sĩ Nguyễn Văn Tý**
(1925 - 26.12.2019)
thọ 94 tuổi

*** Họa sĩ Đặng Hoài Nam**
(1930 - 07.1.2020)
thọ 90 tuổi

*** Nhà văn Nguyễn Thị Vinh**
(1924 - 08-1.2020)
thọ 96 tuổi.

*** Giáo sư Nguyễn Văn Hai**
(1927 - 25.1.2020)
thọ 93 tuổi.

*** Nhà thơ Mịch La Phong**
(1944 - 26.1.2020)
thọ 76 tuổi.

*** Nhà văn Hồ Trường An**
(1938 - 27.1.2020)
thọ 82 tuổi

Thành Kính chia buồn cùng tang quyến.

Giới Tính Trong Văn Chương Nghệ Thuật
HỒ TRƯỜNG AN

Đây là những lời tự thú của bút giả Hồ Trường An trong buổi tàn thu nắng xế của cuộc đời… Mỗi đêm, trước khi đi ngủ tôi luôn tự hỏi sáng mai mình có thức dậy được không đây? Hay là mình phải làm một chuyến đi tàu suốt vào giấc ngủ miên viễn? Vậy tại sao mình lại giấu giếm cái bí mật trong cuộc sống tình cảm lẫn tình dục của mình? Có thể tôi muốn cho lớp thế hệ bọn *gays* sau tôi một vài kiến thức hay một vài kinh nghiệm nhỏ nhoi nào chăng?

Ở Âu Châu vào thời Trung cổ, những kẻ đồng tính luyến ái bị giáo hội Gia-tô biết được đem thiêu sống để được lòng Chúa Ngôi Hai.

Vào những năm đầu của thập niên 80 của thế kỷ 20, tiết lộ giới tính và khuynh hướng tình dục của mình mới là hành động can đảm. Hồi đầu thập niên 60, tôi chỉ tiết lộ thân phận mình cho chị Thụy Vũ của tôi cùng một số bạn thân. Bắt đầu năm 1980 tôi có người yêu là dân Pháp chánh gốc, tôi ngang nhiên sống chung với đương sự, tới nay cũng gần 40 năm. Một phần là tôi tức giận tên Thi Vũ Võ Văn Ái (nhà báo / nhà thơ), nó nỡ đem tâm sự của tôi đi bán rao tùm lum tà la. Cho nên từ đó, khi đi dự cuộc trong giới văn nghệ sĩ kiều bào ở Paris, tôi cũng dắt người bạn lòng của tôi theo.

Năm 1983, tôi tung ra quyển *Hợp lưu* trong đó có nhân vật **gay** tên Quế phản ảnh tôi đôi chút về tâm trạng. Trước tôi, vào năm 1967, bạn tôi tên Đỗ Quế Lâm có viết tập truyện *Vết hằn rướm máu* do chính chị Thụy Vũ tôi viết bài Tựa. Sau đó, khi tôi định cư trên đất Pháp, có tên bạn khác tên Lucien Trọng, một kỹ sư thủy lâm, có viết cuốn *L´ Enfer rouge, mon amour* được nhà xuất bản Seuil chiếu cố. Sách bán chạy khá lắm. Nó tự dịch ra tiếng Việt là *Hỏa ngục đỏ, mối tình tôi.* Tác giả kể trong vượt biển thất bại bị nhốt chung với một chàng **gay** tên Hải vốn là dân bụi đời. Cuộc tình ái của của họ rất cảm động. Đỗ Quế Lâm lẫn Lucien Trọng viết những cảnh làm tình có chút e dè. Riêng HTA tôi miêu tả tới nơi tới chốn cảnh hai chàng trai xáp-lá-cà trong quyển *Hợp lưu*. Đó là cậu trai Việt lưu vong và chàng quý tộc Pháp khá táo bạo, khá đậm đà. Chính nữ ca sĩ Quỳnh Giao thuở thập niên 80 của Thế kỷ 20 bảo rằng đây là quyển sách Quỳnh Giao thích (chỉ thích thôi, chớ không phải là thích nhất đâu nhé). Nhưng cũng có nhiều độc giả chửi tôi khá nặng. Họ gọi điện thoại xài xể anh Mai Thảo vốn là người chủ trương tờ tập san văn chương Văn, tại sao ảnh đăng từng kỳ những chương "dơ dáy nhớp nhúa" của *Hợp Lưu?*

Có người bảo tôi: "Anh có dũng khí, dám khai báo giới tính của một kẻ viết văn như anh đây." Thú thật tôi không dám nhận. Dũng khí đó phải tặng cho nhà thơ Lê Nghĩa Quang Tuấn. Tuấn là em ruột của hai nhà văn nữ là Lê Thị Huệ và Lê Thị Thấm Vân. Tuấn dám đi diễn thuyết về cái quyền sống, quyền tự do cho những kẻ đồng tính luyến ái. Sở dĩ tôi dám tự nhận mình là **gay** là vì có tên Thi Vũ Võ Văn Ái, tôi thường tâm sự với nó về giới tính, nó đem chuyện bí mật của tôi ra bán rao tùm lum. Nhà biên khảo văn chương Thụy Khuê thì quan niệm rằng người dị tính luyến ái (người bình thường) tiếng Pháp gọi là **hétérosexuel** và người đồng tính luyến ái như kẻ thích ăn ngọt, người thích ăn mặn. Đồng tính luyến ái là cái khuynh hướng chớ không phải là cái bịnh, thì không cần thuốc men chữa trị.

Trên cõi đời nầy, mấy ai có cái nhìn cởi mở như bà chị Thụy Vũ của tôi. Căn nhà tôi năm xưa có tầng gác trên cái living room. Một hôm nọ có 3 thằng bạn **gays** của tôi tới thăm tôi. Cả 4 đấu hót tưng bừng huyên náo. Nào là chuyện xì-căng-đan trong giới tân nhạc, giới cải lương, nào là sách báo Âu Mỹ có đăng hình lõa thể của những chàng trai **gays,** đăng cả hai chàng trai **gays** kê gian với nhau.

Rồi thằng bạn này nhái theo giọng nói của Thủ tướng Trần Văn Hương. Thằng bạn nọ nhái theo giọng hát của hai cô đào sân khấu cải lương là Kim Chung và Bích Hợp. Thằng bạn kia nữa nhái theo giọng hát nghẹt mũi của nữ ca sĩ Lệ Thanh. Thằng thứ tư nữa nhái theo giọng nữ ca sĩ Thanh Thúy. Còn riêng tôi thì nhái theo cách ca ngâm của nữ nghệ sĩ diễn ngâm Hồ Điệp, nhái luôn giọng nữ nghệ sĩ lão thành Thanh Loan đi bắt ghen và đi đòi nợ. Trên gác có Tô Thùy Yên và Thụy Vũ; cả hai tức cười mà không dám cười lớn vì sợ chúng tôi ngưng ngang những câu chuyện ngồi lê đôi mách, chuyện nhái giọng các nữ nghệ sĩ bộ môn trình diễn. Sau đó, Thụy Vũ từ trên gác bước xuống để rẽ qua toa-lét, để đi tiểu. Chị hớn hở nói: "Tụi bây làm tao với ông Tiên (tên cúng cơm của Tô Thùy Yên) cười muốn hụt hơi. Tao mắc tiểu mà không dám xuống đây, chỉ sợ bây ngưng ngang cuộc trình diễn..." Sau đó, chị tôi cho cả 4 biết: "Ông Tiên bảo tao rằng với đầu óc có cái gì đó nên tụi *gays* thông minh và giễu có duyên độc đáo."

Còn nhà văn nữ Túy Hồng được ký giả Lê Phương Chi cho biết rằng bút giả HTA là *gay* hạng nặng, có nghĩa là một trong tụi *gays* săn tìm bọn *gays* Mỹ để ái ân cho tơi bời hoa lá. Cho nên khi tôi theo chị tôi đến viếng cặp Thanh Nam & Túy Hồng thì bà ta tỏ ra kiêu kỳ lạnh nhạt với tôi. Khi anh Thanh Nam muốn khui chai bia ra mời tôi. Tôi toan rót bia vào ly thủy tinh thì bà ta la lớn: "Nó là *gay* biết uống bia sao được". Nói dứt lời, bà ta vừa nguýt háy tôi và vừa đem chai bia cất vào tủ kiếng đựng rượu.

Cuốn *Những sợi sắc không* của Túy Hồng trình làng sau vài tháng trước cuốn *Ngát hương mật ong* của bút giả HTA và sau cuốn *Trăng đất khách* của nhóm nhà văn nữ ở hải ngoại. Bà Nguyên Hương làm quảng cáo là cuốn *Trăng đất khách* bán chạy nhất. Tôi nghĩ rằng sách bán ế thì nhà xuất bản phải dùng thủ đoạn quảng cáo thật xôm tụ. Năm 1989, tôi qua Washington DC, có ghé tiệm sách của Trần Phùng Linh Duyên. Tôi than rằng cuốn *Ngát hương mật ong* của tôi bán ế, thua cuốn *Trăng đất khách* của nhóm nhà văn nữ và cuốn *Những sợi sắc không* của bà Túy Hồng. Anh Trần trợn mắt hỏi: "Sách của bà Túy Hồng làm sao bán chạy bằng sách của Nguyễn Ngọc Ngạn và bằng sách của anh." Tôi vui sướng tươi cười, không khiêm nhượng giả dối. Từ thuở hoa niên, tôi đã chứng kiến cuộc chiến tranh giữa Pháp và Việt Minh ở Đông Dương. Tôi đã hiểu biết rằng Lực lượng Liên hiệp

Pháp do Quốc trưởng Bảo Đại cầm đầu đã nối kết với bọn Hòa Hảo và bọn Cao Đài và cả bọn Bình Xuyên để mong thắng bọn Việt Minh. Những sự kiện đó bởi năm dầy chẩy tháng tôi quên đi. May mắn làm sao người bạn lòng của tôi mượn được cuốn *L'Enlisement* (Sa lầy) của Lucien Bodard viết về cuộc chiến tranh Đông Dương để tôi tham khảo và để tôi làm tài liệu cho cuốn *Ngát hương mật ong.*

Khi ra hải ngoại, trong thời gian tôi cộng tác cho nguyệt san Quê Mẹ, tôi có tặng cho bà Túy Hồng một cái dĩa microsillon thâu thanh bản nhạc *Sài Gòn niềm nhớ không tên,* nhạc và lời của Nguyễn Đình Toàn, giọng hát của Jennie Mai. Nhưng Túy Hồng vẫn không trả lời rằng có nhận được dĩa ca nhạc hay không.

Túy Hồng có một chút gì kỳ quái ở chỗ tiền bạc. Khi sắp thành hôn với Thanh Nam bà ta nhờ Thụy Vũ nhắn với ông Võ Phiến rằng bà ta đã cụp lạc với ông Võ hai tuần tại Đà Lạt; giờ đây bà sắp lấy chồng, ông Võ phải bù sớt tiền bạc để cho bả làm lễ vu quy.

Năm 1973, nữ ký giả Quỳnh Như yêu cầu nhóm công ty Liên Ảnh nên chuyển thể cuốn tiểu thuyết *Tôi nhìn tôi trên vách* của Túy Hồng. Cuộc ngã giá xong xuôi. Nhà văn Mai Thảo trước mặt Túy Hồng và Quỳnh Như bảo Túy Hồng nên mời Quỳnh Như một bữa cơm bằng hữu. Túy Hồng khó thể từ chối, cố gắng nhận lời, sắc mặt hầm hừ. Ngày đãi ăn đến, Quỳnh Như mua thêm nem, tré (món nhậu) đem đến. Túy Hồng dọn lên bàn ăn nguyên một nồi cơm và nguyên một soong cá nục kho. Khách tự tiện bới cơm bỏ vào chén và tự tiện thò đũa gắp cá nục kho. Đãi ăn kiểu đó có vẻ thách thức và sỗ sàng làm cho cô bạn ký giả Quỳnh Như của tôi như bị cái tát nóng cháy má.

Trên nước Pháp, trong vòng 30 năm, tôi cộng tác với nguyệt san Làng Văn. Khi bà Nguyên Hương, chủ nhiệm nguyệt báo Làng Văn và nhà xuất bản Làng Văn ngỏ với tôi: "Tôi muốn xuất bản cuốn tiểu thuyết *Những sợi sắc không* của Túy Hồng, anh nghĩ có nên không?" Tôi hẹn sẽ dò la ý kiến của bè bạn ***gays*** của tôi ra sao. Tụi nó bảo rằng cuốn sách khá hay, nhưng tác giả không rành kim văn ngọc kệ của Phật giáo. Cái tựa có vẻ Phật pháp nhưng tác phẩm không có Phật pháp chút nào. Vào năm 1971, vào cuộc tuyển chọn giải Văn Học Nghệ Thuật thì cuốn *Những sợi sắc không* của Túy Hồng đoạt giải nhất, cuốn *Khung rêu* của Nguyễn Thị Thụy Vũ đoạt giải nhì, cuốn

Giải khăn sô cho Huế của Nhã Ca đoạt giải thứ ba. Tụi bạn **gays** của tôi cho rằng *Giải khăn sô cho Huế* đáng đoạt giải nhất mới đúng. Theo ý kiến của lũ nó, các nữ nhân vật trong các tác phẩm của Túy Hồng hễ có điều gì trái ý thường rống la rồi giãy đành đạch như bị tên cao bồi du đãng nào đó bóp cổ để cưỡng bức làm tụi nó chối mắt chối tai.

Trong bữa cơm chị tôi đãi bọn bạn **gays** của tôi, có đứa hỏi chị tôi: "Chị nghĩ sao về giải thưởng Văn Học Nghệ Thuật về bộ môn văn chương năm 1971?" Chị tôi trả lời: "Tuy tao chưa đọc *Giải khăn sô cho Huế* của bà Nhã, nhưng tao thừa biết sự nghiệp văn chương của tao thua xa văn nghiệp của bả. Thua đậm nghen tụi bây."

Tuy nhiên ở trong nước sách của các nhà văn nữ như của Nhã Ca, Nguyễn Thị Hoàng, Lệ Hằng, Dung Sài Gòn đắt như tôm tươi. Nhưng kể từ năm 1985, ở hải ngoại sách của các nữ lưu bán không bằng sách của các nhà văn nam. Bà Nguyên Hương vẫn cho in *Những sợi sắc không*. Quả nhiên, sách bán thật chậm rì. Nhà báo Nguyễn Hữu Nghĩa yêu cầu tôi viết bài khen tặng quyển sách ấy vì đó là cuốn sách đoạt giải Văn Học Nghệ Thuật năm 1971. Tôi từ chối thẳng thừng. Tôi sợ bà Túy Hồng bảo tác phẩm lớn *Những sợi sắc không* của một nhà văn lớn như bả tại sao để tên **gay** như HTA học đòi phê bình nhảm nhí.

Thụy Vũ qua bút giả HTA rất mến yêu các **gays.** Đó là người **homophiles**. Khi tôi ra hải ngoại, bả được tụi bạn **gays** thăm viếng đều đều. Bây giờ bả thường viếng thăm một vài đứa chết hoặc nằm trên giường bịnh chờ chết. Còn Túy Hồng ghét bút giả HTA vì theo chị ta HTA là kẻ bất tài mà dám mơ làm nhà văn, nên ghét lây luôn bọn **gays.** Đó là những người **homophobes**. Trong các nhà văn nhà thơ thuộc phái đẹp như Trùng Dương, Thụy Khuê, Nguyễn Thị Ngọc Dung, Nguyễn Thị Thanh Bình, Dư Thị Diễm Buồn… vẫn xem bọn **gays** là những kẻ bình thường, không phải là những kẻ bịnh hoạn.

Còn tên bạn Kiệt Tấn làm tôi bất bình bởi câu nói: "Trên cõi đời này phải có những tên đực rựa biết ve vãn phụ nữ như tao. Nếu có bọn **gays** thì nhân loại trong thế gian không còn gì nữa. Bọn **gays** như mày làm cho tao sợ. Nếu mày chê tao xấu là cái phước ba đời của ông bà tao để lại."

Kiệt Tấn giả bộ tỏ ra khùng, nó lại tỏ ra phóng khoáng giữa

cuộc đời ô trọc nầy. Nhưng theo nhận xét của bút giả HTA, nó khôn hơn tổ mẹ người ta, nó chỉ giao thiệp với kẻ nổi danh, còn những kẻ lục tục thường tài đừng mong kết bạn với nó. Nó là bạn nhạc sĩ Cung Tiến. Cha nội này là thiên tài âm nhạc nhưng kiêu căng xấc xược một cách không cần thiết. Cung Tiến có vốn liếng văn chương không nhiều. Hắn cũng như Kiệt Tấn, lười đọc sách văn chương. Hắn vốn có quen với Thanh Tâm Tuyền, một nhà văn lỗi lạc của nhóm Sáng Tạo. Kiệt Tấn nhờ Cung Tiến mà gặp Thanh Tâm Tuyền, nhưng ông Thanh Tâm Tuyền không mấy chú ý tới Kiệt Tấn. Vậy mà Kiệt Tấn nhà ta đi đâu cũng xưng là nhà văn của nhóm Sáng Tạo. Tôi có hỏi Tô Thùy Yên phải chăng Kiệt Tấn vừa mới gia nhập nhóm Sáng Tạo có đúng hay không? Yên bỡ ngỡ hỏi Kiệt Tấn là ai? Cho nên hôm ra mắt tác phẩm đầu tiên của nó (tức là thi tập *Điệp khúc tình yêu và trái phá*) có mời vài hội viên nhóm Sáng Tạo trong đó có mặt Thanh Tâm Tuyền và một vài họa gia của nhóm Họa Sĩ Trẻ trong đó có họa gia Trịnh Cung. Thanh Tâm Tuyền tức giận Kiệt Tấn giở cái trò mượn danh Sáng Tạo để lấy le với các vị cầm bút khác. Cho nên Thanh Tâm Tuyền mắng Kiệt Tấn tơi bời hoa lá giữa đám khách tham dự. Kiệt Tấn đành nuốt nhục ngồi im.

*

Có 3 hạng đồng tính luyến ái: Hạng thứ nhứt là yêu tất cả những kẻ bất cứ tuổi nào miễn là vừa mắt mình thì thôi; đó là đồng tính luyến ái suông trơn, bút giả HTA thuộc vào hạng nầy. Hạng thứ hai là kẻ hoa niên yêu người lớn tuổi hơn mình nhiều, đó gọi là (**gérontophile**) tạm dịch thằng nhãi yêu mê mải kẻ già. Hạng thứ ba là mấy kẻ luống tuổi hoặc già nua yêu trai còn non nheo nhẻo thì gọi là bê-đê (**pédérastes**).

Bút giả không lấy làm lạ vì những kẻ lưỡng tính luyến ái về già lại thích đàn bà nhiều hơn thích đàn ông. Khi còn trẻ, họ có nét mỹ mạo dễ lôi cuốn người đồng phái. Nhưng những chàng *gays* vốn khó tánh, phần nhiều họ không ưa những kẻ già, xấu. Cho nên những kẻ *gays* yêu những kẻ đồng tính lớn tuổi (**gérontophiles**) ít đi.

Bây giờ chúng ta trở lại thế giới những kẻ *gays* làm văn chương nghệ thuật. Một nhà văn *gay* xấu xí mà dám viết trong truyện cái tôi của mình đẹp trai như Phan An, Tống Ngọc thời xưa và như Tony Curtis, Alain Delon cách đây hơn nửa thế kỷ. Chẳng những các tên *gays* khác tôn thờ đương sự mà các bà các cô đẹp như kiểu nga tiên nữ phải mê sa trầm lụy đương sự.

Cần nhất là các tên *gays* trong *"sổ đoạn trường"* (bi thảm hóa cho vui) đừng õng ẹo như đàn bà. Cũng cần nhất đừng làm trai hùng. Bản tính mà ra sao thì sống với nó. Nếu mình ra oai, vươn vai, ễnh ngực, cất giọng rổn rảng như mấy nam nghệ sĩ cải lương đóng vai Lữ Bố, Từ Hải, thì té ra mình đóng tuồng chớ có sống trong cuộc đời mình một cách an nhiên, thoải mái đâu? Sống mà đóng kịch triền miên thì mệt quá. Bất cứ tên *gay* nào cũng yêu một nam nhân đầy vẻ đàn ông tính (viril / manly) chớ có yêu *gay* nào yểu điệu thục nữ đâu. Những nam nhân bình thường (**dị tính luyến ái / les hétérosexuels**) không bao giờ thích bọn *gays* õng ẹo, đỏng đảnh theo ve vãn họ. Họ chỉ thích giao cấu với đàn bà thuần túy, chứ không thích bọn *gays* có cử chỉ đầy nữ tính đâu. Tôi thường nghĩ rằng đồng tính luyến ái là bẩm sinh *(inné),* trời sanh ra thì ráng mà chịu, chẳng phải do điều kiện *(conditionné)* mà xã hội gây ra. Hầu hết nhiều kẻ hễ gặp nhau là làm tình hùng hục với nhau. Đó là đồng tính dục (**homosexualité**) 90%. Còn hai chàng trai yêu nhau nhưng không làm tình với nhau thì gọi là đồng tính luyến ái *(homophile)*. Đây là trường hợp một số các linh mục tuy yêu nhau, nhưng không dám kê gian với nhau vì sợ phạm tội với Chúa.

Trước kia tôi thường nghĩ bản tính do Trời sinh sao thì mình để vậy miễn là chúng không hại ai, không chạm tự do của ai. Mình sống cho mình, can gì phải giấu giếm. Đau khổ nhứt là kẻ vì nghề nghiệp trong các công sở, tư sở vì bảo vệ nghề nghiệp hoặc vì đã lập gia đình, nên có cuộc sống song đôi. Họ lén lút ăn nằm với bọn *gays* bán tình và họ nơm nớp lo sợ chuyện bí mật của mình bị tiết lộ. Bắt một chàng *gay* sống như người bình thường, cưới vợ rồi cùng vợ sinh con đẻ cái là làm trái thiên nhiên. Nhưng có trường hợp ngoại lệ. Ca sĩ Trường Duy là *gay* rất bô trai, nhưng anh rất yêu vợ, thường đi chung với nữ ca sĩ Thái Hiền rất đẹp đôi. Thái Hiền khi còn ở trong nước vẫn là bạn gái thân thiết nhất của Trường Duy. Cô là gái đồng tính ái phe nữ (*les lesbiennes*) cần một bạn trai *gay* chia sẻ nỗi niềm tâm sự. Nhưng nữ ca sĩ Mỹ Hòa đầy cảm tình với anh, nhưng không tin là Trường Duy là lưỡng tính luyến ái.

Nhà thơ Xuân Diệu là *gay* rất nổi tiếng trong văn chương thuở tiền chiến. Ông là bạn thân của nhà thơ Huy Cận, nhưng không phải là *gay.* Rất có thể vào tuổi học sinh, Huy Cận yêu thầm một cô nhân tình do tưởng tượng, nhưng tìm chưa ra. Bên cạnh ông có một bạn học sinh đẹp trai ôn nhu là Xuân Diệu rất yêu thi ca như mình nên cả hai quấn quít nhau, đôi khi sờ soạng nhau. Tình bạn của họ dần dần thuần khiết nhau. Khi ra đời, cả hai sáng tác thơ, khai phóng một vũ trụ thơ mới tinh khôi và huy hoàng lộng lẫy.

Khi đọc xong quyển hồi ký *Cát bụi chân ai* của Tô Hoài, chúng ta được như chứng kiến trong dịp đi công tác, cả hai nằm ngủ chung. Xuân Diệu mở cuộc ái ân vũ bão trước. Tô Hoài chỉ biết noi theo. Thì ra, Tô Hoài có đồng tính ái mai phục (l'homosexualité latente) từ nhỏ mà nào biết đến cái chân tính của mình.

Cặp đồng tính luyến ái phái nữ là Kim Hoàng & Như Mai vào năm 1955 đã làm báo chí rần rộ loan tin và bàn tán xôn xao. Nguyên Kim Hoàng là cô đào cải lương nhập gánh Nam Phi do nữ nghệ sĩ Bảy Nam thay mặt nữ nghệ sĩ Năm Phỉ trông coi khi cô Năm thất lộc. Gánh đưa nữ nghệ sĩ Kim Cương con ruột cô Bảy và cũng là cháu ruột cô Năm lên hàng đào chánh, còn Kim Hoàng là đào nhì. Cô Bảy rúng ép Kim Hoàng ưng em trai của cô Năm và cô Bảy tức là cậu Út Để. Cậu chẳng có nghề nghiệp nào đặc biệt, chỉ có nghề vẽ áp-phích cho gánh. Chị Như Mai là một kỳ nữ lỗi lạc, chiếm giải quán quân về môn bóng bàn, chiếm nhiều giải đặc sắc về môn bơi lội, về môn đua xe hơi và về môn đua xe đạp. Ngoài ra, đây là người đàn bà giỏi về nghề làm áp phe nên giàu sụ, đi ra ngoại quốc như đi chợ. Là *lesbienne*, Như Mai lúc đầu ve vãn Kim Cương, nhưng chẳng ra sao nên chị xoay qua Kim Hoàng. Đây là người phụ nữ đồng tính như chị Như Mai. Kim Hoàng bỏ chồng, bỏ gánh đi theo Như Mai. Kim Hoàng có giọng tốt, ca ngâm rựa ràng. Trên sân khấu Nam Phi, chị hát vài ba bản tân nhạc, có nét nhà nghề. Khi chung sống với Như Mai, chị vâng theo lời của người bạn lòng tìm thầy học thêm tân nhạc. Giọng chị vang lộng như tiếng đại hồng chung, xuất hiện trên sân khấu đại nhạc hội với các bản *Tiếng còi trong sương đêm* (của Lê Trực), *Nắng đẹp miền Nam* (của Lam Phương) rất quyến rũ. Những nữ ca sĩ miền Nam, hát bằng tiếng Nam vừa hát giỏi vừa hát hay có lẽ là Ngọc Hà, Kim Hoàng và Túy Phượng.

Kim Hoàng được theo Như Mai du lịch các nước Tây Âu và Thái Lan, Nhựt Bổn. Tại Nhựt Bổn, chị lên đài truyền hình hát bản *Nắng đẹp miền Nam* làm giới sành điệu hoan nghinh nhiệt liệt.

Vào năm 2010 Như Mai đau bịnh ngặt nghèo, Kim Hoàng săn sóc chu đáo, vì quá lo lắng quá cực nhọc thân thể chị gầy gò, khuôn mặt nhăn nheo. Như Mai chết đi. Kim Hoàng tuyệt vọng rồi mòn mỏi chết theo. Đôi bạn yêu đương nhau trong khoảng 60 năm trời.

Nhà văn Ngô Nguyên Dũng là một tài hoa trí thức, nhưng cũng là kẻ *gay* khi ai hỏi tới thì đương sự không hề che giấu.

Nhà thơ nữ tài hoa Trân Sa là một *lesbienne* can đảm dám sống. Cô tên thật là Trần Thị Sa, bạn thân thiết của vợ chồng nhà văn nữ Nguyễn Thị Thanh Bình.

Khi còn sinh tiền nhà văn Võ Phiến có bảo tôi rằng nhà thơ Chế Lan Viên trước khi nhắm mắt lìa đời có dặn vợ con đốt hết những tập thơ xu nịnh Đảng Cộng Sản của ông. Và ông dặn con gái mình là Phan Thị Vàng Anh nên đọc sách tư tưởng của ông Võ Phiến và sách nghiêng về xã hội của Nguyễn Thị Thụy Vũ. Tôi nghe sao để vậy. Và cũng chẳng tin lời đồn đại. Ngờ đâu vào năm 1996 nhà văn Văn Quang kêu gọi kiều bào giúp đỡ Thụy Vũ nuôi đứa con tàn tật. Lúc đó cô Vàng Anh đang học Đại học Y khoa ở Paris, cô Phan gửi tặng 200 đô la cho Thụy Vũ và kèm bức thư đại ý: *"Bố Chế Lan Viên của cháu trước khi nhắm lìa đời có dặn cháu nên đọc sách của bác Võ Phiến và sách của cô"*. Rồi lại có tin đồn cô Phan Thị Vàng Anh đi dung dăng dung dẻ dạo chơi với Trân Sa ở Paris. Vậy theo họ Trân Sa và Vàng Anh là cá mè một lứa. Ông tà ông địa ơi, nếu cô bạn nào đi chơi chung với Trân Sa đều là *lesbienne* hay sao. Như tại hạ HTA thường đi dạo chợ ở quận 13 của thành phố Paris với các cô bạn gái. Chồng họ nghe tin đồn khẽ rùng vai, lắc đầu: "Ăn nhằm chi. Tui biết anh An lắm mà."

Trong giới nghệ sĩ trình diễn còn có nam nghệ sĩ Ngọc Chiếu hát Vọng cổ nhịp 16 rất mùi. Anh xuất thân là kẻ bán dạo những tập sách in những câu Vọng Cổ do các cô Tư Sạng, Tư Bé, Ba Bến Tre, Ba Trà Vinh, Năm Cần Thơ... các nam nghệ sĩ Tám Thưa, Bảy Cao, Năm Nghĩa... ca trong các dĩa nhựa. Trong lúc hành khách ngồi trong xe đò chờ cho xe khởi hành, anh cất giọng lên hát. Giọng anh không giống giọng của một ai. Khi cất lên cao nó chẻ qua giọng óc (le son de tête) cao vút và lảnh lót, chẳng những không chua lè chua lét mà còn như tiếng sáo vi vút vi vu. Trong xe xuôi miền Lục Tỉnh hôm đó có nữ danh ca cổ nhạc Nam kỳ và cũng là bà chủ xưởng dĩa hát Asia. Đó là bà Tư Sạng. Bà nhận thấy nghệ thuật nhấn vuốt trong cách hát thật mùi mẫn thâm xương của Ngọc Chiếu nên xưng tên và cho anh địa chỉ của hãng dĩa nhựa Asia. Thế là giọng anh được thâu vào cặp dĩa *Trọng Thủy Mỵ Châu* (20 câu Vọng Cổ). Sau đó, giọng anh cho hãng Asia thâu *Tiếng tiêu trong vườn Thượng Uyển* (cũng 20 câu Vọng Cổ). Tới đầu mùa Đệ nhất Cộng hòa, nữ danh ca Bạch Huệ và Ngọc Chiếu thâu 20 câu Vọng Cổ tựa là *Ngưu Lang Chức Nữ*.

Không hát được Vọng Cổ 32 nhịp, Ngọc Chiếu liền giả gái leo lên sân khấu múa những vũ khúc tuyệt vời. Trên sân khấu Lệ Liễu - Tùng Lâm, màu trang điểm của anh ăn đứt màu trang điểm của Kim Vui. Chính nữ danh ca Mộc Lan đã có lần bảo tôi: "Hồi ban Thần Kinh từ Huế vào Sài Gòn, tôi đâu có biết trang điểm khi leo lên trên sân khấu. Chính anh Ngọc Chiếu dạy tôi làm sao trang điểm lộng lẫy, ăn ánh đèn sân khấu, không để cho ánh đèn sân khấu làm phai lợt màu hóa trang của mình đi."

Thảo nào các ký giả chuyên viết kịch ảnh và ca nhạc chọn cho anh biệt hiệu *"Mai-Lan-Phương-Ngọc-Chiếu"*. Mai Lan Phương là một nam kịch sĩ thời Trung Hoa Dân Quốc, nổi tiếng đóng vai thiên cổ mỹ nhân yêu nước. Nữ văn gia Pearl Buck đã từng là bằng hữu của ông. Ông giúp đỡ dân quân kháng chiến chống bọn quân Phát-xít Nhựt Bổn xâm lăng. Riêng bút giả HTA đã có lần lỡ dại bắt bồ với anh Ngọc Chiếu để tìm hiểu các danh ca cổ nhạc trước năm 1954.

Vào thời cận kim, có nhà thơ Lê Bích Ngô rất yêu kính nhà chí sĩ Phan Thanh Giản. Ông Ngô có làm một bài *Dương liễu từ* bằng tiếng Hán gửi tặng ông Phan, lời thơ âu yếm, tình thơ thống thiết như thơ nàng Tô Huệ làm thơ rồi thêu trên gấm để gửi cho chồng. Người nhà dâng bức gấm lên cho vua, vua cảm động cho chồng Tô Huệ trở về cố hương, sum hiệp với nàng.

Trên đường trấn nhậm tới chỗ nào, quan Phan cũng treo bức lụa có viết bài *Dương liễu từ*. Nữ sĩ Mộng Tuyết Thất Tiểu Muội dịch ra Việt ngữ để đưa vào cuốn tùy bút *Dưới mái trăng non*. Chúng ta có thể nghĩ về tình ý của ông Lê lẫn ông Phan bằng cách đoán mò, biết đâu lại trúng phóc. Tụi bọn gays ở Sài Gòn đồn rằng cố Tổng thống Ngô Đình Diệm và ông Ngô Đình Cẩn đã trên 50 tuổi mà chưa vợ, chưa có lấm lem với cuộc tình ái phiêu lưu nào với phụ nữ. Vậy thì theo sự quả quyết của tụi nó, hai danh nhân nầy là *gays.* Có thể lắm chớ bộ. Sau cuộc đảo chánh Ngô Triều, thiên hạ bôi bẩn anh em họ Ngô trăm điều ngang trái ác ôn. Nhưng nghi vấn hai anh em nhà Ngô này là *gays* thì lũ gia nô nịnh thần cho rằng đây là sự vu oan phạm thượng. Vẫn có tin đồn rằng cố Tổng thống Ngô Đình Diệm có một cậu bé cưng thông minh xinh đẹp nên ngài vận động cho cậu qua Ý học ngành kiến trúc. Đã là *gays* có gì là xấu hổ, nhất là vào thời cao trào mới nầy.

Nghệ sĩ Vân Hùng bên tân nhạc, thoại kịch và điện ảnh là một nghệ sĩ lớn. Thuở đầu tiên, anh chiếm giải quán quân trong cuộc thi ca hát do đài Quốc Gia (hay đài Pháp Á) tổ chức. Lâu quá rồi (trên 60 năm có lẽ) tôi nhớ không rõ ba nghệ sĩ như Vân Hùng, Hùng Cường, Thanh Hùng, Tùng Lâm thi hát tân nhạc do đài nào tổ chức vào năm nào. Nhưng tôi tin chắc rằng Tùng Lâm ca hát trong thời gian quá ngắn ngủi. Nhưng khi giọng hát hư vữa, anh nhảy qua ban thoại kịch Dân Nam làm hề. Vân Hùng nhờ đẹp trai nhảy qua đóng thoại kịch Dân Nam làm kép đẹp. Anh đóng cặp với nữ danh tài Kim Cương rất xứng lứa vừa đôi. Cùng với Kim Cương, anh đóng các vai nho sinh trong các phim *Lâm Sanh Xuân Nương, Châu Tuấn Thoại Khanh, Lưu Bình Dương Lễ.* Cùng với Thẩm Thúy Hằng, anh đóng phim *Áo Dòng Đẫm Máu.* Cùng với Trang Thiên Kim, anh đóng trong phim *Ông Hoàng Ốc.* Cùng với Thanh Nga, anh đóng phim *Hai chuyến xe hoa* và *Người cô đơn.* Là dân *gay* danh vọng, anh có nhiều cơ hội tìm bạn đồng tịch đồng sàng. Có *gays* Việt, có *gays* Âu Mỹ.

Tỉnh Vĩnh Long của bút giả HTA có một anh học sinh cấp trung học tên An chịu khó tập cơ bắp thẩm mỹ. Khi có một thân hình hùng tráng và cường tráng, anh lên Sài Gòn tìm Vân Hùng nhờ anh Vân Hùng giúp đỡ anh trong ngành thoại kịch. Vân Hùng khuyên anh An tập ca hát, trở thành ca sĩ một phòng trà có ca nhạc giúp vui. Vì ham mê danh vọng, anh An tuân theo lời đề nghị của Vân Hùng. Anh lại còn chịu làm người tình của Vân Hùng, lấy nghệ danh là Hùng An. Lúc đầu bút giả HTA tưởng anh An cắn răng chịu những màn kê gian với một tên *gay* có danh vọng lẫy lừng. Nhưng đâu phải như vậy. An là dân lưỡng tính luyến ái, cụp lạc với Vân Hùng đẹp trai là một hạnh phúc trời ban cho anh. Bút giả không biết phòng trà nào mà Hùng An cộng tác, cũng không rõ mối tình của Vân Hùng và Hùng An kéo dài được bao lâu.

Tôi có quen với bà chị dâu họ của Kim Cương. Thấy Vân Hùng & Kim Cương đẹp đôi trên sân khấu nên đốc riết Kim Cương nên se duyên chỉ thắm với Vân Hùng. Kim Cương cười hềnh hệch bảo: "Lấy nó thà trao duyên cùng tướng cướp hoặc lấy con chó còn đỡ khổ hơn." Bà chị dâu cho rằng Kim Cương kiêu hãnh muốn lấy chồng bảnh tẻng như trường hợp nữ danh ca Minh Hiếu kết duyên cùng Tướng Vĩnh Lộc, như Thẩm Thúy Hằng lấy Thống Đốc Ngân Hàng Nguyễn Xuân Oánh; về sau, ông Oánh lên chức Bộ trưởng Bộ Kinh tế.

Kim Cương và Vân Hùng diễn tả cặp uyên ương trên sân khấu ăn ý với nhau. Trong hậu trường, cả hai ưa xài xể với nhau những chuyện không đâu. Tuy nhiên, họ không vì đó mà rã rời nhau. Khi Vân Hùng lâm trọng bịnh, Kim Cương săn sóc anh thật chu đáo. Vân Hùng khi nằm chờ chết, có yêu cầu Kim Cương hát bài *Sắc hoa màu nhớ* của Nguyễn Văn Đông. Bản nhạc ấy Kim Cương và Vân Hùng có hát trong vở kịch cùng tên *Sắc hoa màu nhớ*. Kim Cương biết rằng đây là lời trăng trối của Vân Hùng nên vừa hát vừa khóc nhễu nhão. Vân Hùng cũng vừa khóc vừa nắm tay người bạn đồng diễn của mình và nói: "Bà Kim ơi, tôi nhớ sân khấu quá!"

Ở hải ngoại, có một đôi bạn đồng tính luyến ái. Đó là nhạc sĩ Trầm Tử Thiêng và nhà văn Nguyễn Đức Lập. Trầm Tử Thiêng có sáng tác trên 60 nhạc phẩm, nổi tiếng là *Chuyện một chiếc cầu đã gãy, Bài Hương ca vô tận, Đưa em vào hạ*. Nhạc đã hay, lại dễ hát, mà lời hát cũng thâm trầm ý nhị. Nguyễn Đức Lập là con trai của nhà văn nữ Tùng Long (dân Quảng Nam) và nhà ái quốc Nguyễn Đức Huy (dân Quảng Ngãi). Nguyễn Đức Lập sinh ở Sài Gòn, trưởng thành và ăn học cũng ở Sài Gòn. Anh đậu bằng cử nhân luật, sau đó trở thành luật sư tòa thượng thẩm. Đây là một nhà văn nổi danh, viết văn bằng ngôn ngữ miền Nam tài hoa không thua nhà văn Lê Xuyên. Bút giả HTA có đọc cuốn tập truyện *Trần ai khoai củ* và tập truyện *Nhứt biết nhì quen*. Anh am hiểu ngành hát bội không kém nhà soạn kịch hát bội kiêm tài tử Đinh Bằng Phi. Trầm Tử Thiêng qua đời vào năm 2000, còn Nguyễn Đức Lập qua đời vào năm 2016.

Trước năm 1967, trong giới nghệ sĩ ca nhạc có anh Tây lai lấy nghệ danh là Jeanot, hát rất hay nhất là hát những ca khúc nổi danh của Pháp trong thập niên 60. Anh để móng tay dài sơn phết lên màu đỏ chói. Khi hát anh ưỡn ẹo rất thục nữ. Lâu lâu anh diện áo sườn xám làm nữ minh tinh Lý Lệ Hoa. Đôi khi anh diện áo bà ba, quần mỹ a đen để làm nữ danh tài Kim Cương đóng vai cô gái bán hột vịt lộn trong vở kịch *Dưới hai màu áo*.

Vào năm 1969, Ngọc Chiếu và Jeanot lập một ban ca kịch. Ở bước đầu, ban ấy trình diễn ở Vũng Tàu, Jeannot vì bịnh xung tim mà chết.

Xưa nay, những nghệ sĩ **gays** lừng danh chẳng có mấy ai, nhưng cũng có nhiều thiên tài, chẳng hạng họa sư danh tiếng lừng lẫy khắp hoàn vũ như Léonard de Vinci qua bức tranh *La Joconde* biến người mẫu là nàng Mona Lisa trở thành bất hủ. Lại còn họa sư Michel Ange nắn tượng vua *David* từ năm 1501 đến năm 1504. Sau đó, với bức họa trên vòm giáo đường Sixtine thuộc vùng Florence *Sự tạo nên Adam* (La création d´Adam) từ năm 1508 đến năm 1512 .

Đi xa hơn nữa, trong *Thần thoại và Truyền kỳ Hy Lạp La Mã* (Mythologies et Légendes grecques et latines), chúng ta bắt gặp những thiên thần trên đỉnh núi Olympia, có nhiều vị giao hoan với đàn bà mà còn thiếm xực tới trai trẻ xinh tươi. Họ là lưỡng tính luyến ái. Chẳng hạn như thần Jupiter có vợ là Junon, lại ưa xuống tìm những bà hoàng và các công chúa để giao hoan. Tới tuổi chớm già, nhưng vẫn còn mỹ mạo Jupiter lại động lòng dâm dục muốn kê gian với hoàng tử Ganymède. Ông hóa thân chim đại bàng to khủng khiếp xớt hoàng tử bằng đôi cánh đưa về đỉnh cao sơn Olympia, thay thế con gái út của mình là thần nữ bé bỏng Hébé. Cô sớm hôm rót rượu cho các vị thần. Hébé được gả cho vị thần chiến thắng Hercule.

Thần Hercule có vợ thứ nhất là Mégara, vợ kế là Omphale. Ngoài ra thần còn có những mỹ nam để ân ái như: Iolas, đứa cháu trai thông minh dĩnh ngộ của thần, Hylas, chàng trai tuấn mỹ đã làm cho kiều nga mỹ nữ trên mặt đất (les nymphes) phải say sưa mê đắm. Hercule còn hành dâm với Abdéros, chàng trai coi sóc những con thần mã trong tàu ngự trên đỉnh núi Olympia.

Còn nữa, vị thần Thái Dương chăm sóc nghệ thuật (thần Apollon) đẹp huy hoàng, bắt tình cùng tiên nga thần nữ trên thiên đình và kiều nga mỹ nữ nơi hạ giới. Thần có gặp gỡ những mỹ nam ở hạ giới như hoàng tử Hacinthe, rồi cùng nhau loan điên phụng đảo thâu đêm suốt sáng. Hoàng tử chơi trò ném dĩa, rủi bị một chiếc dĩa ném trúng vào thái dương trên mặt, phải chết, để lại một thiên trường hận cho thần. Apollon còn dan díu với những mỹ nam khác như : Cyparisse, Hélénos, Carnos, Leucatas, Branchos... Đáng kể nhất là Hyménaios (kêu tắt là Hymen) chẳng những được thần Thái Dương yêu dấu mà còn được Thần Xuân Phong (tên thật là Zéphir, tạo nên gió xuân mát dịu cho xứ sở Hy Lạp) say đắm đảo điên. Thần Hymen là con của Tửu Thần (Thần chăm sóc về mùa màng trái nho và chỉ bảo cách làm rượu nho, tên gọi Bacchus) và con của Thần Vệ Nữ. Thần chủ trương làm đẹp cuộc hôn nhân, ủng hộ các tân lang và tân nương sắc cầm hảo hiệp đến trọn đời. Còn thần Zéphir kết hợp với nữ thần Chloris sanh ra thần Carpos.

*

Các bạn đồng trẩy đò chung với tác giả HTA ơi, qua bài văn này nên dẹp bớt thẹn thùa để sống an lành như bao người dị tính luyến ái khác. Đồng tính cũng như dị tính là cái khuynh hướng của tình cảm lẫn tình dục, nói theo chị Thụy Khuê, không thuốc thang nào chữa khỏi, không có hình phạt nào để trừng trị người đồng tính luyến ái vì nó không phải là tội ác, không phải là kẻ gây án mạng. Nó cần sự cảm thông. Sự cảm thông sẽ nâng cao kiến thức và giá trị người nhìn những kẻ đồng tính. Riêng về bút giả HTA, bọn đồng tính luyến ái chỉ cần thành thật chung tình nhau là đủ rồi, cần gì phải làm hôn lễ rườm rà.

Hồ Trường An
(Trích "Những Tiếng Hát Thương Yêu")

Mùa Xuân Ở Nhà Họ Woòng

NGUYỄN THỊ VINH

Chiếc tàu nhỏ chạy chậm dần dần, tiếng máy cũ kỹ kêu xịch xịch, từng hồi còi khằn khằn "hú... hụ... hú... hụ..." như giọng người già giục giã, khẩn thiết. Lúc ghé bến, nó va mạnh vào phao cầu tàu, khiến cho mọi người nhốn nháo. Đám phu gò người, níu chặt sợi dây cáp quấn nhanh vào cây trụ sắt. Hai cha con cụ Lê lẫn trong đám hành khách lũ lượt lên bờ. Việt lơ đãng nắm tay cha. Lần đầu tiên, anh cảm thấy lạc lõng giữa cảnh sinh hoạt ồn ào của người Tàu, nhớ lại bác Trần gái mới từ Việt Nam sang đã kể biết bao nhiêu chuyện ở quê nhà. Nơi Việt đã sinh ra và đã rời xa từ lúc 5 tuổi, đến nay đã mười bốn năm kỷ niệm cũ đứt quãng và loáng thoáng như một giấc mơ. Nhưng chỉ có hình ảnh của mẹ là Việt nhớ rõ, nhớ từ giọng nói đến ánh mắt hiền hậu. Việt cũng không quên thằng Nam em trai anh "không biết bây giờ nó ra sao? Chắc lớn lắm rồi... kém mình có hai tuổi chứ mấy."

Qua khỏi cầu tầu, cụ Lê lên cơn ho rũ rượi, gập người lại, ho đổ nước mắt. Việt đỡ cha, và hơi khó chịu vì những con mắt tò mò bao quanh người hai cha con. May mà ai cũng vội vã tất tưởi. Ngớt cơn ho, cụ Lê nói lạc cả giọng:

– Chắc hôm qua, thầy ăn phải cái món tép bác Trần gái mang sang. Ăn thì ngon thật, nhưng cũng độc. Gớm, mười mấy năm nay giờ mới lại được chấm đũa vào cái món ấy. Hồi trước mẹ con làm mắm tép, khéo lắm cơ đấy.

Việt càng nhớ mẹ, lòng buồn thắt lại, ngày còn bé Việt chỉ được sống với mẹ và em, cha anh thường xuyên xa nhà. Thỉnh thoảng mới lén lút về thăm gia đình, và không dám bước ra khỏi cửa trong suốt thời gian ở lại. Việt nhớ cả lời mẹ dặn: "Không được nói cho ai biết Thầy đã về, để trong bụng này này nghe không. Con mà nói người ta đánh thầy đấy, đánh đau lắm, nghe không."

Dù Việt không hiểu rõ cũng gật đầu, nhưng chỉ đôi ba ngày cha lại vắng nhà từ lúc nào. Nhiều bận, buổi tối Việt lên giường đi ngủ với cha, sáng trở dậy không thấy ông đâu. Lúc ấy hai mắt mẹ đỏ hoe. Việt khóc gọi cha, mẹ nghẹn ngào:

– Thầy lại đi rồi con ạ.

– Sao thầy không ở nhà với u, với con, thầy đi mãi thế?

– Thầy đi thăm các Bác, các Chú của con... Rồi thầy sẽ về, mua quà cho con... đừng khóc nữa.

Cho đến ngày được sống bên cha, lần lần Việt mới hiểu "đi thăm" là đi làm cách mạng và "các Bác, các Chú" là những đồng chí của cha anh. Một lần cha về đón Việt đi, suốt mấy ngày trước, cha mẹ bàn tán, xì xầm. Việt phải trông em và chơi với nó, cho nó khỏi quấy mẹ.

Vào lúc nửa đêm, mẹ gọi Việt dậy, mặc thêm áo lạnh cho Việt, mẹ vừa khóc vừa ép Việt phải ăn hết bát cháo nhỏ. Mẹ không dám khóc lớn hàm răng trên cắn chặt vào môi dưới. Việt ăn xong mẹ ôm vào lòng nói nhỏ:

– Bố cho con đi thăm các bác, các chú... Bao giờ con nhớn con về thăm mẹ và em nhé. Phải ngoan, không được quấy bố.

Việt đâu ngờ mười bốn năm, cha con anh không một lần về thăm mẹ, thăm em.

Ra khỏi nhà, cha cõng Việt đi trong ngõ lạnh, trời hôm ấy nhiều sao nhỏ li ti và lấp lánh, mỗi vì như một hạt nước mắt của mẹ.

Lúc ngồi dưới thuyền, Việt hỏi cha:

- Nhà mình đâu rồi thầy?

– Kia kìa con.

Việt nhìn theo tay cha, xóm lá vùi trong cái lạnh của ánh trăng lúc sắp tàn, chỉ có tiếng chó sủa thoảng hoặc vọng lên, rồi tất cả im hẳn... im hẳn cho đến bây giờ. Đứa trẻ lên năm trở thành một thanh niên mười chín tuổi, đã theo cha qua bao ngả đường đến nước Tàu. Từ Thượng Hải sang Quảng Châu. Việt đã được đi thăm rất nhiều đồng chí của cụ Lê. Niềm tôn kính lúc nào cũng đầy ắp trong mắt họ, nhưng trong túi cha con cụ bao giờ cũng trống rỗng... Ngoài giờ học quốc ngữ kèm thêm chữ Hán do cụ Lê dạy, Việt phải phụ với các đồng chí của cha làm bánh đậu xanh, bán cho mấy hiệu cao lâu. Chú Tảo còn cho Việt đi theo học nghề húi tóc rong. Chú Hùng dạy tiếng Pháp cho mấy người Tầu khá giả, kiếm được số lương cao, góp với tiền lời bán bánh, để tất cả anh em ăn tiêu chung. Chú Châu và chú Tưởng ở nhà lo việc lửa củi, chợ búa. Cụ Lê thường xuống bếp phụ với các chú làm cơm.

Lâu lâu, từ bên nước có người trong tổ chức sang Tầu, Việt vẫn nhận được quà và thư của mẹ, đôi khi mẹ đan áo len gửi cho hai bố con.

Nhưng từ ngày làn sóng đỏ Trung Hoa ùa tới Thượng Hải và Quảng Châu, tình thế đổi khác, khác hẳn. Như những bờ đá bị sóng soi mòn, như những cồn cát bị sóng xô dạt, vỡ lở. Nhóm đồng chí của cụ Lê một số tìm đường trở về Việt Nam, một số theo Tưởng Giới Thạch sang Đài Loan. Hai cha con cụ Lê trôi xuống Hồng Kông. Anh em đồng chí mỗi người mỗi ngả, hoạt động chính trị lơi dần.

Mới đến Hồng Kông, hai cha con ở trọ nhà bác Trần. Sau lại phải rời ra đảo Cheung Chau cách Hồng Kông hai giờ tàu thủy, trú ngụ tại nhà họ Woòng. Việt sống bằng nghề húi đầu rong cho đám dân nghèo trên đảo.

Hàng ngày cụ Lê gượng vui với sách vở, hai mí mắt sụp xuống, gò má nhão làm nhăn hết da mặt. Cụ sáu mươi mà ngỡ già thêm mười tuổi, đầu bạc trắng như tuyết ở Thượng Hải mùa đông ngày nào. Vẻ trầm ngâm của cụ trở thành chiếc mặt nạ che giấu cái bất đắc chí, lâu ngày chùng xuống như giọng rao trầm của một hàng quà rong trong đêm bán ế.

Thỉnh thoảng Việt nghỉ một buổi húi đầu, cùng cha sang thăm bác Trần và mấy đồng chí của cụ Lê còn ở Hồng Kông. Việt chỉ thấy cha hoạt bát, ánh mắt rực sáng trong câu chuyện chính trị, thời sự Việt Nam. Lâu lâu bác Trần cũng ra đảo thăm cụ Lê. Trong số anh em bác thư thả nhất, vì vẫn bắt liên lạc được với gia đình ở Hà Nội. Cụ Lê kính mến bác Trần hơn lên, vì bác đã cương quyết từ chối lời mời tham gia nội các của chính phủ lúc đó.

Cách đây vài hôm, bác Trần gái lại qua Hồng Kông, cha con cụ Lê được bác Trần mời sang để bàn luận tình hình đất nước nhân tiện dùng cơm với những thức ăn đặc biệt Việt Nam.

Đêm qua, cụ Lê ở lại Hồng Kông họp bàn cùng anh em cử người về nước cộng tác với chánh phủ Bảo Đại.

Lúc đầu, cụ Lê nhận thấy thái độ của bác Trần, tuy chưa dứt khoát nhận lời về nước nhưng vẻ cương quyết từ chối đã yếu.

Sáng nay, ngay khi ra khỏi bến tàu trở về Cheung Chau từng bước chân của hai cha con cụ Lê nặng trĩu buồn phiền, kéo lê suốt con đường lót gạch thẻ xây nghiêng, dọc theo bờ biển dài hơn cây số.

Ngôi nhà họ Woòng ở tận cuối đường, liền bên bãi cát rộng, nơi đa số dân chài tụ tập. Những chiếc thuyền úp sấp nằm ngổn ngang trên bãi, chờ cạo và đốt cỏ, hơ lửa cho những con hà bám vào đáy thuyền rụng ra. Các gia đình chài lưới giữ cho gỗ thuyền được bền bỉ, họ tấp nập làm việc. Những người đàn ông lực lưỡng phơi nước da rám nắng vừa cạo thuyền vừa nghêu ngao hát những bài dân ca. Còn đàn bà, người nào cũng mặc quần áo vải thô dầy màu xanh lam, tóc cắt ngắn, chỉ có các bà già còn giữ mái tóc kết thành bím đuôi sam, nhiều bà vừa địu cháu sau lưng vừa ngồi vá lưới, thổi cơm, hoặc đi lại phơi lưới. Họ nấu ăn ngay giữa trời, trẻ con nô đùa đuổi nhau, chạy trên nền cát có đứa địu em sau lưng lếch thếch. Một vài bà mẹ tự nhiên hơn, vừa ngồi ăn cơm vừa vạch vú cho con bú.

Đến trưa, trời nắng gắt, đàn bà trẻ con rút vào những chiếc lều cỏ, rải rác ở ven đồi may vá quần áo cho chồng con. Kế bên bãi cát là một dãy nhà kiểu xưa, năm gian mái ngói của họ Woòng dựng sát vào triền đá cách khoảng sân gạch rộng phía trước nhà là bức tường cao chừng 3 thước, liền bên con đường gạch giáp bờ biển.

Mùa xuân nhà họ Woòng mua cỏ, phơi khô rồi chứa vào ba gian nhà cuối dãy. Dân chài trên đảo mua cỏ để hun thuyền, thuyền nào đậu ở bến hay trên bãi cát thuộc nhà họ cũng đều phải đóng tiền thuế. Gần tròn một thế kỷ, cha truyền con nối, nhà họ Woòng sinh hoạt với dân chài trên đảo Cheung Chau hàng năm chỉ bận rộn có hai mùa, mua cỏ và bán cỏ.

Nhờ một người quen giới thiệu, cha con cụ Lê về ở đây là non hai năm, trong căn phòng nhỏ, trước đây vẫn dành cho khách khứa nhà họ Woòng. Ông Woòng mến mộ cụ Lê qua hình ảnh một nhà chí sĩ Việt Nam lưu lạc ở Trung Hoa, có lẽ cũng gần như kính trọng liệt sĩ Phạm Hồng Thái đã nằm an nghỉ trên đồi Hoàng Hoa Cương.

Đến nhà, trời đã xế trưa, người chị họ ông Woòng đang quét dọn bên gian nhà chứa cỏ lên tiếng hỏi thăm cụ vài câu lấy lệ. Vào đến phòng mình, cụ Lê mệt nhọc không kịp thay quần áo, ngả lưng trên chiếc giường sắt nhỏ đối diện với cái ghế bố của Việt.

Đem quần áo lại cho cha thay xong, Việt nhóm bếp dầu hỏa, vo gạo, thổi soong cơm nhỏ.

Hồi mới đến đây Việt chưa nghĩ ra cách đi húi đầu rong để sinh sống nên có nhiều bữa hai cha con âm thầm nhịn đói, ông Woòng không để ý và hơn nữa cụ Lê cũng không muốn ai biết. Một lần, cụ sai Việt đem ra chợ bán chiếc bút máy của một đồng chí, hồi còn ở Thượng Hải đã tặng cụ làm kỷ niệm, để mua vé tàu sang Hồng Kông. Hai cha con đến nhà ông Hợi một người Việt Nam sang làm việc cho nhà băng Pháp đã hơn mười năm rồi. Ông Hợi không làm cách mạng, không là đồng chí nhưng mến mộ sĩ khí cụ Lê và tình đồng bào ruột thịt. Lần nào thấy cụ đến thăm mình, ông Hợi cũng vồn vã tiếp đón. Nhưng cụ không hề ở lại đến hai ngày, chắc vì vẻ mặt khó đăm đăm của bà Hợi. Việt đoán thế.

Lần đó, khi cha con cụ Lê vừa tới nhà đã gặp bà Hợi ra mở cửa. Trong những lời chào hỏi của bà, Việt nhận thấy toàn vẻ gượng gạo. Bà Hợi đang làm cơm cho kịp giờ chồng sắp về ăn trưa. Tuy không được bà Hợi mời cụ Lê vẫn cố làm ra vẻ tự nhiên.

- Cha con tôi ăn cơm rồi, nhưng tí nữa ăn thêm với chú thím cho vui thôi. Thím đừng thổi nhiều quá nhé!

Việt cảm thấy người mình như bị kiến đốt, chưa hẳn vì bụng đói cồn cào mà vì ngượng. Cụ Lê cầm tờ báo nhưng Việt biết chắc chắn cha anh không đọc nổi một chữ. Các ngón tay cụ run run hàng râu mép cũng run run, mồ hôi hai bên thái dương cụ nhỏ giọt, lăn chậm. Việt xúc động và thương cha vô cùng. May mà ông Hợi về ngay, mang theo cả sự vồn vã vào phòng khách làm cho cha con cụ Lê đỡ khổ.

Ông Hợi lấy đĩa bánh ngọt, rót rượu khai vị mời cụ Lê. Đã cố điềm đạm mà cụ vẫn không giữ được bàn tay khỏi hấp tấp khi cầm bánh đưa lên miệng, và cốc rượu cũng mau cạn.

Trong bữa cơm Việt mải ăn, quên cả cha. Hết bát nọ đến bát kia, cụ Lê cũng thế khi cả hai cha con nhận ra điều này thì quá muộn, trong nồi chỉ còn một ít cơm. Cụ Lê buông đũa, tần ngần. Nét mặt của cha lúc ấy làm Việt suýt bật khóc.

Ông Hợi vẫn tế nhị:

- Chà hôm nay mát trời, lại vui gặp cụ, nên ăn được bữa cơm ngon miệng quá!

Tiếng bát đũa bà Hợi thu dọn, chạm vào nhau phát ra tiếng kêu khô ròn và có vẻ lạnh lùng như khuôn mặt của bà.

Giờ phút này, nhớ đến chuyện ấy, Việt vẫn còn thấy hai tai mình nóng bừng bừng. Hơn tháng sau, ông Hợi sang tận Cheung Chau báo tin đã xin được một chân tùy phái ở nhà tang cho Việt. Cụ Lê chỉ cám ơn ông Hợi mà không hề đả động thêm đến chuyện cho Việt đi làm.

Ông Hợi về rồi, Việt mới dám hỏi cha. Cụ Lê buồn bã:

- Hồi ở nước nhà, bọn Pháp mời thầy làm những chức vụ lớn. Nếu thầy mà nhận thì mẹ con con đã ở nhà cao cửa rộng, kẻ hầu người hạ rồi. Việc gì thầy lại phải đem con sang đây để con đi làm công cho chúng.

Việt tự hỏi, nếu anh không có được nghề húi đầu, tình cảnh cha con sẽ ra sao?

Việt đứng lên, dọn mâm, thức ăn chỉ còn khúc khô cá bữa trước ăn dở, Việt hấp lại vào soong cơm.

Cụ Lê nhai chậm, có vẻ suy nghĩ điều chi. Việt đắn đo mãi mới dám hỏi:

- Thầy có nghĩ rằng bác Trần sẽ về nước không?

Cụ Lê gật đầu nhẹ, giọng buồn buồn:

- Cả chú Chấn nữa, chú Hùng nhờ bác Trần gái chuyển thư mời... mà.

Việt ngạc nhiên:

- Thưa thầy... nói chú Hùng? Chú Hùng trước đây ở Thượng Hải với mình?

- Ừ... Giờ chú đang giữ Bộ Thông Tin... Chú mới ở Đài Loan về nước tham chính được mấy tháng.

- Chú Hùng có nhắc đến thầy không?

Cụ Lê đặt đũa xuống mâm:

- Có, nhưng đời nào thầy hợp tác với một chính phủ do bàn tay sắp xếp của Pháp đặt ra.

Việt bâng khuâng, mai mốt các đồng chí của cha anh sẽ lần lượt về nước hết. Chỉ còn lại một số mấy người không được mời, cùng những người đã lấy vợ Tàu và đã lập nghiệp ở đây, cha con anh sẽ ra sao? "Cách mạng", danh từ để chỉ lòng yêu nước lúc ấy đối với Việt thật gần mà cũng thật xa... gần như anh đang ở gần bên cha và xa như anh đã xa đất nước, đằng đẵng từ lúc lên năm.

Không sống và không cùng chịu chung nỗi thống khổ với đồng bào, hỏi sao lòng Việt nảy sinh được lòng thương. Không lớn lên trong đất nước mình làm sao anh có được lòng yêu nước mãnh liệt. Việt không dám thú thực với cha về lòng rung cảm yếu ớt của anh đối với đất nước. Trừ ánh mắt của bà mẹ và thằng em ruột, Việt không sao hình dung nổi cái xã hội Việt Nam ra làm sao. Việt chỉ được tin mẹ và em giờ đang kẹt trong vùng Việt Minh. Chắc thằng Nam đã trở thành người cán bộ vừa chống Pháp vừa tôn thờ Mao Trạch Đông? Còn anh, anh sẽ làm gì, năm mười năm nữa, nếu tình trạng nguyên vẹn như thế này. Cha anh vẫn giữ lập trường... cha anh có thể chết ở đây.

Việt sẽ chẳng còn dịp nào mà nhập tịch Việt Nam lại được. Trên giấy tờ tùy thân Việt đã là một người Tàu. Chừng đó may ra, anh làm chủ một hiệu húi đầu trên đất Tầu là cùng.

Bữa cơm đã xong, cả hai cha con đều buồn. Cụ Lê chậm rãi ra ngoài cổng, ngồi trên mỏm đá, ngắm biển, cụ nghĩ tuổi già của biển cũng bằng tuổi đất nước cụ, sẽ tồn tại mãi mãi. Còn tuổi già của cụ đến một ngày nào đó thôi, cũng tàn, cũng hết.

Xế trước nhà họ Woòng, có một cây cầu đá dài chừng hai chục thước, bắt từ bờ biển ra tới ngôi nhà bát giác, mái ngói uốn cong, bốn bề trống. Từ mé cầu đi vào, ngay trên cổng ba chữ "Biệt ly đình" xây nổi. Từ lúc cụ mới đến ở đây, ông Woòng đã kể chuyện "nhà đó xây lâu đời rồi, theo tục lệ của dân đảo gia đình nào có người nào từ trần, khi cất đám phải đưa linh cữu đến đây trước, tang quyến và khách điếu từng người một tới thắp một nén nhang và uống nửa chén rượu. Nửa còn lại đổ xuống biển để tiễn biệt người khuất mặt".

Không hiểu sao cụ Lê rất yêu chuộng tục lệ "nửa chén rượu cho mình nửa chén rượu cho người ra đi". Những buổi chiều buồn, cụ thường ra đây nghỉ ngơi. Nghĩ đến thân phận con người, nghĩ đến thân phận đất nước. Lòng hoài hương, nhớ vợ, thương con như ngọn sóng dậy trong lòng cụ. Những chuyện cỏn con ấy so với đại sự, lâu ngày tưởng đã lắng dịu như bếp lửa âm ỉ, ai ngờ một lúc nào đó lại bùng lên. Cụ sợ không còn có một lần đặt chân trên đất nước Việt Nam nữa. Cụ sợ mình không đạt được bao công trình đã theo đuổi, đã đấu tranh. Cụ sợ Việt đi lạc con đường mà cụ đã chọn.

Tất cả những nỗi sợ hãi vẫn âm thầm trong lòng cụ như lớp tro bao vây lý tưởng của cụ, lý tưởng gần giống với cục than hồng. Cụ Lê cố thổi những hơi hào khí cho ngọn lửa bùng lên, chỉ trừ những lúc ngồi đối diện với "Biệt Ly Đình" cụ mới thành thực với mọi ý nghĩ của mình.

Thấy trời đã xế chiều, Việt sợ cha nhuốm lạnh vội vã ra mời cụ Lê vào nhà. Cụ lắc đầu, chỉ mỏm đá bên cạnh bảo Việt ngồi, và lên tiếng hết sức nhẹ nhàng:

- Con có muốn về Việt Nam bây giờ không? Thầy có thể nhờ bác Trần và các chú cho con đi theo.

Việt ấp úng:

- Thế còn thầy?

Cụ Lê ngước mặt hướng ra biển, giọng đột nhiên đanh thép:

– Thầy không ngồi chung với kẻ thù.

Giây lát cụ Lê cúi xuống gần Việt, giọng trầm buồn:

– Sao, con có về không?

Việt nói chậm nhưng dịu, sau cái chớp mắt:

- Con là con... thầy mà.

Cụ Lê mỉm cười, ráng chiều xuống thấp, mặt trời chiếu hồng nước biển, hắt lên khuôn mặt già, đôi mắt long lanh. Lần đầu tiên Việt thấy hình như cha khóc.

Nguyễn Thị Vinh
(Giai phẩm Văn ngày 14-2-1975)

Qui Nhơn, Trở Lại Một Lần Nào
DU TỬ LÊ

Chị Tiếng, nhận được thư này, tôi chắc chị sẽ ngạc nhiên và sửng sốt không ít. Chính tôi, cũng cảm thấy mình quá đường đột khi chọn chị để lá thư này tới. Tôi cũng không thể tự tìm lấy một lý do vững chắc nào biện minh cho việc này của mình. Tôi cũng không thể nhân danh tinh thần, một thứ nhân danh dễ dàng nhất (kể cả việc để dễ dàng làm phiền nhau), vì giữa tôi và chị chưa có được những sợi dây liên lạc khả dĩ cho phép tôi được biên thư tới chị. Cho đến nay, tất cả những điều tôi được biết về chị, đều qua Châu. Một trung gian. Một người thứ ba. Tuy thế, tôi vẫn tự cho phép mình nghĩ rằng đã hiểu được khá nhiều về chị.

Đúng ra tên chị không phải vậy. Châu nói thế. Tôi nghĩ nhân viên hộ tịch đã ghi tên chị vào sổ bộ đời với một chữ thừa. Chữ "g". Đúng ra, tên chị là Tiến. Phải. Tiến mới đúng. Nhưng riêng tôi, tôi thích cái tên có thừa mẫu tự hơn. Mặc dù lúc chào đời, chị đã được dư thừa ngay từ cái tên của mình, để rồi lớn lên, tuổi tác và những cảnh đời đã sống, cho chị thấy rõ hơn, chỉ một điều; sự thiếu thốn và lòng u ẩn.

Mấy lúc sau này Châu thường nói chuyện với tôi về chị, nhiều hơn những người bạn khác của Châu. Và hình như cũng từ đó, tôi mơ hồ cảm thấy như mình bị ám ảnh bởi những điều tình cờ được biết. Trong những điều tình cờ đến và ở lại trong tôi, có một địa danh, một nơi chốn. Một nơi chị đã đi qua và còn mong trở lại. Tôi muốn nói, quả thực, chị còn may mắn. Xin chị đừng vội mở lớn đôi mắt hoài nghi. Chị hãy cứ cho phép tôi được nói hết những ý nghĩ của tôi. Vâng, chưa bao giờ bằng lúc này, tôi thèm được nói hết ra, những ý nghĩ chợt đến với đầu óc mình. Có lẽ cũng cần phải nói thêm để chị hiểu sự thèm khát của tôi đến mức nào, khi chị biết đã bao tháng nay, tôi không ngồi vào bàn viết. Thời gian, hạnh phúc, đau khổ, túng thiếu... tất cả những thứ đó, như đã rút khô tôi, hay ắp đầy tôi, đến độ tôi chỉ còn nhận ra mình lười biếng trườn trôi trong đó. Nhưng đột nhiên gần đây, tôi cảm thấy lòng mình quá đỗi dạt dào, tâm hồn mình ứ căng quá nhiều ý nghĩ. Và một trong những ý nghĩ thôi thúc tôi mãnh liệt nhất, đó là một thành phố. Một nơi chốn. Và trớ trêu thay, nó cũng lại là cái thành phố mà chị đã đi qua và còn mong trở lại.

Bây giờ tôi xin nói với chị về cái mà tôi gọi là may mắn. Sự thực, trong đời sống của mỗi người, may mắn hay bất hạnh nó cũng chỉ mang một ý nghĩa giới hạn, bởi vốn dĩ nó cũng chỉ là những ý niệm... Có những điều tôi cho là may mắn, chị lại có thể nhìn như là một bất hạnh. Bởi thế, tôi nghĩ có lẽ tôi phải nói rõ hơn, ý mình.

Từ lâu tôi vẫn quan niệm rằng, thực may mắn cho một kẻ nào có được một nơi chốn gửi gắm trọn vẹn tình yêu đắm đuối, tinh khiết dành cho một nơi chốn. Nơi chốn ở đây, có thể là một phố, một con sông, một hè đường. Nơi chốn với một tình yêu hồng nõn đó, thường là nơi ta đã gửi lại một phần đời... Ta đã giấu đi hay trải ra, ở đó, những nồng nàn, những rộn rã của trái tim ta, để khi ra đi, ta tưởng như đã đem theo cùng với bóng mình tất cả nó. Tôi nghĩ thật dễ hiểu, khi người ta yêu mến nơi được sinh ra và lớn lên. Tôi gọi đó là tình đầu. Đó mới chính là tình đầu. Đó là cánh cửa lớn mở ra những vùng trời của những tình yêu kế tiếp... Đó là bậc tam cấp, bắt buộc để ta phải nhón gót bước lên, trước khi đi về phía mặt trời hồng, hay run rẩy bước xuống vũng lầy để bắt đầu cuộc hành trình trầm thân vào bóng tối. Một tâm hồn không có nó, là một tâm hồn đáng tội nghiệp. Một đời người không có nó, là một đời người thiếu rễ cái cắm sâu. Nó cần thiết như quá khứ làm nên tương lai. Nó quan trọng như kỷ niệm làm vốn liếng cho ta và đời. Tôi không nói, nó là tất cả, nhưng tôi muốn hỏi chị, khu vườn ước mơ ta, sẽ ra sao, nếu trong đó thiếu vắng những bông hoa ước mơ một nơi chốn trở về. Những bông hoa rực rỡ hương tình đầu. Những bông hoa, làm não lòng ta trong một phút giây bàng hoàng nhớ lại. Những bông hoa làm não lòng ta, trước một tình cờ đọc được, một tình cờ nghe thấy.

Ôi, nơi chốn, nấm mộ lớn ủ giữ hương tình đầu.

Tôi là kẻ không có được cái may mắn đó. Chắc chị không biết rằng suốt quãng đời đã qua, tôi không có được một nơi để yêu dấu, như người ta nâng niu mối tình đầu của đời mình.

Những người dời bỏ Hà Nội ở tuổi hai mươi trở lên, họ đã đem theo cả một Hà Nội với tất cả những gì tạo nên Hà Nội. Họ có được trong họ mối thiết tha và lòng tương tư mong ngày trở lại. Nhưng tôi thì không. Khi dời bỏ Hà Nội tôi còn quá nhỏ. Tôi cũng muốn yêu Hà Nội như yêu một người tình, như nhớ một dung nhan không thể kiếm tìm thấy ở bất cứ một nơi nào khác dưới vòm trời. Nhưng thành thực, rất thành thực, với mình, nếu so sánh Hà Nội với con đường đá tảng dẫn xuống một bến đò trên dòng sông Đáy, nơi tôi đã được sinh ra và mẹ tôi đã vục lên từ đó những lượng nước đầu tiên tắm xối cho tôi mở mắt vào đời. Nếu so sánh Hà Nội với những tháng ở trong rừng mơ, sau khi chạy tản cư qua Đồng Lạc, trở về ngủ tạm những đêm ầm tiếng bom đạn của máy bay Pháp giữa chùa Đanh, Hà Nội chỉ là một bóng lá nhỏ so với những tàn lớn tỏa mát của những nơi chốn trên. Nhưng ngay cả những nơi này, với tôi cũng chưa là hiện thân của một tình yêu. Phải chăng thời gian ngắn ngủi cùng ý thức thơ trẻ đã không ghi vạch trong tôi những nét đậm sắc. Rồi di cư. Máy bay thả tôi xuống thành phố cũ, xứ dân nghèo. Đêm trong Thành Nội, với những gánh bún bò đỏ chát ớt cay, đã khiến tôi chỉ ăn được một thìa mặc dù lòng đã trống sau khúc bánh mì chả gậm tại phi trường Gia Lâm lẫn với những sương mù và những giọt lệ ngậm ngùi che ngang của những người sắp bước chân vào quãng đời sầu cố quận.

Qua một đêm nằm trong Thành Nội, năm giờ sáng hôm sau, khi những cây sầu đông còn trĩu nặng những giọt huyền bí, tôi đã được nhét lên cabine của một chiếc GMC để bắt đầu cuộc hành trình vượt qua đèo Hải Vân trở vào Đà Nẵng. Tôi không thể xác định với chị, tôi đã sống dưới những hàng phượng vĩ ối đỏ của mùa hè bốc lửa Đà Nẵng dọc theo con đường Bạch Đằng - và bao lần ngâm mình trong con sông Đà với những đám hào cạy được từ vỏ sắt của chiếc tàu Nhật lật úp gần bờ.

Sau Đà Nẵng là Hội An, cái thành phố nổi tiếng với chùa Cầu, với căn nhà trống lốc bốn phía ở ngoại ô, nơi đặt bàn thờ và bộ xương rã mục của một ông cá voi. Tôi đã chập chững làm quen với sinh hoạt miền Trung. Tôi đi học lại. Tôi tập nghe tiếng được tiếng mất. Thành phố xưa cũ kia như sắp sửa cho tôi những thân mật, những kỷ niệm thì tôi lại phải ra đi. Lại dời bỏ. Một chuyến tàu, (chuyến tàu thủy đầu tiên trong đời tôi). Chiếc Ville de Hải Phòng, phải chính nó, đem tôi vào Sàigòn. Với Sàigòn tôi lại tập tành từ đầu bài học làm quen. Tôi lại tập bước, những bước đi đầu tiên, giữa những hè lộ thênh thang của một thành phố được mệnh danh là Hòn Ngọc Viễn Đông. Nhưng dẫu sao, Sàigòn, có lẽ là nơi chốn duy nhất mà tôi đã sinh sống, đã hít thở, đã chứng kiến, đã thu thập được nhiều dưỡng chất tươi thơm cũng như ủng thối của đời sống.

Những ngày ở Trần Hưng Đạo, trong cái cư xá mà tên gọi đầu tiên là cư xá Hòa Bình, với hai hàng cây sao thẳng vút, tắp cao, ở đó, tuổi thiếu niên của tôi đi qua và có thể nói được chăng, bắt đầu thui chột. Ở đó, một căn nhà trong dãy nhà cư xá đó, từ ngạch cửa, trên bậc thềm, tôi đã bước xuống, tôi đã ra đi để trở vào một đời sống khác. Một đời sống của lãng mạn trẻ con: gác trọ. Rồi chiến tranh. Rồi đi lính. Và từ những bước chân đều bước theo nhịp đếm ở quân trường, tôi đã đi khắp nơi. Đã qua nhiều chốn.

Chắc chị không biết, tôi đã về tới Kiến Phong Cao Lãnh. Tôi đã ở lại nhiều ngày trên con lộ 14, (con lộ mà trong hơn một tháng nay, máu đã chan hòa), con lộ nối liền Pleiku Kontum. Tôi đã trở dậy với những sáng đầy sương muối của cao nguyên. Buổi sáng mở ra cùng sương mù và mùi thơm thoảng ngái của những hàng khuynh diệp. Tôi đã trở lại Huế. Tôi đã xuống đò... Tôi đã về lại Hội An. Tôi trở lại và đứng trên bến cũ của sông Đà, nhìn lại chiếc tàu Nhật lật úp gần bờ. Tôi đã ra tới Gio Linh, đã về thấu Quảng Trị. Rồi Phan Thiết, rồi Nha Trang, Cam Ranh. Tôi đã sống những ngày lính tráng đầu tiên trong một chiếc ấp hẻo lánh ở sát chân núi Trường Sơn. Tôi đã đeo súng suốt ngày để tới với đồng bào và làm quen với họ, ngay sát mật khu Châu Rấu. Tôi đã về Tuy Hòa, đã qua ga Mường Mán. Tôi đã đứng chôn chân trên chiếc cầu cong bắc ngang sông Trà Khúc của một Quảng Ngãi thổ sản đường phổi. Ở mỗi nơi chốn đi qua, tôi đã có ít nhiều kỷ niệm. Ở mỗi nơi đặt chân tôi đã gửi lại những mảnh đời vụn vặt. Những phần hồn rớt rơi đến giờ này, còn dằn vặt, còn giày vò tôi vào những khuya, hay những ngày ô tục. Tuổi thanh niên, tôi đã đi, đã qua, còn nhiều nơi nữa. Đêm ở đình Tân An trưa ngồi băng ghế nơi công viên tỉnh Bình Dương ăn bánh mì và ngắm nhìn những người con gái áo trắng của tỉnh ly ôm cặp tới trường. Nói tóm, hầu như chưa một nơi nào tôi chưa đến. Không một chốn nào, chưa qua. Nhưng, chị Tiếng, tôi đã không thể có được một nơi chốn, như chị để thiết tha mong mỏi trở về. Giờ này, ở tôi, tuổi thơ đã quá xa, tuổi niên thiếu cũng không còn, và tuổi thanh niên thì hầu như cũng đã đang trên con đường về với tàn tạ. Giờ đây, ở tôi, có còn chăng chỉ là những mệt mỏi, chán chường, uể oải và quay quắt. Trái tim tôi đã khô, tâm hồn tôi đã lắng. Tôi không còn hy vọng để có được những rung động tinh khiết, thánh thiện về một tình yêu dành cho một nơi chốn nữa..

Tôi vẫn nghĩ hoa hy vọng không thể nở trong một hoàng hôn ám khói, lá rung động khó thể đâm chồi giữa một khu vườn dông gió hoài hoài đi ngang. Tôi muốn nói tôi đã già rồi. Phải. Tôi đã già rồi, chị Tiếng. Đúng ra tôi đã nám đen, đã quắt khô ngay tự bước chân đầu tiên khi bước xuống bực thềm cư xá Hòa Bình, để bước vào dòng đời, lúc tôi vừa tới tuổi mười bốn. Bây giờ, ngay bây giờ, nhịp tim tôi cũng đã thấy khó khăn để có thể hòa điệu (một cách mơ hồ) với những lời kêu rên của kẻ lãng du trong bài Trở về mái nhà xưa. Có lẽ, tôi muốn nói với chị, tôi đã hết cả cái khả năng cuối cùng: đánh lừa mình ngay trong mơ ước mù lòa của tiềm thức bâng khuâng xa vắng.

Ấy vậy mà hôm nay, chị Tiếng, bỗng dưng tôi lại nghe rạt rào một ham muốn thiết tha, nói về một thành phố, một nơi chốn, của chị. Phải, của chị. Tôi muốn nhấn mạnh điểm đó. Bởi, hình như sự tha thiết, lòng đắm đuối và tình yêu rực rỡ (buồn thảm?) của chị, đã khích động nơi tôi. Có phải chăng tình yêu từ nơi chị, dành cho thành phố đó, đã là chất xúc tác đủ mạnh để thức dậy nơi tôi thoáng men say chếnh choáng. Một chút bùi ngùi rẩy nhẹ trong tâm hồn, như những vạt nắng quái cuối cùng bỗng lóe lên trên một bờ bãi tàn hoang, cổ độ.

Chị Tiếng, tôi muốn nói với chị về Qui Nhơn. Phải. Qui Nhơn, chính đó. Cái thành phố mà tôi cũng như chị, không được sinh ra, được lớn lên cùng với tiếng ì ào, vỗ về những bước chân thơ, những mắt nhìn ấu dại. Tôi muốn nói với chị về cái thành phố mà tôi, chỉ là một khách vãng lai. Một kẻ lạ mặt. Một người khi đến cũng như lúc ra đi đã chẳng đem theo được trong tâm hồn mình những vốn liếng làm giầu có thêm tơ tưởng. Cái thành phố mà lúc này, hơn bao giờ thường xuyên được nhắc nhở trên mọi cửa miệng người Việt Nam, trên các trang nhất với những cột dài quan trọng của hầu hết các nhật báo. Cái thành phố mà chị đã biết, đầy người tỵ nạn... Viết tới những dòng chữ này, tôi mới chợt nhận ra rằng, có thể những địa danh kia, những đổ nát đó đã khiến tôi nghĩ nhiều về nó. Và có thể, đó mới chính là cái lý do thôi thúc tôi, viết thư này cho chị.

Chị Tiếng, có cần không nhỉ, nói với chị chút ghi nhận nghèo nàn của tôi về thành phố đó? Tôi phân vân, thực tình tôi phân vân, không biết có nên kể lại ở đây, những cảm nghĩ đầu tiên của tôi, khi biết đến cái thành phố, cái nơi chốn cũ giữ hương tình đầu của chị (!).

Tôi đến thành phố này cách đây đã lâu. Lâu lắm rồi. Có thể vào cuối năm 67 hoặc đầu 68. Nhưng có một điều tôi nhớ rõ, đó là thời gian mà những người lính Đại Hàn đặt chân lên đất nước chúng ta và chọn Qui Nhơn làm nơi cụ thể hóa sự ủng hộ của họ trước đe dọa xâm lăng của cộng sản. Tôi nhớ kỹ được như vậy, vì chính sự có mặt của họ, mà có chuyến đi của tôi. Số là khi ấy tôi được lệnh đi thăm viếng nơi đóng quân của những người lính Sư Đoàn Mãnh Hổ, để về viết một phóng sự với mục tiêu rõ ràng: Đề cao tình hữu nghị Việt Hàn. Tôi đã đi dọc theo đường số 1, để tới Phù Mỹ, Phù Cát. Tôi đã tới, đã ăn cơm, đã ngủ lại nhiều đêm giữa bản doanh của sư đoàn nước bạn đồng minh. Tôi đã theo chân những toán Dân Sự Vụ của họ vào sâu những ngôi làng hoang vắng của một Qui Nhơn. Tôi đã ngồi trên những chiếc chõng tre ọp ẹp để nói chuyện với những bà mẹ già mắt lòa, những người thiếu phụ trẻ, góa bụa. Tôi đã đùa chơi với đám trẻ trần truồng, trơ xương ở ven hai bờ quốc lộ. Và khi trở về, một ông xếp đã phê bình tôi một câu mà sau này, càng ngày tôi càng thấy đúng: "Ông hăng nó vừa vừa chứ". Phải tôi hăng quá khi ấy, tất nhiên. Có lẽ tôi phải kể thêm với chị một chuyện nhỏ này để chị thấy rõ hơn, cái phổi bò, cái tiết vịt của tôi...

Chị Tiếng, không biết hồi đó, chị đã có mặt ở Qui Nhơn? Và nếu có, biết chị còn nhớ (?) mẩu tin đăng trên nhật báo S. Đã gây sôi nổi dư luận ở Qui Nhơn. Cái tin nói về một vị trung úy, đêm đêm ăn hàng đồ Mỹ. Cái tin đó, do tôi loan. Phải chính tôi đã viết tin ấy, sau khi được nghe ông trưởng ty cảnh sát sở tại tường thuật tỉ mỉ chi tiết. Và chị biết sao không? Chỉ trong một đường tơ kẽ tóc, tôi đã gửi xác, tại cái thành phố mà ngày nay chị đang mong trở về. Khi về đến Sài gòn, tưởng đã thoát được mối đe dọa của một cuộc trả thù thanh toán nhưng vẫn chưa yên. Liên tiếp tòa soạn nhật báo S. nhận được thư hăm dọa và bắt phải đính chính. May mắn cho tôi, tổng thư ký tờ báo đó, khi ấy là một người bạn khá thân. Anh ta là họa sĩ. Anh nhất định không chịu đính chính cũng như không tiết lộ chỗ ở và danh tính thực của tôi...

Việc này đã ám ảnh tôi gần một năm trời. Ngày cũng như đêm, ở đâu, chỗ nào, tôi cũng bị đe dọa bởi một ám ảnh rùng rợn. Một bóng người. Một mũi súng. Một băng đạn.

Bây giờ, thời gian đã trôi qua. Vị trung úy nào đó, nếu còn sống chắc cũng chẳng còn nghĩ về tôi với một oán hận chất ngất nữa.

Nhưng, chị Tiếng, đấy cái thành phố dấu yêu, Qui Nhơn, nơi chị hoài hoài ước mong trở về, nó như thế đấy, trong lần đầu tiên, tìm đến. Nó như thế đấy, trong hồi tưởng hôm nay của tôi. Vậy mà chị Tiếng, không hiểu sao, tôi lại vẫn muốn nói về nó. Hình như một góc tối nào, tình thương mến đã dậy hương. Có thể chăng, mặt sáng bên kia của lòng kinh tởm, hận thù, là gần gũi xót xa và niềm nhớ thương lén lút.

Qui Nhơn, cái thành phố mà người Mỹ đã rút đi, Đại Hàn cũng còn ít, cái thành phố đã chứa chấp những người con gái Việt Nam làm nghề không vốn, cũng đã ra đi sau khi từ mười phương đổ lại. Tất cả đã không mong trở về. Qui Nhơn, cái thành phố mà hôm nay, Tam Quan, Bồng Sơn, Hoài Nhơn, Hoài Ân đã hết còn bay nồng mùi phấn hương. Qui Nhơn, cái thành phố mà tôi vẫn cảm thấy mình gần gũi hơn bao giờ hết với những người đàn bà Việt Nam ở hai bên quốc lộ, những người đàn bà hứng chịu cả trăm ngàn oan trái, tai ương. Qui Nhơn, cái thành phố từng làm tôi ghê tởm với những món hàng "thịt sống", nhưng lại khiến tôi ngậm ngùi với những người đàn bà quần đen áo vải. Qui Nhơn, cái thành phố kỳ dị. Cái thành phố như một tấm gương luôn hắt chiếu lại chúng ta cùng lúc hai hình ảnh tương phản.

Qui Nhơn. Phải Qui Nhơn, cái thành phố còn những người như chị vẫn mong mỏi được trở về một lần. Qui Nhơn, vẫn còn những người như chị, nhắc nhở tới như một mối tình đầu, gọi tới như gọi tên một người đời đời yêu dấu. Qui Nhơn, thành phố mà giữa lòng là bùn nhơ, nhưng chung quanh lại là suối ngọt. Qui Nhơn, thành phố như mang cùng lúc hai mặt sấp ngửa của một đồng tiền quay tít. Quay tít...

Chị Tiếng, phải giờ này chị đã tới nơi, đã trở về?

Trong bóng đêm, dưới thấp, chị có ngước nhìn lên ngọn núi Bà Hỏa, con mắt thần rực đỏ, trong đêm nay, chị nghĩ gì? Chị có nói gì không? Và điều nữa, tôi muốn hỏi, trái tim chị có hòa nhập dễ dàng với khúc hát của người lãng du trong Trở về mái nhà xưa?

Chị Tiếng, cho phép tôi nói với chị một câu cuối cùng; tôi ước ao được là chị, ít ra, trong bước chân của người trở về, giữa nấm mộ lớn, ủ kín hương tình đầu. Cái tình yêu không thể thánh thiện hơn và đồng thời, cũng không thể buồn bã hơn.

Du Tử Lê
(Văn số 204 ngày 15-6-1972)

Ký Ức Những Ngày Có Nhau
HẠNH TUYỀN

Cuối năm 1972, em gửi một truyện ngắn vào tờ Tiền Phong, nơi anh làm Tổng Thư Ký. Em viết một cái note: -Thưa Ông DTL, tôi có đọc bài thơ của ông trên báo Xuân vừa rồi, nó không được hay. Em viết thế thôi, không có ý gì, nhưng anh trả treo ngay: -Tôi cũng công nhận thế, cô đang đi học? -Không, tôi là thợ may. Lúc đó em đang học năm thứ hai ĐHSP ban Việt Hán, nhưng thích nói thế.

Khi truyện ngắn đăng lên, anh đổi tên tác giả: Phan Giáng Tiêu. Em nổi khùng: -Tôi không thích đổi tên, tôi không thích lấy bút hiệu, lần sau cứ để nguyên tên tôi, Phan Hạnh Tuyền.

Những lá thư sau đó, anh gọi em là "Nhỏ", "Gà con". Em cũng nổi khùng: -Tôi không nhỏ, tôi cũng không phải là gà, tôi cao lớn, đừng gọi tôi là nhỏ, là gà, cứ gọi tôi là Tuyền, Hạnh Tuyền. Không biết sao em cứ ưa ngủng ngẳng với anh như thế.

Rồi thì Anh vô ra Huế - Saigon như đi chợ, trên những chiếc C130 hiếm hoi có đường bay Saigon-Huế. Có hôm anh khoe: Hôm nay trên máy bay có hai thằng ngồi, ba thằng nằm. (Hai thằng ngồi là nhà thơ Kim Tuấn và anh. Ba thằng nằm là ba xác chết của ai đó).

1974, em ra trường, anh xúi dại chọn Pleiku làm nhiệm sở, vì Pleiku-Saigon, đoạn đường xa cách của hai đứa chỉ còn một nửa, so với Huế-Saigon diệu vợi. Mình đi thăm nhau sẽ ngắn hơn, sẽ được gặp nhau nhiều hơn. Ngày đầu nhận nhiệm sở, anh gửi gắm khắp nơi, Kim Tuấn, Vũ Hoàng, Lê Nhược Thủy, Hạ Quốc Huy, Chánh Sở Học Chánh Thái văn Duy… Những người bạn thương anh, đã lo cho em rất chu đáo.

Em dạy đấy chỉ mấy tháng, thì Pleiku thất thủ.

Tháng 3 năm 1975, cao nguyên mất, em rời Pleiku, quơ vội chồng thư anh gửi cùng mấy cuốn thơ DTL, cứ thế lao ra đường theo đoàn người di tản. Hơn một tháng trong rừng, một mình cứ nhắm mắt lao vào phía trước, tả tơi, thất lạc trên Tỉnh Lộ 7 B. Thay vì chạy về Huế với gia đình, em quyết định về Saigon tìm anh. Em lấm lem mặt mũi, rách bươm áo quần, trên chân dép mang chiếc đực chiếc cái. Em tìm đến số 2 Bis Hồng Thập Tự. Mình đã gặp lại nhau lúc ấy.

Cũng từ tình yêu cái thành phố như một thiếu nữ đẹp một cách đằm thắm, kín đáo, nên khi H.T. tốt nghiệp ĐHSP Huế, thay vì để HT chọn Quảng Nam, hay Quảng Trị… tương đối gần Huế, tôi đề nghị HT chọn Pleiku, ngõ hầu tôi có thể đi thăm HT thường xuyên hơn…

Ngày HT đáo nhậm nhiệm sở, không thể rời Saigon, tôi nhờ Kim Tuấn thay tôi, đón HT ở phi trường. Lo giúp nơi ăn chốn ở cho T.

Bạn tôi chu đáo tới độ rủ thêm một số bằng hữu văn nghệ khác, cùng ra phi trường đón cô giáo… mới. Nhưng, cũng vì đề nghị của tôi mà, HT trải qua gần một tháng điêu linh trên tỉnh lộ 7B… Đó là lúc bộ tư lệnh quân đoàn II, quyết định di tản khỏi Pleiku về Nha Trang. Thời gian bặt tin nhau, tôi bị khủng hoảng. Những tưởng sẽ không có một lần thêm, gặp lại T.

Cho tới một buổi trưa những ngày giữa tháng 4, khi người lính gác cổng cục TLC, đường Hồng Thập Tự, vào phòng, báo tôi biết có thân nhân tìm gặp… Ra cổng, thấy HT xanh xao! Phờ phạc! Thất sắc! Tập quán Việt Nam thời đó, không cho phép tôi ôm T. Nhưng nhìn T, tôi muốn chảy nước mắt! (Pleiku, Những Điều Đọng Lại Trong Ký Úc – DTL 2013)

*

Gần hai chục năm, mình hết lạc nhau. Anh đưa em đến gặp Ông Vũ Tài Lục, Ông Lục nói: Ông là Dương Liễu Mộc, cô này là Tùng Bách Mộc, Ông là cây lan quý, nhưng cần cây tùng, cây bách.

Anh vin vào câu của Ông Vũ Tài Lục nói, rồi an tâm ăn gian với em trong đời sống của hai đứa! Anh đã ăn gian em quá đỗi. Bao giờ, ở đâu, lúc nào… mọi tốt lành, ưu đãi em toàn nhường hết cho anh. Em leo lên mái nhà để sửa mái bị dột, thì anh ở dưới vịn thang. Em kéo 3 thùng rác hàng tuần ra đường, thì anh giữ cửa. Em nói em thích ăn cọng rau muống (!?), thì anh bảo: Còn anh thì chỉ thích ngọn và lá, hai đứa mình như thế là chả bao giờ gây gổ nhau. Trong closet áo quần, hai ngăn trên cùng và một ngăn dưới cùng là của em, 3 ngăn ở giữa vừa tầm tay, để không phải với lên và để không đau lưng khi cúi xuống, là của anh.

Nhớ hồi mình ở Lucille, Anh mơ ước có một hồ cá, em hì hục ngày này sang ngày khác tự đào hồ cá. Đất cứng quá, em khoanh vùng lại rồi hằng ngày tưới nước lên cho đất mềm ra, đào lớp đất mềm lên, rồi tưới tiếp, lại đào lên mớ đất khác. Cứ thế một tuần, rồi một tuần... cũng đào được cái hồ. Em và Bé đi Home Depot mua đá, hai mẹ con hì hục quây hồ, cũng có thác nước chảy, cây trồng, hoa cỏ hai bên, bầy cá con bơi lội…

Anh đi một tuần thì bầy cá trong hồ đi theo. Mấy con cá, dạo hai đứa đi mua ở tiệm Nhật, đường Golden West, mình đâu có nhiều tiền để mua những con to, chỉ lựa những con bằng đầu ngón tay, 5 USD. Dạo đó hai đứa hí ha hí hửng đem về, chia nhau, anh một con, em một con, thả xuống hồ. 26 năm tụi cá ở với mình. Em cho ăn, clean hồ, thay nước… Anh chỉ ngồi ngắm, có khi ngồi hàng giờ với cá, anh thích có cái bàn nhỏ. Em mua cây về, tự đóng một cái bàn nhỏ, một cái ghế vừa tầm cho anh ngồi chơi với cá. Vậy mà hôm qua, sau 1 tuần anh đi, tụi nó đi hết theo anh. Tụi nó nằm phễnh phơi bụng trắng phếu. Em đau như những lần anh bịnh, nhưng thật nhanh sau đó: -Thôi anh mang tụi nó đi đi, cho anh vui nơi chốn mới.

Anh ăn gian ngoài đời, ăn gian luôn cả trong thơ. Đến ngày cuối cuộc đời cũng còn ăn gian với em, ra đi cũng giành đi trước để bao nhiêu đau buồn, rối rắm cho em, ở lại.

-Nghìn năm nữa, tôi vẫn là đứa trẻ,

cần bàn tay của mẹ thuở lên năm.

như mưa/ nắng, rất cần cho cây trái;

em cho tôi mãi nhé: ấu thơ mình

"Em cho tôi mãi nhé: ấu thơ mình"-DTL

Sau ngày anh đi, em ngập chìm trong ký ức có nhau, những lá thư anh viết hồi em còn ở Việt Nam, những cái note anh để lại, chỉ vài hàng, hay đôi khi chỉ hai chữ *"Thương lắm!"*, những hẹn hò một nơi chốn khác để có được nhau, những cùi vé máy bay đi về thăm em và con vào những năm mình gặp lại. Những lén lút có nhau trong quá khứ rất xa... Cái note sau cùng tình nghĩa: *"Anh cất ½ bát phở trong tủ lạnh, khuya T. dậy, dù lười mấy, cũng ráng ăn, T. à"*...

Em sẽ sống ra sao với ngần ấy ký ức, anh Lê!?

Hạnh Tuyền

Du Tử Lê, Hạnh Tuyền, Orchid, 2006.

Hãy Chọn Cho Nhau, Một Đời Sống Khác
ORCHID LÂM QUỲNH

Phải chăng, mỗi chúng ta, ai cũng có quyền chọn cho mình một đời sống khác.

Đối mặt với sự ra đi hay ở lại, bình minh hay hoàng hôn, phải hay trái, trắng hay đen, ...

Thật ra, đời sống, dưới khuôn mặt nào, cũng chỉ là điểm dừng chân, để chúng ta chực chờ tai ương bất trắc.

Chí Phèo của Chị,

Chị vẫn nhớ rất rõ. Buổi chiều hôm đó, khi cánh cửa mở,

em chạy xốc vào nhà, mặt hốc hác, hai mắt thất thần, lưỡi em khô khốc.

Người em toát ra mùi hôi tanh nồng nặc,

nhưng đôi mắt của em, đã nói cho chị biết rằng,

cả hai chúng ta, sẽ cùng chọn cho nhau, một đời sống chan hòa hạnh phúc.

Dù những ngày sau đó, chị cũng "cố gắng" rảo khắp khu phố nhà mình,

để xem có ai tìm em, một chú cún thất lạc.

Nhưng đó cũng chỉ là một trò phỉnh gạt thiên hạ, phỉnh gạt chính mình.

Chị biết, em không hề thất lạc. Nói đúng hơn, em đã trở về nhà.

Ngôi nhà bao năm có chị chờ đợi,

và chúng ta sẽ chọn cho nhau một đời sống mới.

Vậy mà ba hôm sau, em lại bỏ đi.

Dù biết đi tìm lại em là một điều phi lý. Vì em chưa bao giờ thất lạc. Nhưng chị vẫn lao về phía trước. Vẫn rảo khắp khu phố nhà mình. Với niềm tin mãnh liệt, sẽ gặp lại em.

Để đôi mắt của em, sẽ nói với chị rằng,

cả hai chúng ta, đã cùng chọn cho nhau,

một đời sống chan hòa hạnh phúc.

Và trong nỗi tuyệt vọng, em đã trở về, nằm gọn trong tay chị, ăn vạ như Chí Phèo.

Và chị chợt nhận ra, đời sống mình đáng yêu quá đỗi.

Phải chăng, mỗi chúng ta, ai cũng có quyền chọn cho mình một đời sống khác.

Đối mặt với sự ra đi hay ở lại, bình minh hay hoàng hôn, phải hay trái, trắng hay đen,...

Thật ra, đời sống, dưới khuôn mặt nào, cũng chỉ là điểm dừng chân, để chúng ta chực chờ tai ương bất trắc.

Em đã ở với gia đình, chắc cũng phải hơn 10 năm, trước khi em lại ra đi. Nhưng kỳ này, khác với mười năm về trước, em không quay về nữa.

Những ngày cuối cùng, em xơ xác, thất lạc.

Dù trong nhà ai cũng thương em. Nhưng em vẫn không thoát khỏi định luật của thiên nhiên, có sinh, có tử.

Hễ có tương phùng, thì sẽ có biệt ly.

Em gần gũi với tất cả mọi người, nhất là Bố.

Chị nghĩ, trong thâm tâm, em hiểu rằng, Bố là người cần em chở che, quan tâm, nhiều nhất.

Có lẽ vì vậy, đã ba năm trôi qua,

chị vẫn không dám đọc lại bài tùy bút Bố viết vĩnh biệt em, Chí Phèo, (*)

ngày em lại chọn cho mình một đời sống khác.

Phải chăng, mỗi chúng ta, ai cũng có quyền chọn cho mình một đời sống khác.

Đối mặt với sự ra đi hay ở lại, bình minh hay hoàng hôn, phải hay trái, trắng hay đen,...

Thật ra, đời sống, dưới khuôn mặt nào, cũng chỉ là điểm dừng chân, để chúng ta chực chờ tai ương bất trắc.

Chị HB của em,

Biết bao lần, chị nói với em,

chị sợ cái chết của Bố. Ngay lúc ấy: chị sẽ ở nơi chốn nào, chị phải làm gì với thân thể thừa thãi. Phải chăng, nỗi đau sẽ lớn lao hơn mọi nỗi đau mà chị đã từng vượt qua. Biết đâu chị sẽ thành người mất trí.

Hay cả việc chị sẽ chọn cái chết, theo ông.

Những lần như vậy, em luôn chọn sự im lặng, vì sớm muộn gì, cả hai chúng ta, đều sẽ đi đến con đường của nỗi buồn bất biến.

Phải chăng, mỗi chúng ta, ai cũng có quyền chọn cho mình một đời sống khác.

Đối mặt với sự ra đi hay ở lại, bình minh hay hoàng hôn, phải hay trái, trắng hay đen,...

Thật ra, đời sống, dưới khuôn mặt nào, cũng chỉ là điểm dừng chân, để chúng ta chực chờ tai ương bất trắc.

*

Cuối cùng, hai bố con mình phải chọn cho nhau một đời sống khác.

Khi chiếc ambulance dừng trước cửa,

như một thói quen, con thay đồ thật nhanh, chuẩn bị phóc lên xe, cùng Bố lao về phía trước của đời sống, dẫu biết rằng, đây chỉ là trạm dừng chân, để Bố con mình chực chờ tai ương, bất trắc.

Họ đẩy giường Bố lên xe, không quên nói với con: "Cô đi theo chúng tôi phải không? Tốt quá. Tuy nhiên, chúng tôi cũng xin thưa, tim ông đã ngừng đập."

Ngay trong giây phút ấy, con cũng nhận ra, tim mình cũng đã ngừng đập theo Bố.

Tuy nhiên, không như chị HB suy nghĩ, con không mất trí, con không hoang mang.

Con thấy thân xác mình nhẹ tênh.

Lơ lửng. Lơ lửng.

Con thấy em Chí Phèo, sau thời gian tung hoành chốn giang hồ, bước ra giữa hư không.

Hồn nhiên lao vào vòng tay của Bố. Bố gãi tai em, vuốt nhẹ bộ lông không còn xơ xác.

Con nghe được, tiếng cười của Bố giòn tan trong sớm mai.

Phải chăng cái chết cũng chỉ là đời sống khác. Nó dịu dàng như mây, long lanh như ngọc.

Nhưng Bố ơi, con vẫn phải ở lại, Bố với em hãy bình an với đời sống mới.

Vì sớm muộn gì, chúng ta cũng sẽ có ngày hạnh ngộ.

Orchid Lâm Quỳnh
49 ngày của Bố. 11/24/2019

(*) https://dutule.com/a6650/em-di-binh-an-may-man-

(Du Tử Lê & Orchid Lâm Quỳnh)

Cầu Thang
DUY THANH

Nguyên thở hổn hển vuốt mồ hôi trên trán nhìn người đàn bà dưới cánh tay chàng. Mặt nàng co dúm, tím bầm, mắt trợn ngược nhìn lên trần nhà, miệng há hốc sùi cả bọt mép. Cái làn môi bôi son hồng ấy giờ đây ngắt đi; Phượng đã chết. Sự chết choán cả lấy thân hình mảnh dẻ, kiều diễm mà cách đây ít phút còn đầy trong tay Nguyên. Hơi ấm nóng hổi của sự sống đang thoát dần vào không gian, giữa lạnh lẽo của xưởng vẽ như rộng lớn, với những màu sắc xanh đỏ như reo cười. Phượng đã chết. Những móng tay hồng bấu lấy thành giường co quắp.

Nguyên sờ lên gò má bị những vết tay nhọn sắc cào lên rớm máu. Chàng không biết đau, chỉ thấy tê đi và có cảm giác từng giọt nhỏ xuống. Chàng nhìn Phượng, nhìn cái xác chết bé nhỏ, nhìn cái cổ cao nõn nà ấy giờ đây không còn nguyên màu nữa. Chàng giơ hai bàn tay run rẩy sù sì như chiếc rễ cây soi trước mắt. Chính hai bàn tay này đã bóp vào cổ Phượng, siết chặt, cho nàng giãy giụa chết đi, giữa lúc Nguyên cảm thấy yêu nàng hơn bao giờ hết. Yêu hơn bao giờ. Phượng! Phượng! Sao Phượng lại chết đi giữa lúc ta yêu nàng đến thế, Nguyên bất giác kêu thầm. Chàng nhớ tới hành động vô lý của mình lúc bóp cổ Phượng. Song thâm tâm chàng thấy thỏa mãn một cách khó tả. Vì Phượng chết. Ngoài trời mưa nặng hạt. Tiếng nước đập trên mái tôn rào rào. Gần phía đầu giường, giòng nước dột rơi tí tách chảy loang trên nền nhà. Phượng đã chết. Những giọt nước như đếm thời khắc qua đi. Trời như trở lạnh. Nguyên rùng mình cảm thấy gai ốc nổi trên người. Chàng thấy một trống vắng ghê gớm tự cõi lòng mình, từ cái bụng trắng để ngỏ của Phượng. Cô quạnh lê thê kéo dài từng chùm đến với Nguyên, ùa vào những lỗ chân lông lạnh toát. Chàng càng cảm thấy nhớ Phượng, yêu Phượng.

"Anh yêu em". Giọng chàng lạc trong ngàn mưa. Đưa tay ôm lấy khuôn mặt Phượng, Nguyên hôn lên cặp môi bầm tím đang bắt đầu se lại rồi gục đầu sang một bên khóc nức. Trong ánh sáng yếu của gian phòng đóng kín, bóng hai người thành một khối đen im lặng trên nếp khăn giải giường xô lệch. Một con ruồi bay vè vè đậu trên tròng mắt mở của Phượng. Rồi nó lại bay lên, đậu xuống. Phượng vẫn bất động. Cái giá lạnh muôn năm của chết phả dần vào người nàng như nước sông dâng lên một mùa lụt. Giòng sông nước dâng lên, phù sa đỏ ngầu. Có những cánh bèo trôi phăng phăng tan tác.

Người đàn bà kéo tà áo, dáng điệu kênh kiệu hơn bao giờ. Nguyên nhìn vào cặp mắt lạnh lùng ấy, anh đốt một điếu thuốc:

- Tôi ưa màu áo của cô, cái màu đen này, cái lối trang điểm không phấn sáp, chỉ hơi một chút hồng ở môi và cái dáng điệu cô đài các như một bà hoàng.

Người vũ nữ cười nhẹ, hơi một thoáng ngạc nhiên đáp:

- Lần đầu tiên có người khen em như vậy. Chưa có ai khen cái màu đen này bao giờ.

- "Thế à?" Nguyên ngướng đầu nói, như câu hỏi cho chính mình, chàng cũng hơi lạ về thái độ của chàng hơn là sự cảm nghĩ của người đàn bà bên cạnh. Âm nhạc nổi gờn gợn trong gian phòng lớn âm thầm ánh sáng. Những cặp trai gái ôm nhau nhảy trên sàn gỗ du dương. Nguyên hơi nghiêng đầu nhìn về phía nhạc nổi da diết rồi lại chằm chằm ngó khuôn mặt người đàn bà. Một màu trắng xanh trong ánh đèn, mắt mở to một vẻ chán chường bình thản – "Mình ưa cái kiểu đẹp thế này," chàng tự bảo. "Tên cô là gì?" "Phượng". Tiếng nàng vang lên lăn tròn như một trái banh giao nhẹ. Âm thanh trùm lên những làn khói quằn quại từ đĩa gạt tàn thuốc. Nguyên nhắc lại "Phượng". Anh nghĩ tới những xác hoa đỏ rụng trên lề đường dưới gót giầy đi qua. Và những giọt máu hoen, màu đỏ ố vô vị khi đổ xuống mặt đất. "Sao lại có thể vô nghĩa như thế". Người vũ nữ hỏi: "Anh nói sao?"

- Không, có gì đâu, tôi nghĩ đến những xác hoa, Nguyên chớp mắt đáp lại. Cô uống nước đi chứ.

- Vâng cám ơn anh - Cục đá lạnh chạm vào thành ly lanh canh. Người đàn bà uống mấy ngụm nhỏ:

- Anh không nhảy?

- Tôi chưa hề học nhảy bao giờ - Nguyên lắc đầu. Phượng không nói gì, rụt chân lại ngồi thẳng người trên ghế, kín đáo đưa tay xem giờ.

Nguyên nói như cho mình nghe:

- Tôi nói chuyện hơi vụng. Vả lại cũng ít khi đến tiệm nhảy. Hôm nay không hiểu sao lại đến đây. Có lẽ tôi muốn buồn hơn nữa. Vì mọi lần mỗi khi đi chơi với các bạn hữu vào nơi này tôi lại thấy buồn thêm, không hiểu sao. Tại vì chẳng quen ai hay là tôi chưa quen tôi? Cũng không biết. Nhưng có điều chắc chắn là không có ai rủ tôi đi chơi nữa. Vì cái kiểu lầm lì như tôi thời cũng chán. Thật ra tôi cũng không biết làm sao khác được.

Phượng nhìn lại, cái môi mím lại, trễ xuống gần giống một nụ cười, Nguyên chợt có một ý:

- Hay tôi mời cô ra ngoài đi dạo một lát.

Người đàn bà hơi ngần ngại, nhưng rồi kéo ghế đứng dậy. Nàng giơ tay hất hất mái tóc. Khuôn cổ cao hiện một khoảng trắng nhỏ dưới chân tóc sau gáy thoáng trong một giây.

Mưa vẫn đổ hồi trên mái tôn, Phượng vẫn nằm đây, gần Nguyên hơn bao giờ hết. Chưa bao giờ Nguyên cảm thấy yêu hơn khi nàng chết đi, khi mà tiếng nói yêu đương không còn thốt ra trên cái miệng hoa ấy nữa, khi ngàn đời chỉ còn là một câm nín vĩnh viễn. Chàng vuốt mắt cho Phượng, nắm lấy bàn tay nàng đặt lại ngay ngắn. Những họa phẩm treo trên vách mở to những con mắt lạnh lùng nhìn vào không gian, Nguyên ôm lấy mình Phượng. Cái thân hình nho nhỏ ấy không biết đã bao nhiêu người ôm rồi.

Sợi dây chuyền vàng nhỏ in trên nền đen của áo với chiếc khóa nhỏ tí xíu. "Cô đeo thế này là nghĩa thế nào?" "Nghĩa là trái tim còn đóng cửa." "Thế chưa có ai mở được hay sao?" "Chưa". Phượng nhếch miệng cười. Tiếng cười kinh kích nghe hay một cách lạ.

Bến tầu vắng người. Từng khối đen lớn lừng lững trên mặt nước sẫm với những ngọn điện xanh đỏ như sao. Dáng Phượng đi kênh kênh thản nhiên như không có Nguyên bên cạnh. Chàng nhớ lại nắm tay của Phượng lúc bắt đầu đến bàn chàng cũng thế: thản nhiên, lạnh lẽo. "Không hiểu sao mình lại bằng lòng nó được?"

- Chúng mình vào kia ngồi nói chuyện có lẽ hay.

Phượng theo chàng không nói gì, Quán nước nhìn ra mạn sông. Tiếng nước vỗ nhẹ vào thành đá róc rách. Nguyên tưởng tượng đây là một boong tàu mà chàng đương lênh đênh trên mặt biển với một người chàng yêu. "Tại sao lại không là nó?" Lúc bấy giờ Nguyên chỉ biết đến người đàn bà trước mặt. Hình ảnh những người con gái khác chìm đi như lớp sóng xô nhau ra ngoài bể.

Chưa bao giờ Nguyên nghĩ có thể yêu một cô gái nhảy. Nhưng tình cảm của chàng với Phượng tự dưng có một sự gì khác biệt, như có vết tay của định mệnh in vào. Nguyên nhớ có lần đi ở phố chàng đã gặp nàng đi với một gã trai trẻ khác và lần ấy chàng đã thấy xao xuyến lạ. Lần này gặp Phượng thật tình cờ. Sự tình cờ tàn nhẫn của định mệnh; tàn nhẫn như thái độ của nàng.

- Ở ngoài Bắc, Phượng ở vùng nào nhỉ?

Giọng chàng thoảng như một hơi thở từ đâu lại. Người vũ-nữ nhìn xuống giòng sông. Những cột ánh sáng chạy dài lung linh trên mặt nước đen kịt.

- Em là người Lào chứ có phải người Việt đâu. Trước ở Hà Nội mãi. Em đổi tên Phượng vì bây giờ em là Việt-Nam rồi.

Nguyên thấy ghét đứa con gái với cái giọng nói thản nhiên ấy. Có thể cũng câu nói thế nhưng biểu lộ một cách khác có phải hay hơn không? Chàng muốn ném Phượng xuống giòng sông nước đen như mực.

- Có bao giờ em muốn tự tử chưa?

- Kể bao giờ khổ lắm thì tìm cách chết. Còn tự tử vì tình thì không bao giờ.

Thì bây giờ mày đã chết rồi nhé. Mày không tự tử chết nhưng tao đã giết mày. Giết như một con ngoé. Phượng còn nằm đấy. Cái xác chết ngu xuẩn của nàng không còn gì nữa, khi mà sự sống bỏ đi thời hết. Hết không còn gì. Nàng chỉ còn là một nắm đất mà giòi bọ sắp đùn lên thối rữa. Nguyên thấy lợm giọng, chàng vùng dậy. Bên ngoài mưa chưa ngớt. Vũng nước chảy loang lổ trên sàn gạch in bóng chàng xuống giống một thây ma. Bức tự họa treo trên vách ngó xuống như cười lên sằng sặc. Nguyên ôm lấy đầu. Tất cả những đồ vật, những thứ vô tri giác nhất ở trên đời này bỗng cười lên một nhịp. Rồi im lặng. Sự im lặng gõ choáng trong đầu chàng inh ỏi tiếng thanh la. Cái xác của Phượng ườn trên giường như trong điệu bộ hoan lạc bẩn thỉu với những gã đàn ông mà Nguyên chưa bao giờ biết mặt. Chàng đã ghen với cả quá khứ của Phượng khi nàng nói có một con, nhưng thật ra Phượng nói dối: Hai đời chồng chính thức và ba con. "Sao con bé nó còn trẻ thế". Câu hỏi bữa nào hiện đến khi chàng gặp Phượng lần thứ hai. "Em năm nay bao nhiêu tuổi?" - "Em ba mươi hai" và nàng ngó chàng: "Chắc em hơn tuổi anh nhiều?" – "Cũng không nhiều, chừng năm tuổi". "Cũng có khi nó nói thật", chàng nghĩ thầm "nhưng mình không chịu được cái lối thản nhiên của nó".

- Anh yêu em - chàng nắm tay Phượng ấp lên má. Bàn tay trắng nhỏ, thoáng những đường gân xanh. Nàng để im. Và im lặng ngay cả khi Nguyên hôn nàng.

- Sao em cứ thản nhiên như không vậy? – Nguyên kêu lớn. Anh ngó vào cặp mắt Phượng. Nàng vẫn bình tĩnh nhìn chàng:

- Thì tính em vẫn thế chứ sao?

"Nó vẫn coi thường mình mà mình thì yêu nó". Nguyên yêu cái hình ảnh của Phượng. Yêu một cách lạ kỳ, chính chàng cũng không hiểu sao. Khi mà chàng cũng không còn trẻ trung gì. 28 tuổi. Lúc mà Phượng bảo 32 tuổi chỉ là câu nói đùa. "Có thế chứ". Nguyên thấy bằng lòng hơn khi biết Phượng chỉ trạc tuổi chàng "Nhưng nó già giặn hơn mình nhiều, có lẽ cũng là một cớ để mình yêu hơn; mà nó có những ba con rồi". Ý nghĩ ấy làm chàng khó chịu, Nguyên thường bực dọc mỗi khi vấp phải những ý tưởng không hay. Chàng nghĩ muốn lấy Phượng làm vợ, và cũng nghĩ rằng muốn giết nàng chết để khỏi thấy nàng trong tay người khác. Nhưng lấy Phượng thì làm sao mà sống.

Chính Nguyên cũng còn chật vật với cái nghiệp của chàng. Nhiều khi Nguyên chua chát thấy những tác phẩm chỉ là một con số không lớn, chẳng thể mang lại một cái gì hết. "May ra chúng sẽ có nghĩa lý khi mình chết rồi chắc?" Nguyên thường tự bảo. "Nếu sung túc mình sẽ lấy Phượng và cung phụng nàng như một bà hoàng. Dù nó sẽ làm khổ mình. Điều đó thì chắc chắn rồi." Phượng vẫn đi với nhiều người khác. Nhiều lần Nguyên vẫn nhìn thấy. Những lúc ấy Nguyên giận lạnh người, nhưng vẫn muốn gặp Phượng. Thỉnh thoảng chàng vẫn đưa tiền bằng cách kín đáo để vào ví nàng và Phượng vẫn để yên như lúc Nguyên ôm lấy nàng.

- Có bao giờ em nghĩ là yêu anh?

- Không, em chỉ cảm tình với anh thôi.

Lúc ấy giá Phượng nói dối có phải chàng bằng lòng bao nhiêu. Nguyên có cảm giác là nàng vẫn yêu một người nào xa lắm. Tất cả những ân tình đối với chàng hay với ai khác chỉ là một thói quen của một tâm hồn đã chai rạn, đã trơ đi như một viên cuội. "Thế mà tại sao mình cứ mê nó". Chàng muốn kêu lớn lên như vậy. Nguyên đau khổ, thấy mình bị dằn vặt ghê gớm, vu vơ. Chàng nhớ cung cách thản nhiên của Phượng, giọng nói, làn da, hương thơm của nàng. Nói lại ý nghĩ ấy cho Phượng, nàng chỉ cười và nói:

- Cái anh khỉ này chỉ vớ vẩn, anh đòi hỏi nhiều quá. Thế mà không hiểu sao cái hôm đầu tiên ấy em lại theo anh đi chơi nói chuyện tâm tình được.

Nàng ngừng một lát rồi tiếp:

- Chính tại cái thái độ của anh ấy. Vừa ngớ ngẩn vừa kỳ cục một cách đáng ghét.

Những lúc Phượng hồn nhiên như vậy chàng lại thấy yêu nàng thêm. Nhưng biết thế nào mà chiều. Nguyên thường vụng về nhất là cách đối xử với đàn bà. Các bạn chàng thường bảo: "Mày mà cứ còn thế, thì cả đời chẳng có ai thèm yêu mày". Nguyên chỉ cười nói: "Thì tao cứ sống đúng chất của tao, ai yêu được thì yêu, cần gì". Rồi khuôn mặt Phượng nở ra như bông hoa lớn trong tâm tưởng Nguyên. "Nếu nó hiểu mình thêm chút nữa".

Mưa ngớt dần. Một giọng nói của ai vang lên sau vách gỗ. "Biết mưa không quá ngọ mà". Nguyên ngồi bên thành ghế ngơ ngẩn nhìn áo mình bị rách toạc lấm tấm những giọt máu đỏ sậm. Phượng đã chết nằm kia, chiếc áo dài tím của nàng vắt trên tay ghế, Nguyên ngửi mùi hương Phượng còn nguyên vẹn trong tấm áo dài. Chàng chưa thấy hối hận đã giết Phượng. "Có thế nó mới còn là của ta". Chàng đã tạo ra một cái chết, tạo ra một tình yêu. Nguyên bỗng cười lên sằng sặc, tiếng cười đập vào bốn phía tàn nhẫn như Phượng vậy.

Cô hàng xóm nói lên với ai: "Cái ông thợ vẽ bên cạnh này khoái cái gì mà cười nghe khiếp thế."

Nguyên vừa giết người mà không ai hay biết gì cả. Chàng muốn chạy ra nói to cho họ biết song lại thôi. "Họ làm sao mà hiểu được". Vả lại làm thế Phượng sẽ không bằng lòng. Mặc dầu nàng chết. Nhưng sự có của nàng vẫn đầy dẫy trên từng khúc cảm giác của Nguyên. Chàng rửa mặt, thay đồ ra đường. Tự dưng Nguyên muốn đi, như tuân theo một sức mạnh vô hình nào. Lối nhỏ lầy lội xòe ra trước mặt chàng thăm thẳm. Nguyên cẩn thận đóng kín cánh cửa mà phía trong ấy Phượng còn nằm dài. Trước hiên những giọt nước rỏ xuống tí tách. Trời hãy còn rưng rưng. Bà già bên cạnh xách thùng nước mưa hứng ở máng tôn trước cửa nom thấy chàng hỏi vọng: "Thầy hai làm sao mà mặt mày sứt sát ra thế kia?" Nguyên không đáp lầm lũi bước đi. "Không ai biết mình vừa giết Phượng. Không ai biết." Chàng đi trên những con đường nhựa bóng nhẫy nước. Cuộc đời còn nhòa sau những hạt mưa thưa thớt, Nguyên đi mà không biết mình đi đâu. Chàng không thấy đói, không muốn nghĩ gì. Hoàn toàn một trống vắng lớn. Chàng không nhìn thấy ai. Chỉ cảm giác rằng mình đương đi xa dần, xa dần xưởng vẽ của chàng, nơi mà Phượng đang nằm giấc ngủ ngàn đời.

Nguyên đi ra phía bờ sông. Qua một quán rượu nhỏ bán cho thủy thủ lúc này không còn người, bản nhạc ngoại quốc nào vặn lên xa vắng. Nguyên đã vào quán này nhiều lần uống nước và nghe bản nhạc "Si toi aussi tu m'abandones". Mỗi lần nghe chàng đều nghĩ đến Phượng tha thiết, Nguyên lại muốn nghe lại đĩa đó. Âm thanh rạt rào nổi lên não nuột. Người gái già coi *bar* thấy dáng điệu Nguyên có vẻ khác thường nên cũng không muốn nói gì, chỉ lặng lặng làm theo ý kiến của chàng. Giọng nàng ca sĩ trong đĩa hát xoắn vào tim Nguyên. Đầy những hình ảnh của Phượng. Như bao giờ, Nguyên lại nhớ đến Phượng hơn bao giờ hết. Hình ảnh Phượng hiện lên ở mỗi chiếc ghế bỏ không, mỗi bậc gạch, mỗi khung cửa. Chàng thấy yêu hơn. Bây giờ Phượng mới chính là của Nguyên. Khi nàng chết.

Dĩ vãng đầy tràn. Nguyên uống vào ly rượu đỏ quạch. Bóng Phượng nằm trong đó. Tiếng hát quặn đi vút lên rồi tắt, chàng muốn nghe thêm một lần thứ hai. Người gái già lại lặng lẽ làm theo ý Nguyên.

"Sao Phượng lại bỏ anh?" "Anh cứ hỏi mãi, em định đi Nam-Vang ít bữa". "Đáng lý hôm nay em phải ngồi cho anh vẽ một bức". "Em chịu thôi, em phải đi đằng này. Với lại trời sắp mưa rồi". "Nó đi với nhân tình khác chứ gì" Nguyên nghĩ thế "Có lẽ nó đi Nam-Vang cũng để thăm thằng nào bên đó chắc". Chàng thấy mình vô lý một cách lạ kỳ, nhưng cảm thấy mình rất tỉnh táo. "Anh cứ hạch em nhiều thế không sợ em đau tim chết sao. Anh biết em yếu tim đấy chứ?" "Sao nó không ngất đi hay chết giữa lúc này thời hay biết bao". Chàng chỉ bảo "Mỗi lần yêu anh thấy một lần đau tim". Có một cái gì quặn lại trong tâm can khi yêu Phượng, nhớ đến Phượng, thấy Phượng không phải của chàng. Nghe bản nhạc này Nguyên cũng thấy lòng mình tê điếng đi. Như kim châm giữa trái tim. Nguyên trả tiền đứng dậy bước ra. Dư âm của bài hát còn đuổi theo, đuổi theo chàng mãi không dứt. Nguyên muốn gần Phượng, anh muốn tìm về gần Phượng. Con đường chạy dài ra, những chùm cây rũ nước đọng sau cơn gió nhẹ thổi, Nguyên thấy mệt mỏi chán chường. Mệt vì đã sống trên cõi đời này với những trống trơn. Những gì tươi đẹp với chàng cũng để tắt đi không còn gì. Miệng đắng chát, Nguyên không muốn trèo lên xe đi về nhà mặc dầu chàng muốn gần Phượng. Chàng đã giết nàng nhưng điều đó chưa mang lại gì mà Nguyên mong mỏi. Một chiếc xe chạy vút qua, nước bắn tung toé, chàng thấy ghét cay ghét đắng những người có ô-tô. Anh đã từng mong muốn có một cái ô-tô đi rong ruổi trong thành phố như trăm nghìn người khác, tìm quên trong cuộc sống chật vật hàng ngày những ước vọng rất tầm thường. Anh nhớ tới cặp mắt Phượng sáng lên mỗi lần nhìn thấy chiếc xe hơi choáng lộn đi qua. Chỉ trong một giây thôi chàng đã thấy niềm cay chua ợ lên trong cổ họng. Nếu có ai mang xe đến đón Phượng đi chắc chắn nàng sẽ từ giã chàng một cách rất lạnh lùng để bước lên. Anh không trách vì thấy đó là một sự dĩ nhiên nhưng anh nghĩ đến cái nhục của những kẻ sống để nhìn người khác sống sung sướng hơn mình. Phượng chết là phải. Nguyên vẫn thấy chàng có lý.

- Anh vẽ thế để làm gì? Mà cũng không đẹp. Ở đường Hàm Nghi có người vẽ giỏi, giống như hệt.

- Thế à? Tại của anh nó là nghệ thuật.

Phượng quay đầu không buồn nói. Nàng ngồi ở giường lấy tay hất hất mái tóc nhìn đi đâu. Nguyên sà đến hôn vào cổ rồi hôn lên miệng nàng mà bảo: "Em tàn nhẫn lắm. Vậy anh giết em nhé." Lúc bấy giờ Nguyên mới nảy ra ý giết Phượng. Phượng cười sặc lên: thì anh cứ thử coi. Ngón tay gân guốc của Nguyên đang mơn man bỗng khép lại chít lấy cái cổ trắng ngần. Nụ cười lảnh lót từ miệng Phượng mà Nguyên rất yêu bỗng tắt đi ằng ặc dưới đốt tay chàng. Phượng cố đẩy ra, nhưng muộn rồi, móng tay nàng cào vào người Nguyên, toàn thân quằn đi như một con giun. Chàng đần độn thấy mình lần đầu tiên tàn nhẫn một cách thản nhiên giống như Phượng.

Nguyên mở khóa bước vào nhà đóng cửa lại. Ánh sáng chập choạng trong gian phòng khép kín. Chàng đi thẳng lại chỗ ngăn kéo lấy một lưỡi dao cạo nhỏ. "Sao? Mình định tự tử chắc?" Chàng cũng không hiểu sao đã tìm đến lưỡi dao mỏng xanh ánh thép. Chàng đến gần Phượng quỳ xuống bên cạnh nàng. Sờ tay vào mái tóc rối Nguyên thấy nàng còn nguyên vẹn. Chỉ còn chàng và Phượng. Và cũng thản nhiên, lần đầu tiên Nguyên muốn không nghĩ chút gì cả. Đưa lưỡi dao cạo vào cổ tay chàng khía mạnh vào mạch máu rồi từ từ nằm xuống cạnh Phượng.

Máu rỉ ra chạy theo những ngón tay thòng xuống mặt đất hòa vào nước mưa thành một vũng lớn. Trong một lúc Nguyên lại bắt đầu nhớ cái sống. "Nếu có ai đến bây giờ mình sống". Không, hôm nay không có một người quen nào đến chơi với Nguyên giữa lúc này. Chàng thấy một sự lười lĩnh ùa vào bằng bước chân của chết.

Một con nhặng xanh đang đậu ở làn môi bầm tím của Phượng bỗng vùng lên bay một vòng rồi sa xuống giữa cái mồm xám ngoét của Nguyên.

Duy Thanh
(Tập truyện "Lớp Gió", Sáng Tạo xuất bản tháng 12/1964)

Duy Thanh

(tranh Duy Thanh)

Bài Khai Bút 2020
LÊ HÂN

mở toang cánh cửa đầu năm
đón chào bạn viết ghé thăm cho quà
tòa soạn Ngôn Ngữ không hoa
không trà không rượu không cà phê đen

mấy chai nước lọc sạch phèn
tấm lòng trị sự như trăng mùng mười
tiếp bạn văn những nụ cười
những trang tạp chí ấm hơi nhân tình

hiểu nhau ta nắm tay mình
cùng ham chơi cuộc hành trình văn chương
tìm vui trong cõi đời thường
giữ đời thường không vị yêu thương cuộc đời.

Mùa Xuân Còn Ở Lại

M.H. HOÀI LINH PHƯƠNG

"Cánh cò cõng nắng, cõng mưa
Mẹ tôi cõng cả bốn mùa gió sương..."

Như những nốt nhạc trầm ...
Trong lời thơ ai viết...
Của một đời mẹ gánh gồng nặng trĩu đôi vai...
Trời đẫm sương mù những buổi sớm mai...
Cho con nhớ mẹ nghẹn lòng...
Qua hàng cây trơ lá...
Con phố quen bỗng trở thành xa lạ....
Từ độ người về theo cánh gió, đường mây....
Nỗi đau dày thêm những tháng năm dài...
Khi con biết, không còn ai đứng đợi...
Những buổi trường tan, những mùa thi vời vợi
Đã ngàn xa như thơ ấu đời con...
Biết đâu tìm... dáng lụa, gót chân son
Ngày có mẹ, - quê hương ngày khôn lớn...
Chinh chiến điêu linh, mẹ một mình khuya sớm
Gánh nhục nhằn, làm chinh phụ bên song...
Đan áo cho chồng gió lạnh mùa đông
Gom nồng ấm gửi ra miền biên giới...
Dâu bể, truân chuyên nổi trôi muôn ngàn lối...
Vận nước thăng trầm, trong cay đắng, nghiệt oan...

Phấn trắng, bảng đen, ngậm nước mắt hai hàng
Vẫn sừng sững như thông xanh đầu núi…
Gánh đàn con, thăm nuôi chồng tù tội…
Ngửa mặt nhìn trời, trời xa quá đâu hay?
Và Ba thiên thu trong kiếp lưu đày…
Mẹ ở lại…
Dìu dắt các con đi theo bước chân đoàn người viễn xứ….

*

Mẹ thương yêu,
Năm tháng có phôi pha…
Nhưng lòng mẹ vẫn ngàn đời mênh mông biển cả...
Mẹ ở bên trời, nhưng hình bóng vẫn quanh đây...
Giữa mùa đông tuyết giá lạnh đầy…
Đâu cứ phải hoa hồng còn cài duyên trên áo?
Mẹ sống mãi trong con
Trên hạnh phúc êm đềm, cũng như qua miền giông bão…
Nếu còn một kiếp nào, vẫn xin được làm con mẹ, mẹ ơi!
Con hình dung…
Nơi một góc thiên đường xa,
Mẹ âu yếm mỉm cười…
Vẫn có một mùa xuân thiêng liêng ngàn đời còn ở lại…

Washington D.C.

Thương | Canh Tý Khai Bút
HOÀNG XUÂN SƠN

80
sầm sập tới
gần
dậm chân tại chỗ bần thần
nghe xanh
ngày nào. lộc. mới cốm chanh
vài khúc mộng nổi
loành quành
vai
lưng
đi qua hết một cánh rừng
ngựa non giờ đã
lừng khừng yên. cương
a!
nhìn xem một con đường
phía sau
phía trước
mình thương phía nào?

Cảm Tạ
TRẦN THỊ NGUYỆT MAI

Mở mắt thức dậy
Cảm tạ Đất Trời
Cho con một ngày
Cuộc sống đẹp tươi

Cảm tạ Ông Bà
Cảm tạ Cha Mẹ
Cảm tạ Thầy Cô
Cảm tạ Muôn Người

Cảm tạ Nắng gió
Cảm tạ Mưa rào
Cảm tạ Hoa bướm
Cảm tạ Chim muông

Đã nuôi ta sống
Đã giúp ta nên
Ơn này trời biển
Theo ta triền miên

Mỗi ngày tâm niệm
Khi hãy còn thở
Xin nguyện đáp đền
Chẳng bao giờ quên.

23-01-2020

Vọng Quê Nhà

TRẦN ĐÌNH SƠN CƯỚC

1. Xuân mưa không phải mưa xuân
   Lâm thâm hoa nở bỗng dưng nhớ nhà
   Quê nhà là chiếc bóng xa
   Lặng sâu tâm tưởng nhạt nhòa tình quê.

2. Vườn xuân đầy nắng và hoa
   Nắng xuyên đất lạnh thấm qua nỗi buồn
   Hỏi trời hỏi đất mười phương
   Nắng lên hoa nở nỗi buồn can chi.

3. Có phải là ta của ngày xưa
   Nơi khu vườn nhỏ nắng trưa hè
   Mẹ cha quyến thuộc cách xa quá
   Chỉ một mình ta nỗi nhớ nhà...

4. Ở nơi thiếu bạn vắng vườn xưa
   Bia uống một mình sách và hoa
   Gió thổi mưa xang đời xứ lạ
   Đá lăn đá lạc vọng quê nhà.

5. Tiễn người về xứ cô đơn
   Ngày vui bỏ lại nỗi buồn mang theo
   Hoa tươi lòng héo tâm nhầu
   Đường xa một bóng chìm sâu kiếp người.

Về Quê Đón Tết
MỘNG HOA VÕ THỊ

Về quê đón Tết nhà trời
Cây nêu giận lẫy bên đời mộng du

Mai vàng nẩy nụ tương tư
Ta đây sầu đấy tình lơ mơ tìm

Đi tìm chìa khoá trái tim
Từ Nam sang Bắc từ đêm sang ngày

Thôi thì cứ giấu đắm say
Đừng cho tôi nếm đắng cay tội tình

Về quê nhã nhạc lưu linh
Trái tim lúc lắc buồn tình lang thang.

Những Mùa Xuân Theo Nhau
CUNG TÍCH BIỀN

Tựu là bạn thân thiết với tôi trót mấy mươi năm. Đời gai nhọn biết bao điều đáng kinh hãi. Đôi khi tôi hỏi Tựu, Ông sợ gì nhất. Lần nào cũng vậy, Sợ cái lưỡi.

Tựu có một cái lưỡi rất đẹp. Màu đỏ tươi, người ấy là sức khỏe tốt. Lưỡi rất dài, có thể là người giàu lý luận. Có thể thôi. Hữu dụng của lý lẽ, chắc ăn là từ não. Trái tim có thể giúp đỡ thêm cho não giàu cái chân, thiện – để giảm thiểu cái ăn nói trơn tru, giảo hoạt để hại/ lừa người. Lưỡi của Tựu mỏng, đầu lưỡi rất nhọn, người có lưỡi ấy thường phát âm ngoại ngữ rất chuẩn.

Cách xử thế của Tựu cũng khá đặc biệt. "Bằng mọi giá, luôn tách ngoài, sống cách biệt cái hiện tại mình bắt buộc phải có mặt".

Hành trình của chúng tôi từ lúc, tạm là đủ lớn khôn, thời thế đã dàn dựng sẵn một vở trường kịch. Chúng tôi bị bắt buộc luôn phải có mặt trên sân khấu, nhưng luôn là những vai phụ không đáng kể. Đôi khi làm thay những vật dụng. May mắn là đồ trang trí, bọn lính hầu. Một thằng áo đỏ, như cái hình nộm, đứng ở góc sân khấu, bất động, một hình tượng máu. Một gã ôm một tấm bảng hiệu đứng đó, thay vì một cây cột được đóng đinh để treo. Bất động, không tiếng nói, vì mày-là-bối-cảnh. Chung chung, chúng tôi là vô danh; nhưng diễn biến, chúng tôi là thành phần.

*

Về dòng tộc, họ hàng Tựu, có nhiều vị xuất thân khoa bảng, thời Nho học. Thân phụ làm quan tri huyện, tuổi "cụ" bấy giờ hãy còn trẻ, thời chính phủ Trần Trọng Kim, 1945. Ngồi huyện đường chưa tới sáu tháng, quan đã tự bỏ phủ đường, về vườn. Việc từ quan khi triều đình vua quan nhà Nguyễn hãy còn đó, quân đội Nhựt Bổn thay quân Pháp "Làm cha xứ này" hãy còn oai phong có mặt khắp nơi, là một câu hỏi lớn trong dân chúng. Chỉ một đôi vị quan lại cùng tâm trạng mới hiểu nỗi khó khăn của nhau, "Quân du kích đã ồn ào lắm rồi, cuộc vận động bạo lực vũ trang đã bắt đầu trong quần chúng". Nghĩa là cuộc thanh trừng đã bắt đầu, một xã hội máu đã lộ diện. Tình yêu nam nữ, nghĩa đồng bào đã bị tổn thương. Mặt trận Việt Minh đã có mặt.

*

Cuộc kháng chiến chống Pháp, 1946, bùng ra, mọi người bận rộn chuyện sống với Bên-này hoặc Bên-kia. Trong cái lò cừ nóng bỏng, mọi người treo sinh mệnh của mình trước mỗi thái độ - tham dự hay đoạn tuyệt – Tựu rời bỏ tất cả, khoác áo nhà tu.

Đi tu vào thời ấy không phải dễ dàng. Toàn quốc đang nằm dưới sự cai trị của Việt Minh. Họ đang là một danh nghĩa, một đại diện cho Toàn quốc kháng chiến chống lại sự "Trở lại Đông Dương để tiếp tục nền đô hộ của thực dân Pháp".

Thuở ban đầu, với một tình yêu nước nồng nàn, trai tráng phải lên đường nhập ngũ. Mới là Mùa-Xuân-đầu-tiên của nền Độc lập. Quân đội Việt Nam thời sơ khai, trang bị thiếu thốn súng đạn. Lính tráng tập trận bằng súng gỗ; kiếm sắt, mô phỏng theo loại kiếm của binh lính Nhật, từ các lò rèn thủ công lạc hậu nơi các vùng nông thôn. Nhiều chỉ huy trưởng phải mang thị uy bên mình khẩu súng lục bằng gỗ, lựu đạn gỗ sơn màu đen.

Lúc ấy quân đội Pháp đã có xe thiết giáp, súng đại liên, đại pháo, có máy bay oanh tạc. Nếu so sánh lực lượng giữa hai bên thì quá khập khiễng. Một bên, quân lực được chia bài bản từng quân binh chủng, Không quân, Hải quân, Lục quân, Pháo binh, Thiết giáp, Nhảy dù... Một bên thì dân quân còn cầm gậy tầm vông, áo vải thô, đi chân trần. Đường nông thôn, dân chúng phải đào hầm chông, mong quân Pháp đi sụp lỗ chông nhọn, như ông già bà cả không may sụp lỗ cống. Khắp nơi trong vùng Việt Minh kiểm soát đã răm rắp tuân theo lệnh "tiêu thổ kháng chiến". Cách xử lý tình thế theo thế yếu về quân lực của mình. Nghĩa là, luôn luôn phải nghĩa là, ai nấy tự chất rơm rạ, có thể phải đốt cái nhà của mình trước khi bỏ của chạy lấy người. Đào đường ngang dọc trên quan lộ Bắc-Nam, phá cầu cống hầu ngăn chặn phần nào sức tiến chiếm của quân Pháp. Nhà thờ, chùa chiền phần lớn bị đập phá. Cả trường học cũng hoang phế. Bọn trai trẻ mạnh khỏe đã ra chiến trường, bọn sứt mẻ còn lại phải sớm tối tăng gia sản xuất; xa dần sách vở.

Tư bản là kẻ thù của vô sản. Kẻ vô học thì thù ghét chữ nghĩa. Một thời, "giai cấp tiên phong của Kách mệnh 1945" vừa nhú ra, những sắc phong của triều đình, những sách vở chữ Hán, văn hóa thánh hiền đã thực sự lâm nạn. Chữ nghĩa quốc ngữ của các nhà văn, nhà học giả tân văn, cũng bị đốt hủy ráo. Những Phạm Quỳnh, Nguyễn Bá Trác bị giết. Những Nhất Linh, Hoàng Đạo, Khái Hưng bị triệt để săn đuổi, loại trừ.

Chính quyền ấy, kể từ Mùa Xuân năm 1946, đã áp đặt một nền chính trị mới, một chế độ lạ hoắc, tính từ nhiều nghìn năm qua, trong hệ thống hành chánh, chính trị tổ tiên đã có. Đối với ngoài, là "Đả thực dân", bên trong là "Bài phong kiến". Trên cái chiêu bài ấy nhân rộng, là chống cả tấm lòng thờ phụng ông bà, bài trừ tôn giáo. Có năm bão tố hạn hán, lúa mùa mất sạch, dân chúng lại thấy xuất hiện nhiều băng-rôn khẩu hiệu, những cái "Chống" lạ đời, "Chống thằng giặc trời phá hại mùa màng". Nói chung là bài trừ, triệt phá cái gốc gác, cái nền móng, cái văn hóa đạo lý đã vững chãi đã trải qua nghìn năm.

Thành phần quan lại cũ, hào phú, là cần phải bị đánh phá, triệt tiêu. Vì chúng nằm trong tầm nghi ngờ là Việt gian bán nước, là bọn luôn mong ngóng ngày thực dân Pháp trở lại, ngày phong kiến sống dậy. Lũy tre làng vẫn xanh như thuở. Trái cà quả cam cũng là sự thật. Nhưng lạ lùng lắm. Người khoác áo tu hành, đường Chúa, lối Phật, rặt được cho là bọn phi lao động, sống bám vào áo cơm của dân lành. Người không may bị bệnh tâm thần, thật sự là kẻ điên, thay vì dành cho họ một tình thương chia sẻ, lại quy/ xem là tên gián điệp cho bọn Pháp, chỉ giả ngây để che mắt mọi người.

Trong cái xóm làng vừa thân thiết tình đồng bào vừa bị bao vây bởi hòn bom trái đạn, lại không khí chính trị bao la những oai bức như vậy, sự xuất hiện của một Tựu-Nhà-sư là cả một hình bóng lẻ loi, và xa lạ. Một kẻ bị quy tội hoang tưởng, rất bị nghi ngờ là một kẻ phản động.

Sống nơi đây, là triệt để gia nhập. Không đứng ngoài để hoài mơ một đời khác. Thực tế là một trần trụi. Chẳng sương khói nào hão huyền, trang trí cho một hy vọng.

*

Bấy giờ, lúc "Vừng hồng Kách mệnh đã tưới máu ngay đỉnh đầu", bà con Tựu đã hiểu ra cái lẽ tồn vong. Mở một cánh cửa khác cho đời là cần thiết. Giấc mơ tách thoát, giấc mộng lìa bầy đàn, là thường trực trong tâm dạ.

Có một cuộc đời bên kia sông.

Mặt trời đã lên Bên-Kia.

Đêm đêm dân chúng hậu phương bên này chiến tuyến, thấy bên kia sông, nơi cho là "Vùng địch chiếm", phố thị những vùng ánh điện mơ màng hắt lên trời đêm. Sông thì rộng. Vì an ninh chỗ giới tuyến, không một chiếc đò ngang. Trăng khuya lơ lửng. Cây cầu bắt ngang sông chia cắt Vùng-ta và vùng-địch-chiếm, đã ăn mìn tiêu thổ kháng chiến, chỉ là một cái xác sụp gãy, buồn bã dòng nước trôi.

Vào một thời, mỗi vùng mỗi tỉnh của Việt Nam là "đất da beo". Quân Pháp và quân đội Quốc gia ở vùng các đô thị, thị trấn. Việt Minh kiểm soát vùng thôn quê và rừng núi. Việt Minh gọi Vùng Quốc gia là Vùng địch đóng, Vùng bị tạm chiếm.

Bên này cây cầu giới tuyến, có kẻ, trong tiếng thở dài khuya khoắt, lén nhìn vừng sáng bên kia sông. "Tôi ở bên này sông, bên kia vùng địch đóng" Bên ấy, có thể là nơi có hơi thở dễ dàng hơn; người lớn có niềm tin, trẻ em có trường học; ông già bà cả kẻ bệnh đau, có được cái bệnh viện đàng hoàng, thuốc men, sự chăm sóc y tế đầy đủ.

Thế là có cái ước mơ thoát ly.

Thế là mong trở lại đầu nguồn Tự do.

Con suối sẽ trong.

Con sông sẽ rộng những bến bãi bình yên.

*

Tựu "về thành". Gọi là "dinh tê". Trở lại vùng Quốc gia. Tựu vào trường, khi tuổi đã lớn. Đỗ cử nhơn, ra làm giáo sư. Thuở ấy, bằng cấp còn ít ỏi. Một vị cử nhân văn chương, là ở cao tầng lắm.

Nhưng, lúc đời sống ổn định, "bình minh đã sáng ngời", thì tâm thần Tựu lại mất ổn định. Cuộc nội chiến Bắc Nam, thực sự khởi chiến là năm 1960, cũng là mùa Xuân, với Tựu trong hiện tình là một điều khó giải mã. Chắc chắn phải tìm ra một chân lý, nhưng tương tàn giữa anh em ruột thịt là một đọa đày phi nghĩa.

Trong thân thể Việt Nam có những bàn tay dâng hương mong cuộc hòa bình, lại có những đầu não mong muốn mỗi con người bàn tay phải đẫm máu trong danh xưng anh hùng.

Tựu từng là một sinh viên xuất sắc, một thầy giáo uyên bác, nhờ một đời sống từng trải, đọc rất nhiều sách triết học, kinh sách các tôn giáo. Cái thuận chiều, là Tựu phải đóng góp rất nhiều cho văn học, nghiên cứu, hoặc dịch thuật, anh lại chọn một thái độ sống khá lạ lẫm. Chọn một Cái Bơ vơ. Làm một Kẻ Lạ. Chênh vênh và lạnh lùng. Một nửa, của tiên ông phiêu lãng; nửa kia là một phù thủy. Lung linh. Mơ hoặc. Tựu bạn lữ với cây cỏ trời mây khi ngao du đó đây. Sau, tìm tới thú vật. Muốn biến chim chóc khỉ vượn chia sẻ bớt tâm tư của con người. Nghĩa là chúng phải biết nói tiếng người. Nói thay cho người. Lại giả dụ ngựa biết bay. Con trâu con ngựa cũng mong đào thoát. Huyền thoại đã từng nói ngựa bay bổng lên trời, Tựu tin điều có thật. Phải có một cái thế gian huyền hoặc nhẹ nhõm, chẳng phải cái trần tục chém giết, bụi bặm, bận rộn nhỏ nhen này.

Tựu có pháp thuật dạy chim biết nói.

Bọn chim cũng cơ khổ lắm vì kỹ thuật luyện/ dạy cam go của Tựu. Có con chim đau đớn rên rỉ, vì cái lưỡi bị tu sửa, bào cho mỏng, vót cho nhọn đầu lưỡi. Nhiều đêm Tựu tâm sự, an ủi con két con nhồng, "Gắng mà sống. Bọn bây đau, chỉ đau cái thể xác mà thôi".

Đến nhà Tựu chơi, thật là vui. Một hôm tôi tới thăm Tựu. Tựu biết xưa nay thay vì rót trà mời khách, thì phải rót tôi ly rượu hay khui chai bia. Nhà trong thành phố, dù vậy, Tựu trồng mấy bụi trúc, khoảng sân rộng, trước nhà. Trúc vàng, và đương nhiên nắng rất vàng. Ngần ấy bóng với lá thôi nhưng ta cứ tưởng mình đang ở trong rừng, vì, bọn nhồng, két trò chuyện với nhau. Như chúng đang diễn một vở kịch.

- Khách tới nhà chơi sao không chào.

- Ông ấy quen lắm chào chi.

- Quen cũng phải chào chứ

- Đù má mày chào đi, tao đéo chào.

- Vì sao đéo chào?

- Vì là điều tao muốn.

Tiếng nói người từ cổ chim. Nó lơ lớ, cứng, rất vụng về. Nhưng nghe ra, ta khó thể cười cợt. Lại rất ngậm ngùi. Rất xót xa những những cái lưỡi loài vật biết nói. Tựu đoan quyết, "Chim chóc nói tiếng người, lương thiện hơn con người nói". Đấy là ta tin vào cái tính thật, của tự nhiên; cái phong thái thanh cao của thiên nhiên; và sợi dây thiêng, đã nối kết thế giới Vật và Người.

*

Nhưng không hợp thời rồi Tựu ơi. Khi lũ chim nhà Tựu đối đáp sành sỏi, thảo luận với nhau nghĩa lý như một bọn nhà văn trong quán rượu; thì thời thế đã đổi thay. Mây xám từ nay đã hoài hoài trên bầu trời. Khí độc đã từng giờ trong gió. Và cái di hại sẽ đời đời trong mọi kiếp người. Đúng cái khắc giây chín mùi của sự nhục nhã, vị Đại tướng Tổng thống thân yêu của chúng ta đã ban lịnh toàn quân, toàn dân phải buông súng đầu hàng... "những chàng du kích".

Những nhạc sĩ không còn da đầu, chỉ những xương lời máu, đã kịch liệt ca ngợi mùa xuân ấy, "Mùa Xuân đẹp nhất tên Người".

Tiếng hát của bọn thiếu niên vỗ đều theo tiếng trống, trong phố thị.

Tiếng biển Đông về khuya khoắt im vắng, giúp người ra khơi.

Tiếng sóng rất êm đềm Lời truy điệu.

Và, tiếng hát cũng rất ngây thơ, trong lành tiễn đưa những Tương lai vào huyệt mộ.

*

Rồi cái sử lịch ấy, cái nước non ấy, đất tổ của chúng tôi trở nên một Cõi man dã. Một đất nước lạ lẫm, hiu hắt và lẻ loi trong nhân loại. Nơi ấy, nơi Đất tổ của chúng tôi, một đế chế mới được thiết lập. Con người được nhìn ngắm, quản lý, như gỗ rừng và súc vật.

Đây đúng là thời kỳ, Tựu nhận ra, là con người không tự do nói những gì là nguyện vọng chính đáng của mình. Câm lặng, giam mình trong bóng tối của số phận là việc chẳng nên. Tựu ra sức dạy bọn chim chóc nhồng két nói nhiều hơn. Và biết lắng nghe nhiều hơn, để nói những gì.

*

Một đêm, cảnh sát khu vực tới nhà Tựu kiểm tra hộ khẩu – tờ khai gia đình. Đêm khuya tịch mịch, con thằn lằn cũng im lặng lắng nghe, bao nhiêu người trong gia đình anh phải trình diện trước anh cảnh sát. Số người có mặt phải trùng khớp trong tờ kê khai, có đóng con dấu đỏ xác nhận của chính quyền. Thiếu một cũng không được. Thừa một có thể đi tù.

Bất ngờ lúc gia đình đang bị kiểm tra, con nhồng chỗ hàng hiên la toáng lên, giọng của chim khàn đục, như cổ họng bị nghẹn. "Ai muốn ở đâu thì ở chứ!" Viên cảnh sát sửng sốt nhìn chim. Một con đứng trên bàn. Một chỗ thành ghế. Một con bay vòng vòng trần nhà. Vài con đang ngoài vườn bay vào. Chúng như muốn nổi loạn. Viên cảnh sát hỏi Tựu:

- Chim không nhốt trong lồng ư?

Tựu nghiêm chỉnh nói

- Bọn chim nhà tôi không muốn bị nhốt trong lồng.

- Chúng không bay mất ư?

- Khi có tự do, chim cũng như người, bay đi đâu.

Thấy con nhồng đứng yên trên bàn, viên cảnh sát chộp ngay. Hắn ta bóp mạnh con vật. Con vật van vái, "Thả tôi ra. Tôi cần tự do. Thả tôi ra...". Viên cảnh sát ném mạnh con vật nhỏ xuống sàn nhà.

Trong óc phọt ra câu chửi thề nhất định phải phọt ra, "Đù mẹ, tự do cái mả bà mày!"

Lúc ra về, viên cảnh sát nói với Tựu:

- Lũ chim nhà này có vấn đề. Bọn thù địch, bọn diễn biến dạy nó nói".

Tựu cứ nuôi chim. Chừng một phần đời có ý nghĩa của Tựu đã trở lại. Kẻ mong đứng bên lề đã làm một việc từ trung tâm.

Lũ chim nhà Tựu chừng "phấn khởi". "Nói đi rồi chết. Chửi đi rồi tật nguyền cũng cam."

Tựu chơi trò mới. Bắt dàn máy phóng thanh. Liền tù tì sáng trưa chiều tối trong ba bốn ngày liền, lũ chim chóc trong vườn, ngoài vườn bay nhảy, trò chuyện, thảo luận đủ mọi việc. Giọng của chúng vang khắp một khu phố. Người phố thị quá vui. Rất nhiều người thu âm, hòng đưa lên phây-bốc, chát mạng gì đó. Bản tin thiệt hay. Nhiều người thấy quá đã, hàng xóm tâm sự cùng nhau, "Lũ chim nhà Tựu chửi ngọng nghịu mà cũng... vấn đề lắm". "Tội nghiệp mấy cái số phận". "Nói, để được chết mà!".

Nhưng,

Ông Tựu không chết.

Người ta không tuyên án tù, không giết ông Tựu.

Người ta không cắt nước uống từ một nhà nào cả. Việc đó là hạ sách.

Người ta chỉ cắt tiệt đi, ngay chỗ đầu nguồn cung cấp nước.

Một đêm Tựu được âm thầm mời đi. Hai tháng sau Tựu được thả về.

Tuy ốm o nhưng Tựu vẫn là một con người bình thường đủ tay chân tai mắt mũi. Chỉ cái lưỡi bị cắt mất tiêu.

Lũ chim mất nguồn.

Cung Tích Biền
(Midway, CA)

Mùa Xuân Ở Trần Gian

NGUYỄN THỊ THANH BÌNH

Cứ mỗi lần Loan trở lại đó, hương yêu thương cũ có dịp bay về. Đâu hẳn chỉ có mùi hương, mà chính là bóng dáng của người đàn ông đã giữ định mệnh Loan. Dĩ nhiên không lúc nào ông ta chịu ra khỏi tim óc Loan. Nhưng ở một nơi khác và một lúc khác, khuôn mặt của người ấy cũng khác đi. Thường, Loan chỉ bắt gặp ánh mắt nửa lần lữa nửa trách móc. Tia nhìn này lẩn trốn ngay trong Loan khi nàng trở lại tìm gặp Thiện. Thay vào là những tia xúc động đến run rẩy và khao khát.

Như lời giao ước ngầm, mỗi năm Loan kiếm cách đến thăm Thiện một lần. Thời gian và không gian không phải bất chợt họ định ra hoặc chọn lựa để phù hợp với hoàn cảnh. Trái lại, họ muốn giữ mãi cái ngày tiền định đầu tiên hai người gặp nhau. Đó là một buổi sớm đầu xuân trời mây xanh ngắt. Ngôi chùa thanh tịnh trên một triền dốc. Phía dưới có con sông nhỏ nằm núp bóng bên những hàng liễu ẻo lả gội nắng. Xa xa là những ghềnh đá xám trắng lô nhô. Lần đầu làm khách phương xa, Loan theo cô bạn thân rủ rê lên chùa xin xăm. Loan không ngờ ở đó nàng đã bắt gặp một vẻ cô đơn đến tuyệt vời. Loan bị nhận chìm ngay bởi cảnh vật xung quanh, nhất là khi vóc dáng và đôi mắt Thiện ngước lên phủ chụp lấy nàng. Buổi sáng xuân đẹp bên ngoài trời và bên trong Loan. Loan thật sự bị những cành hoa trắng cô liêu nở thầm trên góc cao của chiếc bàn thờ nơi Thiện trụ trì quyến dụ. Loan ngỏ ý muốn ở lại nghe Thiện nói về ngôi chùa "Từ Bi" chàng vừa thiết lập. Loan đã bằng lòng trải qua buổi sáng, buổi trưa và thậm chí cả buổi chiều nơi đó với bụng đói và chỉ cần nhấp nhi vài tách trà sen đậm đặc. Cô bạn Loan bỏ về trước, miệng bi bô mắng mỏ nhưng Loan chẳng nghe gì và cũng chẳng cần để ý đến sự soi mói của bất cứ ai.

Mỗi năm một lần nhưng ròng rã ba năm trời như thế, vị chi vỏn vẹn ba lần Loan tìm về ngôi chùa gặp Thiện. Loan thầm nhủ nàng sẽ trở lại cho đến một ngày nào đó Thiện hoàn toàn tan biến trong hư không. Loan muốn trở lại để chính tay nàng được đếm rõ vài nếp nhăn mới trên vầng trán suy tư của Thiện. Loan chỉ muốn được độc tôn nhìn ngắm vẻ khắc khổ từ cổ vai, bờ ngực, bàn tay và cả đôi chân ấy. Loan còn muốn tự tay nàng vào bếp pha chế những món ăn chay đặc biệt cho Thiện. Vào những ngày Tết, chùa thường có nhiều khách thập phương đến viếng lạy. Thiện cũng có rất nhiều Phật tử đến lăng xăng mọi công việc. Thời gian của Thiện dành riêng cho Loan thường rất muộn màng, khi chiều đã phai và mọi người đã ra về. Sự nín câm của một ngày trời gặp gỡ và cả một năm không thấy mặt nhau làm phút giây vắng lặng đó lúc nào cũng đổ ào xuống, rạt rào như một cơn mưa đẹp. Họ đút cho nhau từng muỗng xúp nóng và Loan thường đòi thêm một chút nhạc ở cái cassette nhỏ. Thiện vẫn hay nhìn nàng nửa đùa nửa thật: "Gặp nhau để nghe nhạc sao Loan? Nghe nhau nói không thích hơn sao?" Loan cười trêu Thiện: "Nhà sư thì còn biết gì chuyện trần gian nữa mà nói?" Giọng Thiện bỗng chùng xuống trầm và ấm: "Đừng chọc tôi... nghe cô. Đã trót mang thân phận con người, nhà sư cũng khó dứt được lụy trần." Loan âu yếm nhìn Thiện: "Biết rồi, nói mãi! Ai chứ em dư biết anh là nhà sư vướng lụy. Nhưng đặc biệt mỗi năm chỉ vướng bụi trần có một lần thôi à." Thấy Thiện bỗng lặng yên, Loan trở nên chua chát: "Em là bụi trần chắc làm cay mắt anh lắm thì phải?" Đôi mắt Thiện vụt chan chứa cái nhìn dịu dàng chưa từng có: "Khi em đi rồi, anh lại trở về với thế giới tịch mịch của mình. Thời khắc chuyển giao của ngày và đêm lúc đó với anh chẳng có gì thay đổi. Cái lặng lẽ lụn tàn của buổi chiều cũng giống buổi tối im vắng tạnh không. Giữa chúng ta dẫu chưa làm điều gì quá đáng nhưng khi em đi rồi, anh vẫn thường đóng cửa tụng liên tu bất tận những kinh sám hối. Anh biết lòng mình rất yếu mềm vì em. "Lần đó, Loan chợt rưng rưng nước mắt: "Hay là em chẳng bao giờ nên trở lại đây phá phách một đấng chân nhân như anh? Em đúng là con quỷ cái đã làm lấm lem tấm áo cà sa trên người anh." Thiện lau lệ những giọt lệ của trần gian trên mắt Loan: "Tội nghiệp em. Em cũng nào muốn thế. Anh cũng không thể hiểu được tại sao rồi lại tìm đến nhau như thế." Loan hôn lên tay Thiện, trân trọng: "Nghiệp chướng. Vâng, chắc anh bị quả báo rồi. Chỉ có cách anh hãy cố dứt bỏ em để rửa sạch các nhân ác." Thiện cũng nâng bàn tay Loan lên: "Dĩ nhiên em là thứ nghiệp dữ mà anh lỡ hàng phục. Bàn tay em đã đan những vòng tình lụy vào cổ anh. Mỗi năm 365 ngày anh tìm cách phát triển những nghiệp lành thì đến ngày 365, anh đụng phải vòng tình lụy của em như một chướng ngại vật." Thiện đưa tay ôm ngực như vừa thoáng nhói lên ở đó rồi trầm giọng: "Mỗi năm dù chỉ gặp em một lần nhưng anh đã phải mất hơn 360 ngày sau đó, lòng anh mới bắt đầu "tịnh" trở lại để có thể ngồi kiết già hay tọa thiền nhập định." Loan cười rú lên thích chí, tiếng cười man rợ ma quái như muốn vỡ tan cả đất trời, núi đồi và vùng không gian có người yêu nàng ngự trị: "Anh là kẻ siêu phàm dày công tu luyện cả năm trời và em là hiện thân của Satan đến lấy hết thiện duyên ấy." Rồi như trong ước ao mê muội, Loan nghịch ngợm phả hơi thở xao xuyến lên cổ Thiện: "Vòng tình lụy đã lỡ dính vào cổ anh. Anh không thể tìm về Niết Bàn được. Nhất là nơi cõi trần gian tử sinh ly hợp này còn có em ở lại."

Trong vệt xám xanh cuối cùng của buổi chiều, Thiện như tan biến thật nhanh vào hơi thở ám chướng ấy. Hơi thở phả vào miền thịt da tưởng đã yên ngủ của Thiện. Hơi thở chạm vào nhân điện thèm thuồng của Thiện lập tức bốc cháy. Họ cùng nhận ra linh hồn và tấm hình hài ô trọc của mình đã tấu lên một bản nhạc đầy rung động nhất. Bằng thứ nhạc cụ kỳ bí của tình yêu, bàn tay Thiện rạo rực gảy những bản đàn thánh thót trên thịt da người yêu. Nghe như tiếng tơ chiều vỡ tan những ảo ảnh nâng niu.

Thoạt đầu, Loan tròn xoe hai mắt nhìn Thiện. Nàng hơi ngỡ ngàng trước môi hôn không hẹn đã ràn rụa nhớ nhung. Năm ngoái là

lần thứ ba họ gặp nhau nhưng lần đầu họ hôn nhau. Như trong chiêm
bao và tận thế. Đó là lúc cơn mưa đầu mùa rớt xuống ngắn ngủi và
bất ngờ ngoài cửa. Họ chẳng buồn lắng nghe tiếng mưa đi qua. Chỉ
thấy vòng ôm thi nhau rối tung theo từng tiếng rên siết mơ hồ của gió.
Trong bóng tối vừa xuống thật mau, Thiện mỉm cười rất nhẹ và để yên
Loan vân vê mớ tóc dài vòng quanh qua cổ chàng. Thiện hỏi: "Sao em
thích để tóc dài thế này? Tóc em dài và dày thế kia, em không sợ mỏi
lưng sao?" Loan đã quấn xong một vòng quanh bờ cổ của tình nhân:
"Dù sao tóc em vẫn chưa đủ dài để quấn chặt toàn người anh kia mà.
Khi nào em nuôi tóc mình dài đủ, biết lúc đó..." Thiện đưa tay che môi
Loan lại. Loan nhất định hất tay Thiện, nói tiếp: "Biết lúc đó mình có
còn nhân duyên để gặp nhau?" Câu nói làm con người còn nhuốm mùi
tục lụy của Thiện bừng tỉnh: "Em còn phải lấy chồng. Đường em đi
còn nhiều thống khổ rồi cuối cùng mới "ngộ" được, em ạ. Nghe anh
một lần, em hãy về ngay bây giờ. Mọi người đang chờ em. Còn anh,
con đường mình nguyện lựa chọn suốt đời mang nhiều thử thách và
không dễ gì tự thắng. Em giúp anh bằng cách hãy về đi." Loan trố mắt
nhìn Thiện, nói qua màn nước mắt: "Làm sao em có thể giúp anh khi
em cũng không thể giúp được chính mình? Suốt cuộc đời lớn lên, anh
phát nguyện chân tu ăn chay nằm đất và diệt dục này nọ... Nhưng mà
em biết anh chưa chứng nghiệm được dục là gì, vậy thì điều diệt dục
của anh liệu có giá trị không?" Thiện khổ sở lắc đầu: "Anh sợ nếu biết
dục là gì rồi, anh sẽ phải hoàn tục. Sức mạnh của nó ghê gớm lắm.
Muốn được giải thoát, anh không thể quên điều kiện của sự tu hành
là phải tinh tấn." Loan lắc đầu đau khổ: "Em biết, anh đang cố chống
chọi bơi khỏi bờ sông mê để đến bến giải thoát. Anh là người đã phát
tâm quy-y Tam-Bảo, em đâu thể để anh bị chết đuối nửa đường vì
đụng phải chỉ một trong năm tảng đá nhọn của quy luật Ngũ giới. Nói
trắng ra em không nên bày tảng đá nhọn của tà dâm để cản bước anh."
Thiện thật sự bị dao động mạnh trước những lời chân thành của Loan:
"Chính anh là người đã phát nguyện tức anh phải tự biết né tránh tảng
đá nhọn ấy. Anh không thể nhờ em hay bất cứ ai đẩy giùm những khó
khăn ấy mà phải chính mình tự tìm lấy sự giải thoát." Loan rầu rĩ đưa
tay ôm lấy đầu: "Em đúng là kẻ phàm phu tục tử, là đứa con gái nhiều
yếu đuối mê muội. Anh không thể vì em để không thành chứng quả."
Thiện nhìn sâu vào mắt Loan, run run tháo nhẹ mười ngón tay sám
hối ấy rồi ngậm ngùi: "Dĩ nhiên anh chưa phải là bậc giác ngộ. Giác

có nhiều bậc và anh đang leo dần lên từng bậc ấy. Một ngày nào đó dù gần hay xa, nếu anh được thấy đích tức anh không còn gì để ở lại đây nữa em ạ. Theo luật vô thường, thân xác của chúng ta chẳng có nghĩa gì đâu phải không em?" Loan trố mắt ngó người yêu vừa trầm giọng như một người mê sảng hoặc tỉnh táo nhất: "Anh nói gì vậy? Em không hiểu." Thiện cười với nỗi phù du của buổi chiều mới xuống đã tàn nhanh: "Đó em thấy chưa, buổi chiều vừa bỏ đi sau rặng núi kia rồi. Thời gian như mây trôi, như bóng câu thì mọi vật khác trên đời này cũng đều biến nhanh như thế. Sắc thân tứ đại của anh, của em và của mọi người cũng không thoát khỏi luật vô thường mà hư hao tàn tạ." Loan vẫn nhăn mặt: "Nhưng chúng ta vẫn còn trẻ đẹp khỏe mạnh kia mà. Anh đừng vội bắt em nghĩ đến sự già yếu lúc này chứ. Anh làm em đâm ra nản chí vì cứ thấy mọi vật ở cõi trần ô trọc này chẳng là gì cả. Cát bụi rồi cũng trở về cát bụi. Vậy thì buông xuôi, buông thả hết cho khỏe." Khuôn mặt Thiện vụt trở nên nghiêm nghị: "Càng hiểu lẽ vô thường, chúng ta càng bình thản trước đổi thay của những phù hoa giả tạo hay những trùng phùng ly biệt, em ạ." Nhìn buổi tối đã bắt đầu xuống thấp ngoài cửa, một lần nữa Loan lại thấy những giọt nước mắt không hề báo trước của nàng vỡ òa. Trong cảm giác xót xa, Loan cũng vừa nhận ra thân phận bé bỏng và hạn hẹp của mình. Xác thân của nàng có khác nào hạt bụi trong thinh không. Thiện cũng không thể thuộc về sở hữu của nàng. Điều quan trọng nàng tự an ủi là thứ cảm nhận trung thực được trọn vẹn dành cho nhau chỉ một phút giây nào đó.

Điều mâu thuẫn, khi Loan muốn kiếm một khách sạn để ngủ qua đêm thì chính Thiện lại mong mỏi Loan ở lại với ngôi chùa trên triền dốc. Thiện bắt Loan học thuộc lòng bài kinh cứu khổ cứu nạn, nhưng chính Thiện lại quên niệm nó khi những ngón tay liêu trai, những quyến rũ trần tục của Loan run chạm đến người chàng.

Sáng hôm sau, Loan bỏ đi thật sớm khi Thiện còn quay mặt vào tường ngủ hoặc biết đâu đã thức ở một mùa xuân địa đàng xa xăm nào.

Và bây giờ, cũng vào một ngày đầu xuân nắng đẹp. Nắng mùa xuân của tiểu bang Thiện đang ở thật dễ mường tượng với nắng xuân ở quê nhà. Một thứ nắng nhã làn hơi ấm vàng nhạt dịu dàng. Không như thứ nắng chở gió lạnh lùng gờn gợn nơi Loan ở. Lần đầu, Loan chợt dấy lên ước muốn được dọn về đây để ấm áp cùng nắng. Cảm giác khao khát gần gũi một âm hơi đầm ấm làm hai mắt nàng vụt cay nồng. Dù sao lần này Loan nhất định sẽ đòi Thiện rũ áo. Chiếc áo cà sa trên người Thiện không thể làm khổ nàng thêm nữa.

Thiện đang giết chết dần mòn một người thì phúc đức ở chỗ nào? Loan tưởng tượng đến đôi mắt thoát tục và bộ mặt hân hoan như được giải thoát của Thiện lúc thiền định mà hậm hực vô cớ.

Có điều Loan không thể ngờ rằng bàn tay nàng không bao giờ còn cơ hội chạm đến nếp áo cà sa của Thiện, nói gì đến những ước nguyện gắn bó kia. Loan lùi dần, lùi về một chiếc ghế gần đó vì hai chân nàng sắp khụy xuống. Nàng vừa chưa kịp thở với quãng đường dài ngoằn ngoèo leo dốc đã phải đụng ngay đám người lô nhô với giọt ngắn giọt dài. Họ nói lao xao xung quanh, mỗi người mỗi tin tức mà nàng gom lại như câu chuyện kể huyền sử: "Ai dè thầy Thiện tự thiêu hôm qua, đang quàn ở nhà đòn. Trước khi nhập Niết Bàn, thầy đã chuẩn bị sẵn thư tuyệt mạng cho chính quyền, có lẽ vì sợ chùa chiền gặp liên lụy rắc rối. Nghe nói thầy Thiện đã chết cho quê hương, vì quê hương Việt Nam, cho những thân phận con người mà lại không được sống như giống người. Những bắt bớ, những giam cầm, những tu sĩ và muôn loài chúng sinh đang khổ ải ở quê nhà. Đó là những tiếng kêu cứu tắt nghẹn trong bể khổ trầm luân nên thầy ra đi. Thầy muốn được hỏa táng, rải hài cốt dọc theo bờ biển Thái Bình Dương để quay tìm về cố hương. Tội nghiệp thầy còn trẻ quá. Mấy chú tiểu kháu nhau phải đúng một tuần mới làm lễ trà tỳ, lễ hỏa táng ấy cho thầy lận. Không hiểu sao phải lâu như vậy."

Không ai để ý Loan bỗng nhiên quỳ sụp xuống trước bàn thờ. Loan biết chắc lòng Thiện lúc đó rất thanh thản như một kẻ đã tu thành chính giác. Nàng tưởng tượng gương mặt Thiện hết sức trầm tĩnh, lâng lâng trong niềm hạnh phúc thoát tục. Chàng ngồi đó dưới cây cổ thụ, hai chân đan tréo, dáng điệu siêu phàm hướng về phía mặt trời đỏ nhừ sắp rụng xuống bên kia đồi. Đôi mắt của Thiện, đôi mắt đã làm mềm lòng nàng và dưới bóng rợp cao ngất của gốc cây già chiều qua, Loan chắc đôi mắt ấy cũng đã làm quỷ dữ rụng rời quy phục. Khi mảnh ráng chiều sắp tắt, Loan hình dung cảnh tượng xung quanh chàng lúc ấy chỉ còn đôi mắt Thiện lung linh hư ảo. Gió xuân bỗng ngừng thở, những hàng cây cao cũng lìm lịm ngất ngây và đám cỏ xanh rạp mình phủ phục khi Thiện tẩm xăng nhắm mắt chìm vào lửa đạo.

Kỳ thực vẫn còn một điều có lẽ không quan trọng mấy, đó là nghìn năm sau chuyện tình nàng với Thiện sẽ chẳng một ai biết đến. Loan cũng không tài nào hiểu được lý do gì đã khiến Thiện âm thầm chọn ngày nàng đến để ra đi. Có thể Thiện chỉ muốn đánh động vào bản tâm của nàng, mong nàng thấy được bản tánh yếu mềm của mình chăng? Tình yêu ở đâu, tâm tánh ở đâu, Loan biết rồi đây nàng sẽ còn thắc mắc mãi! Làm sao Loan có thể trực nhận được tâm tánh và tình yêu của Loan, khi nàng chưa thể gạt bỏ mọi tưởng tượng nàng lỡ thêu dệt bấy lâu nay. Thì thôi Thiện mãi mãi là vầng mặt trời rực rỡ và cao ngạo Loan suốt đời chỉ biết ngước lên ngưỡng vọng. Dù sao thứ mặt trời ấy cũng đã mọc lên một tình yêu tinh khôi để vĩnh viễn soi sáng trái tim nàng tăm tối.

Nguyễn Thị Thanh Bình

'văn chương hạ giới rẻ như bèo'
cụ Tản Đà than giữa gió reo
đêm sâu nằm mộng lên tiên giới
hầu trời hứng khởi mở lòng treo

từ đó đến nay lâu lắc rồi
chữ nghĩa thần tình vẫn vậy thôi
rẻ tuy có rẻ nhưng không thiếu
quân tử thuyền quyên quí của trời
LH

Đi Chùa Ngày Tết
NGUYỄN ĐÌNH PHƯỢNG UYỂN

Dặn con gái đi chợ mua bánh trái về cúng giao thừa. Chị "Dạ" to lắm, hết sức hào hứng.

Về đến nhà, thấy chị bày trên bàn túi lớn túi bé. Hai quả Dừa đã gọt vỏ xanh còn lại lớp xơ trắng phau, bọc ni lông mỏng, trong vắt. Hai quả Đu Đủ chín vàng. Ba quả Xoài to, thơm phức. " Không có bán Mãng Cầu, mẹ!" Con tôi rành gớm, đủ bộ cúng bái. "Mua Vải cũng được." "Có. Con mua rồi." Chị còn mua Vải loại đẹp để cúng, loại xâu xấu, rẻ tiền ăn ngay.

"Bánh Chưng mắc quá, con mua hai cặp bánh Tét. Một cặp chay để cúng Phật, cặp mặn cúng giao thừa". Chu đáo thế! Quả Dưa Hấu mua từ ba bữa trước, chưa xẻ, đem ra cúng luôn. Con gái còn mua hai bó hoa Cúc, một vàng, một đỏ bầm. Thế là bàn thờ năm nay xôm tụ quá xá.

*

Như mọi năm, con cái đi đánh trống múa lân, chín giờ tối tôi đã bày bàn thờ …. "giao thừa" - giờ này mà "giao" cái gì? – ra thắp nhang lễ bái. Lòng có chút áy náy. Chả nhẽ khấn: "Xin lỗi các cụ, con phải dẫn lũ trẻ lên chùa múa lân. Đúng mười hai giờ, các cụ bay về nhà con thì cỗ đã lạnh, nhang đã tàn... Các cụ thông cảm..." Tổ tiên mà đọc được suy nghĩ của mình, chắc sẽ "chưởng" cho vài phát.

Chùa và dãy nhà quanh đấy cúp điện tối om. Chuyện hy hữu. Thợ thuyền, xe cẩu tới sửa chữa. Mọi người mò mẫm trong bóng đêm. Lác đác vài ba ngọn nến đặt trên bàn thờ các vị thần linh, hắt ánh sáng mờ ảo trong sân chùa và trong chánh điện.

Quầy thức ăn bày sát cổng để bán cho khách đến viếng chùa. Bàn ghế có sẵn, bạt giăng phẳng phiu, che nắng che mưa cho thực khách muốn ăn tại chỗ. Muốn đem về thì mua những thứ để trong hộp nhựa. Cúp điện, không ai thấy hàng hóa, người bán nhanh nhẩu buông lời mời mọc.

Phòng ăn có trang bị máy phát điện. Tiếng ca sĩ hát cải lương, hát nhạc xuân… hòa cùng tiếng ghi ta, tiếng orgue vọng lên tận sảnh chính.

*

Có điện. Đèn bật sáng.

Gọi con cái vào chụp với bố mẹ một tấm hình làm kỷ niệm, con nhăn nhó, "Lân sắp múa rồi". Nhìn đồng hồ, mới mười một rưỡi. Lạ!

Một tiếng hô, trống nổi dồn cùng với tiếng chập cheng đinh tai nhức óc. Mọi người túa ra ngoài hành lang. Lân vùng vẫy trong sân, leo cầu thang, lên chánh điện nhảy nhót xong lại phóng ra cổng.

Pháo nổ lốp bốp. Ba con Lân trườn mình, quấn vào nhau. Ông Địa chạy te tái dưới làn khói thơm. Dây pháo dài thế mà chỉ đốt được chừng một hai phút.

Tiếng kinh cầu è à đón chào năm mới bắt đầu vọng ra. Tôi nhìn đồng hồ 11:45 phút.

Ủa? Lân múa sớm đã đành, pháo phải nổ đúng 12 giờ hay ít nhất kinh cầu phải bắt đầu bằng giờ giao thừa chứ.

Hỏi, được nói làm sớm để mấy đứa trẻ múa Lân và Phật tử không về trễ quá, ồn ào sợ hàng xóm chung quanh phàn nàn... Giờ giao thừa không còn mang ý nghĩa đặc biệt của nó nữa.

Chục năm trước nghe đồn ở chùa đó... đó... đêm Ba Mươi, thường đốt dây pháo dài thật dài, vui lắm. Quê nhà cấm đốt pháo đã lâu, mình mới qua Úc, họ hàng không một ai, giao thừa đến chùa nghe pháo nổ, còn gì bằng?

Vợ chồng con cái tí tởn thắng bộ, nhắm chùa thẳng tiến. Tài xế phu quân cầm vô lăng chưa thuộc đường, GPS thời ấy còn nằm trong não mấy nhà khoa học, trời tối, mình nhìn bản đồ giấy chưa quen, í á, quẹo chỗ này, thẳng chỗ kia, quay đầu lại... mãi mới đến nơi.

Bãi đậu mênh mông hà địa, xe chen đông nghịt. Từ xa đã nghe tiếng nhạc nhọt, ca hát vọng ra. Đến gần thấy sân khấu to, chiếm gần hết mặt tiền chùa. Ca sĩ ăn mặc sang trọng, ren rủng, hở cổ hở ngực, môi son má phấn rực rỡ. Nghe đâu chùa mời cả ca sĩ thượng thặng về hát.

Trong chùa bán nhiều thức ăn bắt mắt. Ai đói cứ việc bỏ tiền ra mua. Mình đi từ tám chín giờ tối, chờ đến mười hai giờ đêm, phải dằn bụng món gì chứ, nhất là trẻ con, thức ăn bày trước mắt, sao bắt nó nhịn được.

Ăn xong, chúng tôi đi viếng chùa, ngồi nghe ca nhạc, chờ đến giờ hoàng đạo. Con nhà mình mới chín mười tuổi, ngáp ngắn ngáp dài nhưng vẫn ráng thức.

Dây pháo dài, uốn lên lượn xuống mấy vòng trước cổng chùa. Chuyên viên chất nổ được mời đến để chăng pháo và để... đốt, không phải như bên nhà, trẻ con người lớn, ai không sợ thì cứ việc quẹt diêm, dí vào phong pháo rồi chạy. Các chuyên viên này ngồi đằng xa, máy móc dây nhợ nhì nhằng... khi nào cần họ sẽ bấm nút là pháo được mồi lửa. Quanh dây pháo là hàng rào sắt ngăn chặn khách khứa đến gần, phải có khoảng cách an toàn cho tất cả mọi người, tránh thương tích.

Mười một giờ hơn, mọi người nhốn nháo tìm một chỗ ngon ngon, gần rào chắn để xem cho rõ. Kém năm phút, cả đám đông chộn rộn, chen chúc giương mắt ra chỗ pháo giăng. Con tôi mỏi chân, ngồi thò mặt ra hàng rào sắt, chờ đợi. Tiếng gõ mõ tụng kinh khuếch tán qua mấy cái loa đặt trên sân khấu nghe rõ mồn một dù đứng ở xa tít.

Mười hai giờ. Trẻ con căng mắt. Mình nín thở. Mọi người nhìn chằm chằm vào chuyên viên chất nổ.

Mười hai giờ hai phút... bốn phút... bảy phút... kinh kệ vẫn chưa dứt, pháo vẫn chưa nổ....

Mười lăm phút trôi qua.

Trẻ con mệt nhoài. Bộ áo dài khăn đóng của mấy anh chị nhí xộc xệch, lếch thếch, mồ hôi mồ kê nhễ nhại... Tiếng trẻ râm ran, "Sao kỳ vậy mẹ? Bảo mười hai giờ đốt pháo mà!", "Bố ơi con buồn ngủ. Sao giờ này chưa đốt pháo?", "Pháo đâu? Con chờ lâu lắm rồi!", "Con muốn về"...

Có ông bố phang, "Ráng chờ nửa tiếng nữa đi con." Trẻ phụng phịu, nhăn nhó, ngáp chảy nước mắt.

Pháo nổ lúc mười hai giờ hai mươi. Chả còn ai thấy hứng thú. Con tôi nép mặt vào chân bố mẹ, oải, chỉ mong về nhà nhảy lên giường.

*

Khi tôi về Làng Báo Chí, năm 1972, đã thấy chùa Kỳ Quang xây dựng hoàn tất ở đầu đường An Phú, chỗ xa lộ quẹo vào. Cho đến thời điểm này, chùa vẫn nằm yên bình nơi ấy.

Chùa có tượng Phật Bà màu trắng đứng sừng sững ngoài sân. Từ đường cái nhìn vào đã thấy đầu Phật Bà to tướng, cao ngất, lấp ló sau mấy hàng cau xanh.

Sảnh chính có tượng Phật Thích Ca hiền hòa, vòng hào quang bằng điện phía sau đầu tỏa sáng quanh năm. Tượng khổng lồ chiếm nửa sảnh đường rộng. Hồi bé, bức tượng làm tôi sợ vì nó to quá. Có cái gì rất uy nghiêm từ ông Phật làm trẻ con không dám quấy phá, nghịch ngợm. Mắt ngài nhìn xuống như thấy hết mọi tội lỗi của trẻ, giấu không xong đâu. Tôi luôn lấm lét nhìn vào mặt Đức Phật, thắp nhang rồi nhanh chóng quay đi.

Chùa trở thành nơi tụ họp của dân làng mỗi ngày rằm và nhất là mùng Một Tết.

Đêm giao thừa, chùa vắng vì ai cũng phải về nhà lo họp mặt, cúng bái, đưa rước ông bà, đốt pháo... Có lần thằng em mê bầu cua cá cọp, mười hai giờ năm phút mới chạy về đến cổng, mặt tái mét. Bố mẹ giận lắm, quắc mắt nhưng không la lối gì. Đã đến giờ kiêng kỵ, không ai nặng nhẹ, mắng mỏ con cái vào ngày Tết, sợ xui cả năm. Giờ phút này, ai còn ở ngoài đường tức là không có chỗ để về hoặc vạn bất đắc dĩ không về được, đáng thương !

Mọi nhà đều canh đúng mười hai giờ đêm để đốt pháo. Chùa

càng phải chính xác hơn. Mình chỉ đón ông bà tổ tiên. Chùa phải đón thần thánh, Ông Thiện, Ông Ác, rồi bao nhiêu vong linh nương nhờ hương khói cửa Phật... Mấy vị này không " thông cảm" cho thầy trụ trì đâu. Khuya, đốt pháo xong, nghe tiếng chuông chùa ngân nga từ xa, thấy đời sống sao mà thanh bình, sao mà mộc mạc dù thực tế không phải vậy.

Hôm sau, mùng Một, trước khi đi thăm họ hàng, chúng tôi ghé vào chùa dâng lễ đầu Xuân, nhân tiện chúc Tết hàng xóm láng giềng, những người cùng ghé đây viếng Phật.

Chùa mở rộng cửa đón khách thập phương, khói hương nghi ngút nhưng vẫn tĩnh lặng. Người ra kẻ vào gắng không gây tiếng động, tôn trọng không khí trang nghiêm, tôn trọng lòng thành kính người đến thắp nhang bàn thờ ngày Tết.

Xôi chè bày trên bàn khách, sư thầy, sư cô mời mọi người cứ tự nhiên dùng.

Thời gạo châu củi quế, lũ trẻ như tôi khoái ghé chùa vào ngày rằm để thưởng thức bữa cơm trưa miễn phí. Nào là cơm trắng, đậu hũ kho, rau xào, canh bí... Ăn xong còn có trái cây, chè tráng miệng.

Nghĩ xem, quanh năm suốt tháng cứ quất bo bo, mì sợi, cơm chùa như thế làm sao không cám dỗ? Tôi chả cần biết thầy trụ trì kiếm đâu ra tiền để thết đãi người làng và khách phương xa, tôi ráng ngồi khoanh chân, chắp tay nghiêm chỉnh đọc kinh, cốt để mọi người nghĩ mình thành kính cúng Phật chứ không phải mình đến đây để ăn, xong bài kinh, trẻ con, người lớn túa xuống phòng khách... xí chỗ. " Đồ chùa" mà !

Hồi đó còn có bài hát:
Anh đưa em đi chùa
Chùa hôm nay có chuối
Anh đưa em đi chùa
Chùa hôm nay có chè
Thầy chùa nhắm mắt đọc kinh
Chúng ta đua nhau sực chuối
Thầy chùa nhắm mắt đọc kinh
Chúng ta đua nhau sực chè

Vậy, mình đói khát, thèm thuồng cứ việc ra chùa thọ chay, đâu có gì là xấu, là kỳ cục đâu. Chân lý của tôi đấy.

Vài lần tôi thấy Thầy trụ trì xắn quần, xắn tay áo, cong lưng, bì bõm trồng lúa ngay thửa ruộng trước mặt chùa. Hóa ra thóc gạo chúng tôi ăn là từ đây... Vất vả thế mà lúc nào cũng thấy Thầy tươi tỉnh, hiền hòa. Ở Thầy toát ra sự đôn hậu, chân thành, an nhiên, tự tại.

Lâu lắm rồi con không về chùa, không biết Thầy còn hay đã mất? Chùa bây giờ có cho khách khứa đến thọ chay miễn phí như xưa? Cảnh chùa còn thanh tịnh, gió thổi tứ bề? Nhớ hoài những lúc ngồi bệt xuống đất tụng kinh, sàn nhà được lau sạch sẽ, đít mát, chân cũng mát. Sau bài kinh, nghe thầy nhồi trống, cô thỉnh chuông, tưởng chừng như các vị Phật đang oai nghiêm bước khỏi đài sen, tiến dần ra cửa chánh điện rồi bay lên trời...

*

Hơn hai mươi năm Việt Nam cấm pháo. Chùa Kỳ Quang làm gì để đánh dấu thời khắc giao thừa, điểm giao thoa giữa năm cũ và năm mới? Bài kinh của Thầy có bắt đầu vào đúng mười hai giờ đêm?

Ở phương xa, một mình không làm nổi cái Tết nên tôi đến chùa, nơi nhiều người Việt tụ họp, mong tìm lại chút phong tục tập quán, 'ôn cố tri tân'...

Cậy nhờ người khác. Họ cho thế nào, biết thế ấy. Đòi hỏi, ước ao chi cho mệt.

Năm sau có đi đón giao thừa trong chùa nữa không?

Con cái còn đánh trống cho đội Lân - Quan trọng lắm. Lân mà không trống còn thảm hơn ' Kỳ vô phong' – dù pháo có đốt trật giờ, Lân có múa sớm muộn... yên tâm, Tết, mẹ vẫn hồi hộp chờ con gióng trống.

Nguyễn Đình Phượng Uyển
29/1/2020

Thư Xuân Gởi Má

NGỌC ÁNH

Má à,

Con viết thư cho Má trong cái lạnh thấu xương của mùa đông nước Mỹ, thỉnh thoảng cũng có vài cơn mưa bất chợt làm con nhớ Má vô cùng. Cây mai trước nhà Má lặt lá hôm rằm chắc đang chớm nụ, không biết có kịp bung hoa sáng mồng một cho Má vui, tội nghiệp nó cũng suýt bị trộm mấy lần nên Má cột cả gốc lẫn cành bằng dây xích vào cửa sắt cho an toàn, ai thấy cũng cười, cái xứ gì lạ, tới cái cây, con chó cũng bị trộm vặt. Con nhớ vợ chồng ông Hai trong hẻm nhỏ của mình sáng nào cũng thức sớm nhúm bếp luộc khoai chuối bán quanh năm mà vẫn không đủ sống, vay nợ bà Bảy cứ đến chiều ba mươi là bị bả đứng chửi tới nửa đêm. Con nhớ tiếng rao chè khuya não nuột của cô Tư đầu xóm bán ế quảy gánh ngang nhà. Con nhớ bác Tám xích lô hay ngủ tạm trước hàng ba nhà mình chờ sáng chở mấy đứa nhỏ đi học kiếm chút tiền cơm... Họ nghèo từ mấy chục năm nay rồi, Tết này họ ra sao hả Má?

Khi biết con ở trên núi, Má hỏi ở đó có nhà cửa, chợ búa gì không, Má tưởng nó heo hút lắm vậy, thật ra nó chỉ là thành phố nhỏ ít người Việt nên Tết đến cũng lặng lẽ bình thường, nhưng cách đây chừng hơn giờ lái xe là khu Bolsa của California thì Má sẽ thấy sắc Xuân về ngay trước mắt. Hình như người Việt ở đây họ có phép thuật của ông Thần Đèn Aladdin nên họ đã ôm nguyên cái chợ Bến

Thành của Má qua vùng này khiến không khí tưng bừng rộn rã không kém gì *bên bển*, mà hổng chừng còn xôm tụ hơn nữa. Hoa trái đủ đầy, tươi ngon mơn mởn, kẹo bánh thì đủ loại ê hề, Má sẽ hỏi: *"Có bánh tét dưa món, có thịt kho hột vịt hay tôm khô củ kiệu như bên này không?"* Xin thưa với Má là *nhóc*!

Và còn chắc chắn với Má một điều là thực phẩm ở đây an toàn bậc nhất, Má không sợ ăn heo bệnh hay cá ngậm hóa chất, rau cải bị phun thuốc trừ sâu độc hại, có lò bún tươi bánh hỏi, chả lụa, lạp xưởng làm bán quanh năm. Người Việt mình ở đâu cũng giỏi hết Má ơi!

Ở mấy tiểu bang xa xôi khác ít cư dân Việt thì con không chắc, nhưng ở vùng này cái gì cũng có Má à, hầu hết người xa xứ đều có chung tâm trạng hoài hương, đều đau đáu nỗi nhớ quê nhà, nhất là mỗi khi Tết đến trong lòng những người lớn tuổi cỡ con đều rưng rưng nhớ cái thời êm đềm xưa cũ. (Xưa cũ đây là trước khi miền Nam thất thủ, chớ hổng tính hồi sau này khi bọn CS Bắc Việt tràn lan, Tết trở nên bát nháo chụp giựt với nhiều hình thức tệ hại làm suy đồi giá trị đạo đức và ý nghĩa văn hóa của Tết cổ truyền dân tộc như phong bao quà cáp hối lộ cho quan chức, cờ bạc rượu chè say sưa bí tỉ kéo dài tới ra giêng gây nên biết bao hệ lụy cho gia đình làng xóm, tổ chức những lễ hội sát thủ như đâm trâu mổ lợn, đình miếu thì bày trò cướp ấn giật lộc, chùa chiền thì biến nơi tôn nghiêm thành chỗ kinh doanh thần thánh... Càng nói càng ngán ngẩm).

Mà hồi đó Tết vui thiệt nhe Má, dù trong thời chiến nhưng vẫn thấy bình an trong lòng, trẻ con thì nôn nao áo mới và tiền lì xì, người lớn thì tất bật sắm sửa cho *"ba ngày Tết"*. Nói là ba ngày mà sao rình rang lắm vậy, ở quê bà thì *quết* bánh phồng, *sên* mứt, gói bánh tét, ông thì lặt lá cây mai, săm soi mấy chậu cúc vạn thọ... Trên phố chợ thì mấy chị lo giặt mùng màn, trang trí nhà cửa, chợ búa mua sắm đủ đầy, các ông thì sắp xếp chương trình để dẫn vợ con về thăm bên Nội bên Ngoại, chở mấy đứa nhỏ đi Hội chợ Xuân coi hát xiệc, đu quay... Nam thanh nữ tú dập dìu trên những con đường lớn, cũng ngựa xe như nước mà đâu thấy tai nạn giao thông hà rầm như ngày nay.

Từ thành thị đến thôn quê, nhà nhà đều rộn rã suốt sáng đưa ông Táo cho đến khuya đón Giao thừa, dù giàu nghèo gì cũng phải sắm sửa tươm tất trong ba ngày Tết coi cho được, bàn thờ lư hương chà sáng bóng, mâm ngũ quả không thể thiếu "cầu dừa đủ xoài", dân mình thiệt thà khiêm tốn, chỉ mong đủ thôi hả Má. Mấy ngày này nhang đèn phải thường xuyên cho ấm cúng trong nhà, bữa cơm cúng ông bà luôn có khoanh bánh tét, dĩa thịt kho, dưa giá, tô canh hủ qua hầm...

Trời ơi càng nhắc càng nhớ thắt thẻo ruột gan Má ơi, nhớ dáng Má quỳ lom khom trước cái bàn kê ngoài sân với dĩa trái cây, bình bông vạn thọ, hai cây đèn cầy, ba chum nước để cúng Giao Thừa. Giây phút thiêng liêng giữa trời đất giao hòa, Má khấn, "Đất đai viên trạch, thần hoàng bổn cảnh chư Thiên chư Phật bốn phương tám hướng để cầu nguyện cho quốc thái dân an, đất nước không còn chiến tranh bom rơi đạn lạc, xóm làng mọi người yên ổn làm ăn, gia đình sum họp, ai cũng no cơm ấm áo, con cháu trong nhà an vui khỏe mạnh." Lời cầu nguyện của Má năm nào cũng bao nhiêu đó, tụi con quỳ sau lưng nghe riết rồi thuộc lòng, tuyệt nhiên không có câu nào *xin xỏ* phúc đức cho Má trong khi tụi con cứ *"mỗi năm mỗi thắp đèn trời, cầu cho cha mẹ sống đời với con."*

Mà cũng linh nghiệm nhe, dù chỉ trúng có phần nào, Má cầu nguyện cho quốc thái dân an nên chiến tranh bom đạn chấm dứt thiệt, nhưng tàn khói lửa hơn 44 năm mà lòng dân đâu đã yên ổn? Hòa bình lâu rồi Bắc Nam sum họp một nhà mà sao vẫn thấy hừng hực lửa của bạo tàn bất công áp bức, đốt cháy niềm tin hy vọng của mọi người trong cuộc sống nhọc nhằn hôm nay. Má từng này tuổi, sống giữa hai lằn đạn, trải qua những năm tháng chiến tranh và hòa bình, Má vô tư như Nữ thần Công Lý để soi xét quá khứ và hiện tại mà luận án đúng sai. Má cũng thấy rồi đó, hòa bình đâu có nghĩa là độc lập-tự do-hạnh phúc? Bọn họ cai trị đất nước này ngày càng tồi tệ, rách nát. Má cũng biết rồi đó, tham nhũng từ trên xuống dưới, tụi khốn đó ăn không chừa cái thứ gì. Chưa bao giờ dân mình khốn khổ đến như vậy.

Con xin lỗi Má phải lắng nghe những lời ta thán này, và cũng xin lỗi Má có đứa con hèn nhát không dám về để đứng lẻ loi giữa chợ Bến Thành giăng biểu ngữ *"Đả đảo Cộng Sản hèn với giặc ác với dân"* cho tụi nó lôi con vào đồn uýnh hộc máu và xác con bị... treo cổ vì tự tử! Một cái chết lăng nhách mà nếu có xảy ra chắc Má còn đau lòng hơn nữa. Nên thôi. Xuân này con không về!

Nhưng con hứa với Má nếu con trở về thì con sẽ hòa vào dòng người phẫn nộ như bên Venezuela để giật sập cái chế độ CS độc tài thối nát mà bao nhiêu năm nay lòng dân phẫn uất căm hờn. Má đừng nghe ai nói có đứa con phản động rồi giận rồi buồn nhe, trong bầy con ngoan hiền của Má, nếu có đứa gan trời ngang ngược thì cũng là chuyện bình thường, Má từng dạy con không được cúi đầu hèn hạ trước sự bất công thì lẽ nào bây giờ con lại vô cảm thờ ơ khi nhìn những điều nghịch lý diễn ra hàng ngày trên đất nước mình. Tết này Sàigòn mình có hàng triệu gia đình sống trong cảnh màn trời chiếu đất, lạnh lẽo thiếu thốn, không hẳn là tại họ nghèo mà tại vì chính quyền đã cưỡng chiếm đất đai, phá nát nhà cửa, đẩy cuộc sống của họ vào chỗ lầm than cơ cực trong những ngày cuối năm. Má nghĩ có phẫn uất không?

Còn mấy ngày nữa là Tết, bọn trẻ thì vẫn đi cày bình thường vì bên này Lunar New Year đâu có ý nghĩa gì tới nước Mỹ, chỉ có người Việt mình ì xèo mấy bữa trước tết thôi, nhiều gia đình cùng nhau gói bánh chưng bánh tét hầm trong nồi áp suất nhanh hơn là *canh bánh chưng chờ trời sáng*” như hồi xưa, (thật tình con vẫn thích nấu bánh tét bằng lò củi, ngồi canh mà chơi bài tiến lên thì đâu có buồn ngủ Má ơi).

Rồi cũng bông hoa đầy nhà, mai vàng hơi mắc nhưng thay vào bình mai Nhật hoa vàng li ti cũng đẹp lắm, lan và đào thì rực rỡ... Giao thừa mọi người quần áo thanh lịch trang nghiêm đi lễ chùa hay nhà thờ lắng nghe lời rao giảng bình an. Tụi nhỏ được dịp mặc áo dài bập bẹ vài câu chúc Tết ông bà bằng tiếng Việt mà ba má nó dạy sẵn để nhận bao lì xì vui vui, sau đó kéo ra phố Bolsa coi múa lân đốt pháo, chơi bầu cua cá cọp... Con nghĩ tất cả những gì họ làm bên này trong ngày Tết chỉ là an ủi cuộc sống tha phương và nguôi ngoai nỗi nhớ nhà. *Quê hương mỗi người chỉ một* mà Má, có thể bầy cháu nhỏ của tụi con sẽ không cần biết Quê Hương là gì, nhưng tụi con thì rất nhớ, luôn luôn nhớ Má ơi!

Đón Tết ở xứ người đủ đầy hương vị quê nhà, nhưng sao vẫn thấy thiếu vắng một vòng tay ôm thắm thiết của Má, gọi Face Time thấy gương mặt Má mờ mờ và nụ cười móm mém trong màn hình, Ơn Trời, cầu cho Má khỏe mạnh để đợi con về nhe Má.

Ngọc Ánh

Mùa Xuân Đen
HỒ CHÍ BỬU

Thụy thay đổi cách nằm. Tiếng loa từ câu lạc bộ vang đến. Tiếng hát Thái Thanh... "Em hỏi anh… em hỏi anh... bao giờ trở lại... Xin trả lời mai mốt anh về..." Về đâu? Làm sao mà về ? Thụy ngồi dậy. Với lấy bao thuốc lá. Một điếu cày lên môi. Chiều ba mươi trong trại lính buồn chết được. Thụy bước xuống câu lạc bộ. Câu lạc bộ vắng hoe. Bà chủ ngồi ngáp ruồi.

Thụy lại trở về phòng. Vẫn chiếc ghế bố thủy chung nằm đó. Lầm lỳ vô tội vạ. Tựa lưng vào bao cát. Thụy lại mồi tiếp điếu thuốc nữa. Một bức ảnh khỏa thân của nước ngoài được anh lính cắt dán nơi tủ đựng thức ăn. Giống quá. Giống em nhất là đôi mắt Kim ạ. Tháng rồi về phép, anh có đến nhà em. Nhưng mẹ em nói em đã đi công tác trên Pleiku. Chắc em vẫn vậy. Cô bé tổng đài điện thoại khả ái. Có giọng nói Bắc kỳ dễ thương. Chắc cũng như ngày xưa. Chắc vậy.

Thụy đi về phía cổng chánh. Anh tân binh vẫn còn ngồi đó. Chắc đang nóng lòng chờ đợi người thân. Thụy cười cười :

- Người thân cậu chưa đến sao?

- Sao mẹ em đến giờ chưa thấy, Đại úy ạ!

Gã hỏi xin Thụy điếu thuốc lá. Thụy trao nốt bao thuốc còn lại cho gã:

- Cất hút đi, tôi còn trong phòng mấy gói!

Gã nói cảm ơn. Thụy đi qua cổng chánh, định đến thư viện Onlei mượn vài cuốn sách. Thật ra, chỉ là cái cớ để tán gẫu với cô bé quản thủ thư viện cho đỡ buồn. Cô bé khá xinh. Mỗi lần Thụy đến cô bé cứ gạ hỏi tuổi hoài. Thụy cười gừ gừ trong cổ họng. Tuổi tác làm gì không biết nữa! Bỗng Thụy giật mình thảng thốt. Ai giống Túy quá. Đúng là Túy rồi, đang đứng nói chuyện với anh tân binh xin thuốc Thụy lúc nãy. Thụy cố bỏ đi nhưng Túy đã thấy Thụy, cô gọi to, Anh Thụy! Trong tình trạng chẳng đặng đừng, Thụy đành quay lại. Túy đến hồi nào vậy? Em mới tới, đây là An, em trai của em. Hôm nay mẹ bận công việc nên em thay mẹ lên thăm An. Chào anh Thụy đi An. Thụy bắt tay An. Đâu ngờ cậu đây là em của Túy. An đưa mắt nhìn Thụy, Thụy vội nói Túy với tôi là bạn học, đâu ngờ cậu là em của Túy?!

Mà làm sao ngờ được, đứa con gái học chung lớp 12 thi rớt đại học, buồn tình đi làm ca sĩ. Đúng là Túy có chất giọng giống như Hà Thanh. Lúc còn đi học đã đạt nhiều giải văn nghệ toàn trường. Nghỉ học, Túy đi hát cho nhà hàng TT. Dạo đó Thụy bị mê hoặc giọng ca của Túy hay bị u mê vì sắc đẹp của cô nàng mà đêm nào cũng đến TT nghe Túy hát. Vào một đêm, đã xảy ra xô xát giữa Túy và một anh chàng say nhừ tử. Thụy nhảy ra làm 'anh hùng cứu mỹ nhân'. Không biết vì cảm tình hay đền ơn. Đêm đó Túy theo Thụy về căn gác nghèo ở đường Cống Quỳnh. Sau cái đêm định mệnh đó, Thụy nhiều lần tìm Túy mới hay cô nàng ra Vũng Tàu lập nghiệp. Theo thời gian, những cuộc tình tuổi nhỏ phai đi. Túy giờ như một bóng mờ trong Thụy. Thụy cúi đầu chào Túy xin phép phải đi vì có hẹn với một người bạn. Thụy từ giã hai người bỏ lại cái nhìn khó hiểu của An.

Bà chủ câu lạc bộ trả lời hết 33 rồi Đại úy ơi, chỉ còn bia lớn thôi. Ừ, thì cái nào cũng được, cho bốn chai nữa đi. Thụy rót vào ly của gã chuẩn úy vừa về trình diện BTL sư đoàn. Uống nữa được không? Rượu bất khả ép à!? Uống chứ Đại úy. Buồn quá mà. Viên sĩ quan trẻ vừa ra trường trông rất bụi đời. Gã cầm ly lên cụng vào ly Thụy. Uống đại ca. Thụy cười lùng bùng trong cổ họng. Trông cậu giang hồ dữ há? Dân thành phố mà Đại úy. Đại úy cũng ở Saigon hả?

Ông cụ bà cụ còn không? Tịch rồi. Lên đường khi tao vừa lên đại học. Kể cũng buồn há? Ông có xe gắn máy không? Bà phước không cho tao mua. Gã cười cười. Nếu làm ở BTL được, em đem chiếc Vespa lên đi cho sướng. Nếu con mẹ gì, cậu có chân trong CCCC làm việc ở đây là cái chắc. Rót rượu ra ly gã hỏi tiếp. Tay Đại úy bị sao vậy? Một trận càn trên rừng lá. Nói về cậu nghe chơi. Em à, có gì đâu Đại úy. Tốt nghiệp đệ nhị cấp xong em nghỉ học. Nhà em trên Tân Định. Từ Hai Bà Trưng lên Tân Định thằng nào nghe tên em mà không ngán. Lúc đó em có yêu một ca sĩ hát ở nhà hàng TT. Ca sĩ Linh Túy đó. Đại úy biết không, con nhỏ có mái tóc thề và cái răng khểnh. Có một đêm, cô ta hát, thằng Tùng bạn em, nó thách em dám hôn cô bé không. Em chơi liền, bị cô bé tát cho một cái. Khi không có thằng nào nhảy vào can thiệp. Nó đánh em và thằng Tùng tơi tả luôn rồi dẫn cô bé đi mất. Mấy năm đó ba em còn làm việc, quen với mấy ông trong quân đội nên dễ làm giấy miễn dịch, sau nầy ba em về hưu. Họ hốt em vào quân đội. Thì đi có sao đâu, ai sao mình vậy mà... Uống tiếp Đại úy. Chơi.

Ừ, thì vào quân đội. Tao cày ngoài chiến trường sáu năm bị thương gãy tay mới về BTL. Trái đất tròn mà. Làm sao không biết Linh Túy, cô gái có giọng nói quyến rũ và cái nhìn cao ngạo. Một đêm làm người tình rồi biền biệt. Vừa gặp lại em sau nhiều năm xa vắng. Tưởng rằng trái tim sẽ rung lên. Nhưng sao nghe dửng dưng kỳ lạ. Tóc chưa hoa râm mà tình như đã bạc. Có phải tôi đó không? Có phải Thụy đó không? Cho thêm đá đi bà chủ. Dzô dzô. Những giọt bia chui vào cổ họng, êm ả như đời tôi trải vào xã hội. Sau một đêm dài mộng mị và bệnh tật. Tôi đã mất em. Tôi đi tìm. Nhưng không biết tìm ở đâu. Nhưng cứ đi, hỡi thằng bé tập làm người hùng. Đi lính đi. Phấn đấu cực kỳ. Mai mốt làm quan. Mặc tình đấu hót. Em út cả bầy và mặc tình tham nhũng.

Nhưng rồi nó cũng vỡ mộng. Sau những năm dài chắt chiu chịu đựng. Tôi trơ mặt ra như gã cuồng ngông. Vì ngông nên không thèm làm thằng tài xế ngày hai buổi đưa con của xếp đi học. Vì ngông nên không chịu đi chợ nấu cơm cho bà tá hai mai để ăn gian tiền chợ. Thần phục các anh. Thần phục những thằng con trai đi cửa hậu. Thần phục lũ người vênh váo, cao ngạo sống trên mồ hôi của lính và cơm áo của cô nhi. Những tên phù thủy biết làm những bài toán mà không phải học ở trường. Với danh hiệu này. Tiết mục nọ. Làm thế nào để dư ra khoản tiền cứu trợ. Thật tình tôi đã vỡ mộng. Nhiều năm dài không giúp tôi quên được người tình sau một đêm chăn gối. Do vậy nên tôi đã im lặng. Im lặng vì không thể ồn ào. Và Thụy đã hài lòng. Hài lòng vì còn sợ hãi. Sự thâm trầm và nham hiểm về với tuổi trẻ quá sớm. Người tình ca sĩ tài ba. Chễm chệ đi lên hồn Thụy bằng bàn chân dẫn thạch. Tình yêu cũng chết.

Nỗi buồn như vết máu chảy dài trên gương mặt. Như lần ngã quỵ trên chiến trường. Tôi là người mê muội. Luôn cổ súy sự trầm mặc và vô tư. Nhưng chính lòng tôi là cơn địa chấn. Là sóng thần? Phải vậy không Thụy? Người lính làm chung phòng chạy đến nói, Thưa Đại úy, người có điện thoại! Thụy vỗ vai gã chuẩn úy. Chờ chút nghe. Thụy đi về phòng nghe điện thoại:

- Alô, tôi, Đại úy Thụy, nghe!

- Đốt anh đi, làm gì lâu quá vậy? Bay bướm hả?

- Hà hả? Bay bướm khỉ gì, nhậu mà!

- Anh cứ nhậu không, sao nói về SG mà không thấy, làm em chờ cả buổi sáng.

- Nhậu có mồi chứ nhậu không hồi nào. Lỡ hứa với em nhưng làm sao về được. Cấm trại mà!

- Xin lỗi đi!

- Nói làm sao?

- Ngây thơ cụ hả?

- Thôi, cuối tháng vậy!

- Đừng có ẩu !

- Thiệt mà, ba tháng rồi anh đâu có nghỉ phép. Láo xe nhà binh cán chết !

- Xe nhà binh thấy sĩ quan sợ gần chết làm sao dám cán?

- Em đang ở đâu đó?

- Saigon!

- Không đi làm sao?

- Nay chúa nhật mà, đi lễ về là em điện cho anh đó.

- Chúa nhật hay thứ tám?

- Là sao?

- Thứ hai em gọi điện cho công ty TM, thứ ba gọi cho Thủ Đức, thứ tư gọi cho Biên Hòa, thứ năm gọi cho Tú ở xuất nhập cảng, thứ sáu gọi cho nhạc sĩ dương cầm ở Gò Vấp, thứ bảy gọi cho Thì ở công xưởng hải quân, chủ nhật gọi cho Tín ở ngân hàng Thương Tín. Còn ngày nào em gọi thăm anh?

- Trả bài đó hả?

- Nói nghe chơi chứ trả bài gì, về SG mới trả bài được...

- Quỷ anh nè. Ghen hả?

- Ừ!

- Thôi nghe, cuối tháng về, em trông đó!

- OK, dứt nhé. Hôn em!

Thụy gác máy. Đi xuống câu lạc bộ. Gã chuẩn úy đã gục từ lâu. Thức ăn theo miệng hắn tuôn lai láng trên nền gạch. Thụy kêu tính tiền và dìu gã về phòng. Từ cặp loa, tiếng hát Elvis Phương vang ra... 'Ta vẫn chờ em trong bao la đồi nương... Trong mênh mông chiều sương... Giữa thu vàng... bên đồi sim trái chín... Một mình ta ngồi khóc tuổi thơ bay…'

Thụy dìu gã về phòng nhưng không thể nào làm chủ được cái thân hình phì nộn của hắn. Đi ngang chậu mai kiểng, hắn quờ quạng và ngã chúi vào chậu mai. Những cánh mai bay lả tả. Chiều ba mươi tết… .

Hồ Chí Bửu

tạ ơn bạn đọc chung lòng
giữ chúng tôi lội ngược dòng trào lưu
chữ trên giấy nuôi tâm người
tiếp tục truyền thống nhiều đời được chăng
luân hoán

Bạn Của Mía
LÊ THỊ THẤM VÂN

Mía có cái túi vải màu đen, trong đó đựng vài bịch nilông chứa băng vệ sinh, tã con nít, nước ngọt, bánh kẹo, hạt đậu khô... mà thỉnh thoảng đi chợ, thấy *sale* giá thật thấp Mía mua để dành, mỗi đầu tháng, trên đường từ nhà thờ về nhà, Mía rẽ xe vào con đường nghèo nhất thành phố, dừng ở ngã tư, vài người đàn bà trung niên và trẻ con vô gia cư ngồi đâu đó, Mía trao cho họ. Việc làm này Mía bắt chước một bà lớn tuổi Mía coi trên tivi hồi còn bé. Mía nhủ lòng, khi nào lớn, đi làm có tiền, Mía sẽ làm như bà ấy. Giấc mơ tuổi thơ duy nhất Mía thực hiện được.

Chúa đã mang đến cho Mía một người bạn yêu quý vì Chúa có lý do thương yêu Mía. Nhưng nhỡ một ngày nào đó, Chúa lấy bạn của Mía dọn đi xa thì cũng là ý của Chúa. Mía nhủ thầm như thể tự dỗ dành. Nếu một buổi sáng đi làm không còn bạn bên cạnh, không thấy bạn cầm ly cà phê đen nhìn Mía cười chào buổi sáng... Thôi, Mía không muốn nghĩ tiếp nữa. Chẳng có ai bên mình mãi được cả chi bằng hãy cứ vui với những ngày có bạn và cũng phải vui khi không có bạn, như trước kia bạn chưa dọn tới thị trấn này. Hãy cứ thương mến bạn. Thương mến với trái tim chân tình chứ không phải vì Mía cần bạn. Mía nhớ hồi đầu gặp bạn ở chỗ làm, mặt bạn lầm lầm lì lì như mất cái gì đó, biết người lấy mà không thể nói ra được. Mắt bạn lúc nào cũng liếc ngang liếc dọc như muốn Mía tránh ra chỗ khác, nên Mía tự động né trước. Mía làm gì cũng nhẹ nhàng, không dám lại gần bạn. Sau này, khi thân thiết bạn nói lúc đó bạn khó chịu với mọi thứ, mọi người là vì đang cai thuốc lá. Mía nghĩ, nếu phải xa nhau thì những con đường, nơi chốn bạn và Mía từng đi qua sẽ không hề xóa nhòa trong tâm tưởng. Mía hy vọng bạn luôn mang theo nó, như Mía. Mong bạn sẽ nhớ những câu chuyện vui lẫn buồn cả hai từng chia sẻ, nụ cười trong im lặng cùng những cái xoa lưng vỗ vai thăm hỏi. Mía mong bạn không còn phải trăn trở một mình trong bóng đêm nhìn trần, tường thở dài nghĩ về đau thương quá khứ hoặc nghi ngờ tương lai. Màu xanh bầu trời, biển cả mù tăm. Mía luôn mến thương bạn dẫu bất cứ bạn là gì là ai là thế nào. Ba giờ sáng, bạn gọi Mía một tiếng là Mía lái xe đến bên cạnh bạn ngay. Bạn cần người nói chuyện Mía sẵn lòng lắng nghe hằng giờ. Bạn cần mua thuốc đau bụng, nhức đầu, giảm sốt là Mía mua ngay. Bạn thèm ăn *taco* bò nướng cay xé lưỡi là Mía sẽ làm cho bạn ăn. Chỉ cần thấy nụ cười trên môi bạn là Mía an tâm. Mía mong bạn đừng tự bịt mắt, rồi mò mẫm đi trong bóng đêm. Trời còn đêm, mắt còn bịt mà bạn tưởng trời đã sáng và đầu óc vô cùng tỉnh táo.

Một lần bạn nói, thời còn nhỏ, khoảng tám chín mười tuổi, bạn mê ngắm trăng. Bởi trăng chẳng bao giờ hạch sách, la mắng, chửi rủa bạn. Ban đêm, qua cửa sổ, bạn nhìn trăng và trăng nhìn bạn. Trăng tỏa ánh sáng dịu dàng, chan hòa cùng hơi thở bạn. Như thể trăng nghe và thở cùng bạn.

Ngày tháng của bạn, hắn và Mía đang trôi qua. Những giấc mơ cả ba chất chứa trong giấc mộng ngày lẫn đêm, lúc tỉnh hay thức. Cả ba đi về ba hướng khác nhau. Hắn chẳng tin vào đời sống này huống hồ sau khi chết. Bạn tin vào kiếp sau, mong được làm người hạnh phúc. Đàn ông hay đàn bà, thuộc xứ sở nào không quan trọng. Còn Mía thì chỉ mong được sống bên cạnh Chúa đời đời, amen. Mọi gánh nặng khổ đau trần gian được trút bỏ. Con bướm đang đậu trên cành cây chanh cũng phải luân hồi bốn kiếp: trứng, sâu, nhộng rồi mới thành bướm. Vòng đời của bướm nhanh hay chậm cũng phải tùy thuộc vào môi trường sống: nhiệt độ và thức ăn. Màu cánh con bướm đang đậu trên cành cây chanh ngoài kia từng là trắng, chuyển sang xanh, chuyển sang xám, cuối cùng chuyển sang nâu. Màu của đất. Để rã tan cùng đất.

Cách đây mấy tháng, bạn đưa Mía đến siêu thị gần nhà. Đang đi Mía nhìn xuống thấy xấp tiền của ai đánh rơi, Mía lượm lên, đếm cả thảy 70 đô. Mía nói với bạn kiếm người trả lại. Bạn nói biết ai đánh mất mà trả. Mía nói vậy thì đến văn phòng siêu thị đưa cho họ, để nếu ai đánh mất thì đến đó mà lấy. Bạn nói Mía đừng có ngu. Người nào đánh mất 70 đô thì tội cho họ thật, nhưng liệu họ không đến lấy thì siêu thị sẽ lấy. Rồi bạn nói, bọn chủ siêu thị giàu gấp trăm ngàn lần Mía. Thôi, Mía cứ giữ lấy mà xài. 70 đô giờ vẫn còn trong ví Mía. Mía không muốn xài 70 đô đó, vì không phải của Mía. Mùa hè năm ngoái, Mía nhận được giải gì đó ở chợ gần nhà. Giải là *coupon* ăn tối hai người ở nhà hàng Tàu dưới phố. Mía hỏi bạn đi không, bạn nói không. Mía nghĩ Mía sẽ đi hai lần thay vì một lần, bởi *coupon* cho hai phần ăn. Khi đến nhà hàng, ăn xong, họ giữ luôn cái *coupon*. Mía xin lại, nói tuần tới Mía sẽ đến ăn lần nữa. Họ nói chỉ được ăn một lần thôi. Trên đường về nhà Mía thắc mắc tại sao kỳ vậy. Được hai phần ăn cơ mà. Cuối cùng, Mía nghĩ ra, chẳng liên hệ đến cái *coupon* được giải nữa. Từ này về sau Mía sẽ không bận tâm khi người khác nghĩ đời Mía hết sức nhạt nhẽo. Mía cứ sống theo những gì Mía muốn. Luật lệ nguyên tắc Mía tự đặt. Tận hưởng những gì Mía sở hữu. Chăm sóc và vui đùa cùng ba chó con. Ăn những món Mía thích. Vậy là quá đủ. Thôi, bỏ qua chuyện nhà hàng Tàu, cô thâu ngân, cái *coupon* không ghi rõ. Dầu gì Mía được bữa ăn ngon không phải trả tiền. Lẽ ra Mía nên cám ơn họ hai lần thay vì một lần trước khi rời tiệm. Mía cứ làm gì Mía thích. Như chuyến đi Ấn Độ chẳng hạn. Mía mỉm cười nhìn ra bên ngoài cửa sổ xe, cây cối phủ đầy bụi đường.

Chớ lừa gạt đàn bà, bạn nói. Đàn bà một khi mà muốn tìm kiếm sự thật thì nhanh nhạy hơn FBI điều tra. Bạn đang nói cho chính bạn chăng? Một lần trong đời bạn bị lừa. Lừa đến độ để mất đứa con đang tượng hình trong bụng vì nghe lời chồng cũ. Ông nói trong hãng ông đang làm rục rịch cho nghỉ bớt nhân viên, có thể ông là một. Bạn lại đang trị bệnh ung thư giai đoạn đầu, vì vậy hãy khoan đẻ con. Bạn nói cho Mía biết rằng, mấy năm nay phải đi khám nghiệm mỗi sáu tháng và uống thuốc đến mãn đời nên tính khí nóng nảy bất thường, hay lo lắng, bồn chồn, dễ buồn vui, mau cáu kỉnh là vì phản ứng thuốc. Rồi bạn nói tiếp, cũng có thể vì bạn đã không giữ đứa con nên tính tình bạn thay đổi. Bạn nói sao Mía nghe vậy. Vài tháng sau khi trục đứa con, chồng bạn đưa tờ giấy ly dị cho bạn ký. Lý do ông có yêu thương người làm chung hãng ông. Lúc đó bạn gần như ngã quỵ. Bạn nói thì Mía tin. Bạn cho đó là sự lường gạt trắng trợn. Mía nghe bỗng thắc mắc nhưng không dám hỏi là sao khi nãy bạn nói đàn bà mà muốn điều tra thì nhanh hơn FBI tại sao bạn không điều tra chồng bạn. Nhưng rồi bạn tự giải thích thêm rằng, vì quá tin chồng nên bạn tự lường gạt chính bạn. Bạn nói thế nào Mía tin thế ấy. Mía mà hỏi lại là bạn nổi quạu ngay. Sau thời gian mất đứa con, chồng ly dị, điều trị bệnh thì bạn bị mất việc làm. Cú mất việc làm dồn bạn đến chân tường. Cần phải thay đổi lối sống. Đừng sợ sự thay đổi. Bạn nói với chính bạn. Sự thay đổi sẽ dẫn đến chân trời mới lạ. Nói xong điều này, Mía thấy nét nhăn, vẻ quạu cọ trên khuôn mặt bạn bỗng dịu lại. Cuối cùng bạn dọn đến thị trấn Mía đang ở và làm trong nhà hàng của người chị. Người chị mấy năm sau này bị viêm khớp xương nên đi đứng khó khăn, hay làm rơi đồ nên bạn vào làm thay chị. Bạn không siêng năng, khỏe mạnh nhưng bạn giải quyết vấn đề nhanh nhạy. Bạn nói bạn có cái tật muốn làm gì là làm cho bằng được. Bạn nói thì Mía tin. Bạn nói bạn không muốn lấy chồng nữa, giờ chỉ thích để dành tiền đi du lịch. Rồi bỗng bạn nói đùa, biết đâu ông trời gửi chồng cũ đến trong đời bạn lần nữa để ổng thử xem bạn còn dễ bị đàn ông lường gạt nữa không. Dứt lời bạn cười to. Mía cười theo bạn, trong lòng thầm mong luôn nhìn thấy bạn vui cười như thế này.

Bạn nói muốn được giàu có, nghĩa là nhiều tiền. Giàu có để đi du lịch khắp nơi trên thế giới. Mỗi nơi sống một thời gian. Mía mong bạn giàu có về tinh thần, niềm vui, tình yêu tha nhân. Đặc biệt tình bạn giữa Mía và bạn mãi bền vững. Tình bạn dựa trên niềm tin, chăm sóc, thời gian dành cho nhau chứ không phải bạn giàu có nhiều tiền rồi tặng quà, lời khen lấy lệ.

Khi nãy vị thiền sư nhắc nhở cả nhóm rằng, chúng ta ngã rồi chúng ta đứng dậy. Chúng ta sai trái lỡ lầm là để chúng ta học hỏi ở đời sống. Chúng ta là con người nên chẳng thể hoàn hảo. Chúng ta từng tổn thương, đau đớn, tuyệt vọng nhưng rồi chúng ta cũng phải lướt qua để tồn tại. Hãy nghĩ về sự huyền nhiệm chúng ta đang có, như đang được hít thở trong từng phút giây, đang có mặt nơi đây, trên đất Phật. Đang sẻ chia niềm vui, sự an lành. Thỉnh thoảng cuộc đời làm ta ê chề đớn đau tủi nhục thất bại nhưng cạnh đó bao giờ cũng còn có màu xanh hoa lá chứa chan mầm hy vọng, sự tốt đẹp, tình yêu thương, sự chở che của đồng loại, cùng sự mạnh mẽ trong mỗi con người chúng ta. Mỗi bước chân đi tới là mỗi bước chân kế tiếp. Cuộc hành trình đi về phía trước mà chúng ta không biết sẽ dẫn đưa chúng ta về đâu. Có thể chúng ta ngã quỵ để rồi chúng ta đứng dậy, tiếp tục cất bước, đi thẳng, leo dốc hoặc trượt chân lăn xuống đèo... Vị thiền sư nói nhiều lắm. Tai Mía bắt đầu lùng bùng. Mía nhắm mắt, rơi vào giấc ngủ thật nhanh trong tiếng nói trầm bổng chẳng biết lúc nào dừng của vị thiền sư.

Trong giấc mơ ngắn ngủi Mía thấy hai con mắt bạn phát ra ngọn lửa ấm áp trong đêm. Trong ngày trở thành nguồn ánh sáng tinh khôi. Mía nghe tiếng chim tiếng gió tiếng suối tiếng nói tiếng cười tiếng thở của bạn cùng tiếng gõ mõ tụng kinh. Âm thanh hòa quyện vọng vang hết sức thoải mái, dễ chịu.

Lê Thị Thấm Vân
(trích tiểu thuyết 'MÍA', Nhân Ảnh sẽ xuất bản mùa hè 2020)

Bỏ Phố Lên Rừng
HOÀNG NGA

1.

Sau 75, nhà tôi đi làm rẫy, như nhiều người trong cả nước đi làm rẫy. Nhưng mãi hơn một năm sau khi thi đại học, cao đẳng, rồi xuống trung cấp, trung học vẫn ạch đụi, không vô được cái nào hết ráo, tôi mới bắt đầu khăn gói vào rừng vì cái rẫy nằm tuốt trong… rừng.

Nhưng trước khi vào rừng làm rẫy thì tôi làm… thơ. Những bài thơ vô cùng nức nở, vô cùng "tâm trạng", vô cùng sầu đau nhân thế. Tuy nhiên vì không biết trong rẫy có cái "gì", nên tôi đã làm thơ theo kiểu… hàng nhái. Bài thơ có tên "Bỏ Phố Lên Rừng". Mãi về sau này tôi mới biết nhạc sĩ Châu Kỳ cũng có bài hát có tựa giống hệt như vậy, nên vụ này chắc phải kể là *double* nhái!

> *Mai ta bỏ phố lên rừng*
> *Tình du mục chắc cưu mang cả đời*
> *Váy dài gùi nặng lên đồi*
> *Bàn chân trần ướt sương phơi cỏ hồng*
> *Vương vương nước mắt lưng tròng*
> *Rụng rơi trên lối lạnh lùng qua khe*
> *Tủi lòng nhớ chữ tiểu khê*
> *Hôm nao người đọc ta nghe ngọt ngào*

Về rừng núi khuất mây cao
Làm dân sơn cước thiên thâu quên đời
Ở đây sao thấy lại người
Bản làng lăng lắc mấy trời lãng quên
Chiều chiều ra đứng chênh vênh
Trên bờ đá trắng ngó lên mái lều
Khói cơm lau lách hương chiều
Khèn xa se động hồn hiu hắt buồn
Từ trong hoang vắng héo hon
Chiều đưa giọng hát ru con ngùi ngùi
Lên rừng bỏ phố miền xuôi
Mưa thu biết có sụt sùi nhớ mong
Chỉ nghe vượn hú trong rừng
Chiều buông trên lối về bưng tối buồn

Mai ta bỏ phố lên rừng
Tình du mục chắc cưu mang cả đời.

(Tháng 12/1977)

So với bài hát của nhạc sĩ Châu Kỳ, *"Người phụ tôi rồi có phải không. Cớ sao lại bỏ phố lên rừng? Một đi không nửa câu hò hẹn. Người giã từ mà ánh mắt dửng dưng."*, thì tâm tình "người lên rừng" trong bài thơ tôi coi bộ không… oanh liệt cho lắm. Nhưng với cái tựa "lộng lẫy" như vậy, lại còn được tôi thêm gắn cái mác "ngày bỏ học về làm rẫy" chua ở phía dưới, nghe y thể như tôi "tự ý đục bỏ", hiên ngang không thèm học dưới mái trường xã hội chủ nghĩa mà sẽ lên rừng đi làm rẫy chứ không phải xã hội không thèm tôi, uýnh cho tôi một phát tan hoang vì cái tội lý lịch tối hù hù như đêm ba mươi!!!

Những bài thơ ngày cũ ấy, tôi chưa bao giờ dám đưa ai coi trừ một đứa bạn cũng làm thơ hận đời đen bạc như tôi. Nhưng bài thơ ngổn ngang tâm sự, hay nói đúng ra là "toàn bộ tuyển tập thơ" của tôi bị hai thằng em ba trợn tìm tòi lục lọi, lấy ra coi rồi cười hi hi trêu ghẹo:

- Con mẹ này đúng là chưa vô rẫy ngày nào, nên đâu có biết cái rẫy nhà mình không nằm trên đồi cao. Người Thượng thì cũng có, nhưng không thấy ai mặc váy mang gùi, cũng không có tiếng khèn, tiếng vượn gì hết ráo vậy mà bả dám mang dzô thơ!

Tôi chưa kịp phản ứng, hai thằng lại ngó thẳng vào mặt tôi và cười to hơn:

- He he, cái chòi nhà mình nằm trơ trọi giữa khuỷnh đất trống trơn, chung quanh hàng xóm chỉ có ông nội Hai Xồi, hơ hơ hơ, nếu bà mà nghe được "chiều đưa giọng hát ru con ngùi ngùi", thì chắc chắn thế nào vợ của thằng cha này cũng vô uýnh ghen cho lòi mắt thằng chả ra rồi!

Đã hận đời đen bạc, còn phải nghe bình lựn kiểu đó, tôi đâm ra… hận hai thằng em không còn bút mực nào tả nổi. Tôi đỏ mặt cãi, thơ thì phải vậy chớ không lẽ thơ của tao phải điền tên thằng cha Hai Nùng , Hai Xồi vô hay sao?

Hai thằng em tôi bật cười khành khạch:

- Thơ của bà không hiện thực xã hội chủ nghĩa chút nào, hèn chi bà cứ thi đại học ở đâu là rớt uỳnh uỵch ở đó!

2.

Hai thằng em tôi ở vào tuổi độ mười hai, mười ba lúc gia đình tôi chuẩn bị giai đoạn bước vào thời kỳ… thấy sang bắt quàng làm họ, nghĩa là xem chừng giai cấp công nông coi bộ thịnh hành, nên ba tôi đã "à la mode", cố gắng "nâng tầm lý lịch" của chúng tôi lên, đưa cả nhà đi làm rẫy trước khi nhà nước ban hành chính sách kinh tế mới. Vì vậy hai thằng này khi không đột nhiên biến thành những tay lao động chính trong nhà.

Hai thằng đang độ tuổi chưa kịp lớn, vừa mới còn được cơm bưng nước rót tận miệng trước đó không lâu, sau khi bị "phân bố hợp lý sức sản xuất", bỗng dưng trở thành những con người vô cùng quán triệt đường lối! Hai thằng chê thơ tôi chỉ vì tôi chưa "đi thực tế". Một thằng nói y như trưởng đồn công an đang nói với tôi:

- Bà này tư tưởng không ổn định.

Tôi nói cái gì mà không ổn định. Cả hai thằng đều trả lời một lượt:

- Thời buổi này hết còn du canh du cư, mà bà đòi "tình du mục chắc cưu mang cả đời" là sai chính sách.

Hai thằng này nhỏ thua tôi bốn năm tuổi, ở giữa còn có một con chị, nhưng nhờ ơn cách mạng, giác ngộ thời cuộc và trải qua chuyện cực khổ sớm hơn tôi, nên xem ra rất lớn lối. Chuyện gì hai thằng cũng rành rẽ hơn tôi. Nội cái vụ "kiến thức" rẫy ruộng là có thể đẩy lùi tôi ra cả mấy chục bực rồi.

Kể sơ sơ một chuyện thôi để chứng minh điều đó, là thằng nào cũng biết... đường đi vô rẫy! Cái con đường dài ngoằng gần cả chục cây số chẳng có tấm bảng chỉ đường nào ráo trọi nhưng cả hai đều biết đi tới cái gốc cây sung cây vả nào thì phải quẹo qua đường nhỏ, tới rẫy mía rẫy bắp của ai đó thì phải rẽ trái rẽ phải, vân vân. Cái con đường dẻo quẹo đất đỏ, trời mưa nhầy nhụa rút chân không lên nổi nhưng hai thằng cứ đi như đi trên đường tráng nhựa. Lý do duy nhất là thằng nào cũng biết cách tránh những chỗ không nên thọt chân xuống, và biết cả cách... cạo bùn dưới đế dép cao su. Sau này vào rẫy nhiều lần rồi nhưng mỗi bận muốn "về thị", tôi cũng đều phải chờ một trong hai thằng đồng ý dẫn đi mới có thể về tới nhà an toàn.

Để vào rẫy, lần đầu biệt kinh kỳ, tôi cẩn thận chuẩn bị từ tối hôm trước, ngoài mớ quần áo còn có hai ba tập giấy trắng và một cây bút nguyên tử để... làm thơ, viết nhật ký! Hành trang của tôi lại thêm một cuộn len và hai cái que đan má lớn tôi cho để giải sầu những lúc không biết làm gì. Tôi còn nhớ rất rõ hai thằng đã đứng ngó ngó mớ đồ tôi tỉ mỉ tẩn mẩn bỏ vào cái giỏ PanAm mà không nói tiếng nào. Thú thật là thuở ấy tôi không để ý đến cái nhìn của hai thằng cho mấy, nên không thấy nỗi chán ngán hiện ra trong bốn con mắt đang rớt trên bà chị ru với gió, mơ theo trăng và vơ vẩn cùng... cực của mình. Nghĩ lại, chắc có lẽ lúc đó hai thằng cũng còn chút "con nhà", nên mới im lặng như vậy, chứ không đã nổi xung thiên lên mắng tôi một chập rồi.

Hôm ấy tôi đã chờ hai thằng đi học về, ăn vội miếng cơm độn bắp, rồi nai nịt rời nhà. Tôi tòng teng cái giỏ PanAm trên vai lẽo đẽo đi theo phía sau. Hai thằng, một vác trên vai bao gạo nặng trịch, tay xách thêm cái túi đựng tôm khô, chai dầu ăn, xị nước mắm, thằng kia ôm một mớ cuốc mớ nạo, tay kia cầm con rựa. Hai thằng công tử "mới đó", đã đen thùi lùi như cột nhà cháy sau những ngày dang nắng đội mưa, trông y hệt như con nhà bần cố nông có cầu chứng tại tòa. Một thằng ốm nhom ốm nhách, ròm nhom như hút xì ke, thằng kia bảnh bao hơn một chút, da thịt hơn một chút nhưng mặt bắt đầu nổi mụn lấm chấm ngó chẳng giống ai.

Hai thằng, tuổi chưa lớn.

Sáng sáng hai thằng đi học, chiều không lội ruộng hái rau muống cho mẹ tôi nấu cháo heo thì vô rừng cao su kiếm củi. Ở cái huyện lỵ bạt ngàn, trùng trùng điệp điệp cao su ấy, hầu như nhà nào cũng kiếm củi bằng cách lang thang từ lô này qua lô nọ lượm cành cao su khô. Phải thành thật mà khai báo là nói như vậy cho… sang, chứ phần lớn các "tiều phu" này ngoài việc chia nhau cưa những cây cao su bị ngã, trốc gốc, có khi cũng cưa… bừa cây mới chỉ bị rụng lá, sau đó chất lên xe đạp, xe thồ rồi "ngụy trang" bằng cành khô lượm trên đường. Những đồn điền cao su này có từ thời Pháp thuộc, sau hiệp định Genève các chủ nhân người Pháp chạy về nước đã bán lại cho người Việt hoặc người Hoa, về sau chủ người Việt và người Hoa lại chạy nữa khi nhân dân ta vùng lên làm chủ, nên cao su bỗng thuộc về… nhà nước. Và du kích thì quản lý người… cưa cao su.

Hai thằng em tôi cho đến tận lúc ấy, chẳng biết được "giáo dục" ở nơi đâu, được huấn luyện từ ai, mà cái khoản né du kích thật hay vô cùng. Tôi hoàn toàn không biết hai thằng đã làm cách nào nhưng hình như chưa bao giờ hai chiến sĩ tay không trở về nhà. Lần nào trên cái yên sau của chiếc xe đạp nếu không ăm ắp những khúc cao su có độ dài cùng cỡ được ràng rịt cẩn thận thì cũng cao chất ngất những cành khô được xếp gọn gàng.

Mớ củi này, hai thằng chất ở vườn sau, đến cuối tuần thì thay phiên nhau chẻ nhỏ cho tôi và con em kế nấu cơm. Mẹ tôi dùng mớ củi sần sùi, khó chẻ để nấu cám heo.

Cuộc sống nghèo nàn "ám" cả nước không riêng gì ai. Nhưng hai thằng em tôi, lúc ấy vẫn còn quá nhỏ. Chịu đựng cơ cực quá sớm.

Tính ra hai thằng mới bằng tuổi cháu ngoại tôi bây giờ chớ mấy!

Hoàng Nga
(Trích truyện vừa RỪNG NÚI BẠT NGÀN,
nhà xuất bản NHÂN ẢNH sắp in và phát hành)

Francisco de Pina -
Người khai sinh chữ Quốc ngữ

CHÂU YẾN LOAN

Trong Giáo đoàn Buzomi, Francisco de Pina là linh mục trẻ, có nhiệt tâm học tiếng Việt để dễ bề tiếp xúc với người bản xứ, rao giảng tin lành, khiến cho họ mau trở lại đạo. Từ niềm say mê học tiếng Việt để phục vụ cho sự nghiệp truyền giáo mà ông đã hiến trọn đời mình với tư cách là tu sĩ Dòng Tên, Pina đã trở thành người tiên phong dùng mẫu tự La-tinh ghi âm tiếng Việt.

"Francisco de Pina là người Bồ Đào Nha, sinh ở thành Guarda vào năm 1585." (Những người Bồ Đào Nha tiên phong trong lĩnh vực Việt ngữ học, Roland Jacques, nxb Khoa học Xã hội 2007, tr. 25), năm 19 tuổi ông trở thành thầy tu Dòng Tên. Pina theo học ngành khoa học xã hội và thần học ở Macao (Áo Môn) từ năm 1611 đến 1617.

Macao tức Áo Môn nằm ở vùng duyên hải phía Đông Nam Trung Hoa đại lục, giáp với thành phố Chu Hải tỉnh Quảng Đông. Alexandre de Rhodes, đã mô tả về học viện ở Macao:

"Dòng chúng tôi có một học viện lớn có thể so sánh với những học viện đẹp nhất ở Châu Âu. Thánh đường là một trong những thánh đường nguy nga tôi được thấy, kể cả ở Ý, trừ đền thánh Phêrô ở Roma. Ở đây có giảng dạy hết các phân khoa chúng tôi thường dạy trong các trường đại học của chúng tôi. Cũng ở đây được đào tạo hết các thợ lành nghề đem ánh sáng Phúc âm tới khắp miền phương Đông" (Hành trình và truyền giáo, Alexandre de Rhodes, Bản dịch Việt ngữ của Hồng Nhuệ, Tủ sách Đại Kết, Ủy ban Đoàn kết công giáo TP Hồ Chí Minh 1994, tr. 45).

Những linh mục được đào tạo ở học viện Macao là để chuẩn bị đưa vào Nhật truyền giáo. Nhưng từ năm 1614 có chuyện không hay xảy ra, Hoàng Đế Nhật Daifusama ra lệnh trục xuất các thừa sai ngoại quốc, mở đầu cuộc bách hại đẫm máu kéo dài gần nửa thế kỷ. "Một số giáo dân Nhật, để có thể bảo toàn đức tin, vịn cớ buôn bán để xin xuất ngoại. Họ tản mác đến các khu cảng vùng Đông Nam Á, họp thành những họ đạo nhỏ. Không thể truyền giáo cho người Nhật ở trong nước, một số thừa sai ở Nhật bị trục xuất trước đây cũng theo họ đến ở những nơi đó. Tại cửa Hội An cũng có một số giáo dân đến trú ngụ buôn bán. Họ trông đợi một thừa sai đến sống với họ" (Lịch sử truyền giáo ở Việt Nam, Linh mục Nguyễn Hồng, Tập I, Tủ sách Hiện Tại 1959, tr. 49).

Cũng vì lý do này mà Giáo đoàn Buzomi thay vì đi Nhật lại đến truyền giáo ở Đàng Trong.

Pina sau những năm học tập ở Macao, các bề trên của ông đã sắp đặt để đưa ông tới Nhật, nhưng ông không thể đến đó như dự kiến mà đến Đàng Trong. Đến Đàng Trong từ năm 1617, Pina đã tự nguyện lao vào học tiếng Việt để phụng sự việc Chúa. Ông phải gấp rút học nói vì một mình ông phải gánh vác mọi việc không có ai đỡ đần như ông đã nói trong bức thư gởi cho cha bề trên ở Macao: "Với con trong giáo khu này, con không nhởn nhơ giữa việc học nói và việc giảng đạo. Đơn giản là con không có ai đỡ việc cho chút ít, chính con phải đi giảng đạo, phải ra gặp người đến và người đi, phải đàm thoại chỗ này chỗ nọ, chính con phải thăm giáo dân, người ở gần cũng như người ở xa, biết bệnh tật của họ, biết biến cố may hay rủi của đời họ. Khi có việc gì xảy ra nếu con không đến thì cũng không có ai đến. Các thông điệp quan trọng gửi đến giáo chức hàng nào đó, không có ai mang đi cho, và như vậy cho đến tận ngày nay, chính con là người gánh vác tất cả các công việc đó trên lưng." (Những người Bồ Đào Nha tiên phong trong lĩnh vực Việt ngữ học, Roland Jacques, nxb Khoa học Xã hội 2007, tr. 46).

Ông đã nhanh chóng vượt qua rào cản ngôn ngữ, chẳng bao lâu đã nói thông thạo tiếng Việt, tự mình có thể truyền giáo không cần người thông dịch, trong khi những đồng huynh của ông như Buzomi, Fernandez không được cái may mắn đó, họ rất lúng túng khi phát âm tiếng bản xứ, có nhiều chuyện lầm lẫn tức cười khi họ nói tiếng Việt. Chẳng hạn khi họ muốn mua cá thì lại phát âm là cà, họ nói với bà người làm "mua cho tôi một rổ cá" nhưng phát âm không chuẩn thành ra bà người làm ra chợ mang về cho cha một rổ cà. Họ bảo người làm vườn đi chặt tre thành đi chặt trẻ khiến trẻ con nghe hoảng đâm đầu chạy trốn.

Pina là nhà khoa học, ông học tiếng Việt theo phương pháp khoa học, ông nghiên cứu ngữ âm, ngữ pháp tiếng bản xứ, hiểu được các ngõ ngách của nó, cho nên không những ông nắm bắt vững chắc cách phát âm, cách dùng từ của ngôn ngữ mới, mà cao hơn, quan thiết hơn là ông đã sáng tạo ra cách ghi âm tiếng Việt theo chữ Bồ Đào Nha, mà sau này nhiều người đã đóng góp cải thiện thành chữ Quốc ngữ ghi theo mẫu tự La-tinh.

Pina phát hiện tiếng Việt có thanh điệu như một bản xướng âm, cần phải biết xướng âm trước đã sau đó mới học các chữ. Không nắm được cốt lõi này thì không thể học được tiếng Việt. Chính vì không phân biệt được các thanh và dấu thanh nên Linh mục Manoel Fernandez - Cha bề trên của trú sở Hội An - dầu rất cố gắng học nói tiếng Việt, luyện cách phát âm ròng rã một năm mà cha cứ nhầm lẫn giữa cà và cá, không nói được gì ngoài mấy chữ "chẳng phải, ông phải". Cha đã thất vọng vì sự hiểu biết quá ít ỏi về tiếng Việt không đủ để bắt đầu giảng đạo. Mặc dầu cha đã nhờ một người Việt tên là André làm thông ngôn nhắc lại hai lần một ngày nhưng cha vẫn không biết nó là thanh nào hay dấu là đúng hay sai.

Trước tiên Pina sử dụng ngôn ngữ làm công cụ giao tiếp với những người Việt Nam mới theo đạo Cơ Đốc, hay những người quan tâm đến một học thuyết mới. Để giảng đạo, để thuyết phục, để đảm bảo việc dạy dỗ trẻ con, cần có khả năng sử dụng tiếng Việt thuần túy hơn, gần gũi với cách nói năng quen thuộc của quần chúng ít học nên ông phải dùng "ngôn ngữ nói" mộc mạc, bình dị để truyền đạt các khái niệm sơ cấp của Cơ Đốc giáo trong các thể thức của giáo lý Cơ Đốc và cầu nguyện cả về nói và viết.

Bên cạnh mục đích dùng tiếng Việt làm công cụ truyền giáo, Pina còn quan tâm đến ngôn ngữ cũng như nền văn hóa mà ngôn ngữ này chuyển tải. Ông cho rằng: "Về vấn đề học ngôn ngữ thì luôn luôn ở Kẻ Chàm chính là nơi tốt nhất. Đây là kinh đô của triều đình. Ở đây người ta nói hay. Nhiều người trẻ quy tụ về đây. Họ là sinh viên (nho sĩ). Gần họ những người mới bắt đầu học ngôn ngữ có thể được giúp đỡ." (Những người Bồ Đào Nha tiên phong trong lĩnh vực Việt ngữ học, Roland Jacques, nxb Khoa học Xã hội 2007, tr. 43).

Tiếng nói ở Thanh Chiêm hay vì nơi đây quy tụ nhiều người trí thức, quan lại, nho sĩ và không có người ngoại quốc sinh sống nên tiếng nói thuần khiết khác với Hội An là thương cảng quốc tế có nhiều người nước ngoài lui tới và định cư nên tiếng Việt bị pha tạp nhất là "cách nói hổ lốn" khó nghe của những người Hoa ở phố Khách rất xa với tiếng nói chuẩn. Ông muốn học một ngôn ngữ thuần khiết và tránh ảnh hưởng của các hiện tượng ngôn ngữ lai tạp như ở Hội An. Pina mong muốn được những người thầy giỏi am hiểu văn học hướng dẫn cho ông nghiên cứu nhưng ông không có tiền để trả thù lao cho họ nên ông đã tìm sự giúp đỡ ở những ông thầy đạo, những người mà ông đánh giá cao về trình độ nói năng và tình bạn của họ. Ông viết: "Nếu con cũng có tiền trả công cho thầy dạy con học ngôn ngữ và văn chương thì ngày nay con đã là người thợ đầy đủ phẩm chất. Chỉ vì lý do này con không biết văn chương. Và đây là chỗ trống rất đáng tiếc. Về ngôn ngữ con đã tự mày mò học hỏi với nỗ lực của chính mình." (Trích thư của Pina, Những người Bồ Đào Nha tiên phong trong lĩnh vực Việt ngữ học, Roland Jacques, nxb Khoa học Xã hội 2007, tr. 47).

Về sự tiên phong trong việc ghi âm tiếng Việt, Pina có sẵn mô hình đã được hoàn thiện tiếng Romaji của Nhật Bản, dựa trên ngữ âm và các quy ước viết của tiếng Bồ.

Theo Roland Jacques "chính ngữ âm tiếng Bồ đã làm công cụ phân tích và quy chiếu cho tiếng Việt…

Trong suốt một thế kỷ, trước khi tiếng Việt trở thành đề tài của các công trình nghiên cứu có hệ thống, người Bồ Đào Nha đã phải tiến hành nghiên cứu ngôn ngữ phương Đông với một phương pháp có tính khái quát hơn nhiều. Họ đã vận dụng mô hình, phương pháp và một số công cụ, tất thảy đều đã được thử nghiệm và kiểm định vào tiếng Việt. Về mặt này, Pina đã từng được luyện rèn về một số kỹ thuật quan yếu. Ông có thể tranh thủ kinh nghiệm này để thực hiện công việc nghiên cứu chữ Quốc ngữ của mình." (Những người Bồ Đào Nha tiên phong trong lĩnh vực Việt ngữ học, Roland Jacques, nxb Khoa học Xã hội 2007, tr. 56, 57).

Năm 1618, Pina cùng với một thanh niên giáo dân người Việt có tên đạo là Phêrô lần đầu tiên dịch sang tiếng Việt kinh Lạy Cha và các kinh căn bản khác trong Kitô giáo, có thể xem là khởi đầu của công cuộc ghi âm tiếng Việt bằng mẫu tự La-tinh. Đây là bản kinh Lạy Cha được viết tay năm 1632, trích từ sách "Các nhà truyền giáo Bồ Đào Nha và thời kỳ đầu của Giáo hội Công giáo Việt Nam" của Roland Jacques.

Bản văn gốc tiếng Việt trong tài liệu (1632)

Cia ciúm toi ẽ tlen blời ciúm toi nguyẽn daim Cia cã sám. Coác Cia trĩ ỡen. Bum í cia lam cium ỡét bàm cium blời bẽi. Ciúm toi tlom cia rài cio ciúm toi hàm ngãi dum ỡũ. Mà tha nỡẽ ciúm toi bàm ciúm toi it tha kẽ ciũ nỡẽ toi bẽi. Lãi cỡẽ ỡẽ ciúm toi sa cium cám dỡ. Bèn cẽa ciúm toi cium tai dũ.

Trong bức thư, Pina cũng cho biết ông đã soạn xong một tiểu luận về chính tả, về các thanh điệu của tiếng Việt và đang nghiên cứu ngữ pháp. Ông đã tập hợp những truyện thuộc các loại khác nhau để cung cấp những trích dẫn của các tác giả nhằm củng cố nghĩa của từ và các quy tắc ngữ pháp. Ông đã có ba tập, tập hợp các văn bản có phân tích trong các văn bản hay nhất ở Vương quốc này. Những công trình đó được Pina soạn thảo trước khi Alexandre de Rhodes đến Đàng Trong nên đã chứng tỏ Pina mới là người tiên phong sáng tạo chữ Quốc ngữ chứ không phải là Alexandre de Rhodes như người ta vẫn lầm tưởng lâu nay. Mặc dầu Rhodes là người đầu tiên cho in những tài liệu thành văn về chữ Quốc ngữ: Từ điển Việt-Bồ-La, Phép giảng tám ngày vào năm 1651 nhưng ông chỉ là người công bố, người phổ biến, người đóng góp rất nhiều cho việc hoàn chỉnh chữ Quốc ngữ chứ không phải là người khởi xướng đúng như ông đã xác nhận trong Từ điển Việt-Bồ-La: "... ngay từ đầu tôi đã học với cha Francisco de Pina, người Bồ Đào, thuộc Hội Dòng Giê-su rất nhỏ bé chúng tôi, là thầy dạy tiếng, người thứ nhất trong chúng tôi rất am tường tiếng này và cũng là người thứ nhất bắt đầu giảng thuyết bằng phương ngữ đó mà không dùng thông ngôn..." (Từ điển Annam- Lusitan- Latinh, Alexandre de Rhodes, bản dịch của Thanh Lãng, Hoàng Xuân Việt, Đỗ Quang Chính, nxb Khoa học Xã hội 1991, tr. 3)

Chính nhờ những nỗ lực không hề biết mệt mỏi của Alexandre de Rhodes mà ngày nay chúng ta vẫn còn được chiêm ngưỡng những tài liệu vô giá về chữ Quốc ngữ trong buổi bình minh của nó.

Sự phát minh ra cách ghi âm tiếng Việt bằng mẫu tự La-tinh xuất phát từ mục đích truyền giáo. Các giáo sĩ muốn rao giảng phúc âm, muốn thuyết phục những người Việt theo đạo Cơ Đốc nên họ phải học tiếng Việt, nói thạo tiếng Việt. Trong quá trình học hỏi họ tìm cách ghi âm tiếng nói bản xứ theo phương pháp của họ là dùng mẫu tự La-tinh. Việc làm đó trước hết là vì lợi ích cho chính bản thân họ và cho những người châu Âu mới bắt đầu học tiếng Việt để phụng sự việc Chúa. Trước đó gần thế kỷ, các giáo sĩ Dòng Tên đã có những công trình nghiên cứu tiếng Nhật, tiếng Trung quốc và đã xuất bản các cuốn từ điển và ngữ pháp có phiên âm sang tiếng La-tinh chứ không riêng gì ở Việt Nam. Chính Pina đã được rèn luyện một số kỹ thuật chủ yếu và ông đã dựa vào kinh nghiệm cũng như phương pháp của các công trình nghiên cứu ngôn ngữ phương Đông trước đó để thực hiện công việc nghiên cứu chữ Quốc ngữ của mình với mục đích đào tạo cho những đồng huynh trẻ hơn sử dụng tốt ngôn ngữ tiếng Việt.

Cuối năm 1624, tại Thanh Chiêm, Francisco de Pina đã dạy tiếng Việt cho hai người học trò rất cự phách là Antonio de Fontes và Alexandre de Rhodes. Ông còn muốn đào tạo cho những người trẻ này hiểu sâu về ngôn ngữ Việt Nam để có thể cùng ông gánh vác công việc tìm hiểu ngôn ngữ và văn hóa bản xứ.

Năm 1625, trú sở Thanh Chiêm được thành lập, Giáo sĩ Francisco de Pina được cử làm cha bề trên cai quản nơi đó cho đến lúc qua đời trong một tai nạn xảy ra ở vịnh Đà Nẵng vào ngày 16 tháng 12 năm 1625 (theo Roland Jacques, còn theo Alexandre de Rhodes thì Pina mất ở ngoài khơi cửa biển Hội An).

Những người Việt theo đạo Cơ Đốc sử dụng chữ Quốc ngữ không đọc chữ Nho nữa vì chữ Quốc ngữ dễ viết, dễ học hơn chữ Nho. Người ta chỉ cần học chữ Quốc ngữ 4 tuần lễ là có thể đọc thông viết thạo trong khi học chữ Nho phải mất 10 năm. Còn những người có nhu cầu hay yêu thích thì họ vẫn học chữ Nho, nhiều linh mục vẫn viết bằng chữ Nho và phổ biến những sách chữ Nho. Alexandre de Rhodes đã tặng cho chúa Trịnh Tráng quyển sách toán pháp in bằng chữ Hán có mạ vàng rất đẹp. Đó chính là quyển "Kỷ hà nguyên bản viên dung hiệu nghĩa", do giáo sĩ Matteo Ricci (Lợi Mã Đậu) dịch nguyên văn bộ sách của nhà toán học trứ danh Euclide, và ấn hành tại Bắc Kinh từ năm 1607. Ông cũng tặng cho một vị thượng quan ở phủ chúa Nguyễn mấy cuốn sách viết bằng chữ Hán của các cha dòng soạn bàn về chân lý đạo Kitô.

Chữ Quốc ngữ chỉ là công cụ còn sử dụng công cụ đó vì mục đích gì thì hoàn toàn phụ thuộc vào chủ thể sử dụng nó. Cuối thế kỷ XIX thực dân Pháp dùng chữ Quốc ngữ làm công cụ để thống trị đất nước ta, nô dịch dân ta. Pháp nỗ lực phổ biến chữ Quốc ngữ nhằm loại bỏ nền văn hóa Hán Nôm từ hàng ngàn năm đã ăn sâu vào cội rễ tư tưởng của người Việt để thay vào đó nền văn hóa Pháp nhằm củng cố chế độ thực dân. Còn phong trào Duy Tân đầu thế kỷ XX sử dụng chữ Quốc ngữ làm công cụ cứu nước. Phong trào Duy Tân hô hào học chữ Quốc ngữ để mở mang dân trí, chấn hưng dân khí, nâng cao ý thức dân quyền.

Với niềm say mê học hỏi, nghiên cứu tiếng Việt, Pina đã có những công trình quan trọng đặt nền móng cho việc ghi âm tiếng nói nước ta bằng mẫu tự La-tinh. Ông xứng đáng là người tiên phong trong công cuộc sáng tạo chữ Quốc ngữ.

Châu Yến Loan

Nguyệt Tận
NGUYỄN LỆ UYÊN

1.

Người ta nói tôi chết từ lâu lắm rồi, đâu mới khoảng 2, 3 tháng tuổi. Xác tôi đặt trên mo chuối dưới gốc mận. Mươi, hai mươi ngày sau tôi vẫn nằm chỗ đó. Mắt vẫn mở nhưng thỉnh thoảng bị cái gì đó che lại, không thấy gì cả, chỉ nghe những tiếng lào xào chung quanh như cánh đập của đàn ruồi khổng lồ. Mười, hai mươi năm sau tôi vẫn cố định ở vị trí ban đầu. Chỉ có sự thay đổi chút ít, đó là lớp cọng rêu và những cây dương xỉ mỏng manh ôm ấp tôi như người mẹ âu yếm con.

Tôi sống và lớn lên bằng tình thương vời vợi không gì thay thế cùng những cơn mê và những giấc mơ. Chỗ gốc mận già là căn phòng khoảng ba chục mét vuông. Ba bên là những giá sách cao hai tầm với, chất đầy, lèn khít to nhỏ dày mỏng. Những quyển sách đó là những hình nhân sống động vào mỗi buổi tối. Những đêm trăng sáng, tôi thấy nàng Kiều tha thướt bước ra từ bụi dú dẻ ngào ngạt hương thơm, nhưng vẻ mặt thì đờ đẫn buồn đến hiu hắt. Có đêm tôi lại thấy nàng Emily Brontë thơ thẩn trên đồi Wuthering Heights. Thân thể nàng được bao quanh bằng màu vàng của trăng và trắng phai của sương và tuyết mỏng. Nhiều khi nàng khựng lại, người co rúm vì Chí Phèo với chai rượu vơi kẹp nách bước loạng choạng bên kia đường, một tay cầm cây mã tấu, tay kia cây búa tạ. Thỉnh thoảng tôi nhìn thấy hai nàng nở nụ cười với gã Zorba, nhưng cả hai không giống nhau, mỗi nụ cười là những bí mật riêng của hai nàng mà chính người bị nhìn cũng không tài nào hiểu thấu. Vả lại hai chàng đâu có nhiều thời gian để nhìn bất cứ ai, biểu cảm bất cứ điều gì ngoài những giọt rượu cay trong cổ họng Zorba và vũ khí ở hai tay Chí Phèo? Nhiều đêm tôi nghe tiếng gươm đao loảng xoảng, những tiếng la hét, những tiếng gào rú kinh hoàng. Những hình nhân bằng rơm vác những tảng đá khổng lồ lảo đảo bên thành Vạn lý; xa xa là máu các chiến binh dưới lưỡi gươm oan khốc của Chu Nguyên Chương và cuộc tắm máu của triều đại Chinazi. Chúng diễu qua như hình nhân trong chiếc đèn kéo quân. Đêm nay tôi không còn thấy hai người phụ nữ điệu đàng ấy mà là một quầng trắng đồng tâm với những vòng đỏ máu và đen. Nó trôi bập bềnh như chiếc dĩa bay. Trên đó có người đàn ông không định dạng được là già hay trẻ, bởi ông ta cụt đầu và một cánh tay trái đứt lìa. Duy nhất còn lại trên người là chiếc áo the, quần lụa trắng và đôi giày Nam Định. Mỗi khi gió thổi ở hướng nào thì cánh tay phải ông giơ lên theo hướng đó, thều thào “tao là cha mày mà... tao đẻ ra mày...”. Mỗi lần ông nói câu đó, tôi nhìn thấy máu từ chỗ chỉ còn lại chiếc cổ bầy nhầy phun trào những vòi máu, trộn vào ánh trăng thành một dải xanh lè kéo dài đến tận phía bờ tường đá ong. Nhìn dải xanh mỏng tang và sền sệt kia, thỉnh thoảng tôi nổi da gà và tất cả những cây dương xỉ, rêu đều nhảy dựng chồm chồm. Những tiếng lào khào run rẩy ấy nhỏ dần cho đến khi, có lẽ là kiệt sức, ông cụt đầu nằm vật ra bất động, chỉ còn một đống nhão nhoét, tanh tanh. Tôi phân vân tự hỏi có phải nó đang ngập ngừng bên bờ phân hủy, mà dấu hiệu là màu trắng chiếc quần và màu đen áo the liên tục phồng lên, xẹp xuống? Tôi cố ngóc đầu xem cái gì động đậy đến lạ. Những con giòi chăng?

Có ai đó dúi đầu tôi xuống rồi vừa che mắt vừa lật mặt tôi qua hướng khác. Tiếng rì rào khe khẽ tựa như tiếng gió đập cành tre. Ông con đó. Ông nội con đó.

Tôi có ông nội sao? Mà người là ai?

Là một trong những bà nội của con.

Tôi cố nhổm lên, nhưng bàn tay nhẹ nhàng giữ vai tôi lại. Bàn tay rất ấm và thơm mùi chanh sả trộn với mùi ngải cứu và húng quế. Nhưng tại sao ông lại nằm đó, thưa bà?

Ông bị giết, con ơi! Chính xác là ông con bị chặt đầu bằng chiếc rựa cùn.

Chiếc rựa cùn? Con không hiểu. Tại sao chiếc rựa cùn có thể làm được việc ấy?Ừ, chiếc rựa không chặt mà một lực khủng khiếp tác động lên nó con ạ. Nó là, chiếc rựa ấy bị sai phái điều khiển bởi những ký tự ngoằn ngèo nằm vắt ngang trên những tờ giấy hoen ố tựa như bầy rắn. Chúng ăn vào tim vào óc tay chân thân thể con người như loại vi khuẩn độc và gây ảo giác nặng cho những con người đó. Chúng nói chúng không chặt, không giết mà chính là những ký tự kia, ấn mạnh lên rựa, câu liêm, dao cùn và súng đạn đâm ngã nạn nhân.

Con không hiểu những điều bà vừa nói. Điều con muốn biết là tại sao ông con phải ra nông nỗi thảm thương đến vậy?

Đơn giản là ông đã khạc nhổ vào mớ ký tự hổ lốn đó.

Đâu có gì là ghê gớm, hả bà. Con vẫn khạc nhổ đờm dãi mỗi khi thời tiết thay đổi kia mà?

Chúng ta khạc nhổ mỗi khi thay đổi tiết trời là quy luật tự nhiên do tác động qua lại giữa con người và thiên nhiên. Nhưng khạc nhổ vào ký tự là điều phạm húy. Những ký tự đó đối với họ nằm trong quy phạm không thay đổi, hoán cải. Nó là một khoảng không gian rỗng mà vô cùng thiêng liêng không một ai được phép báng bổ, xúc phạm. Và để bảo vệ cho cái thiêng liêng ấy, những con vật đi bằng hai chân và có bộ óc của loài bốn chân xây dựng thêm học thuyết chinazism bằng trăm triệu sinh mạng ở những nơi nào mà các tờ giấy có các ký tự ngoằn ngoèo ấy tấp vào. Ông con là một trong hàng trăm triệu nạn nhân đó.

Tự dưng ông dính vào chuyện không hay ho chút nào. Con quá nhỏ để có thể hiểu nguyên tắc bất di bất dịch của ông là thuận theo đạo đức làm người và quyền tự do của mỗi cá nhân cho nên ông bị liệt vào những kẻ *réactionnaires* và phải bị tiêu diệt. Con không hiểu tại sao lại tiêu diệt những *réactionnaires* của ông? Bà có thể nói rõ hơn kẻ gây sự?

Kẻ gây sự. Ồ, con đúng là thiên thần bổn thiện diện mục. Phải nói kẻ giết người mới đúng. Kẻ ấy chính là một bộ phận trong cơ thể ông. Chính xác là một giọt máu của ông. Giọt máu kia ngày mỗi lớn có khuôn mặt người và bộ óc của loài bốn chân. Bà không chứng kiến thảm cảnh nhưng kẻ sống sót kể lại, rằng một đêm mưa gió bão bùng, bọn có óc bốn chân chia nhau đi lùng sục khắp các làng nằm dọc hai bờ sông Cái, bắt kỳ hết những người kích bác, dè bỉu hay chống đối ra mặt những ký tự thiu thúi bất kể già trẻ gái trai. Gần hai trăm người bị trói thúc ké dẫn lên bìa rừng Ba Lù. Chúng bắt quỳ hàng ngang dài dậm dặc và ra tay bằng rựa, dao. Chúng vung lên. Roạt roạt. Máu phụt cao thành vòi chạm vào tầng mây. Máu ngập tới mắc cá chân…

Kể đến đây, bà ôm tôi nức nở. Tôi nghe má mình ướt, môi mằn mặn như những hôm nằm ngửa hứng sương muối. Một cảm giác ấm áp mà vô cùng lạnh lẽo thấm tận tim gan. Bà hổn hển kể tiếp:

Người chỉ huy ra lệnh giết tất cả là giọt máu của ông, dây nhợ với con cũng bằng giọt máu oan gia.

Cuối cùng thì ông con chết.

Không, bị giết chết.

Thưa bà, còn ba, mẹ con?

Đừng nhắc tới người gọi là ba. Đó không phải là con người. Bà không muốn nghe bất cứ điều gì về con người đó. Còn mẹ con ư?

Mẹ con bay lên trời rồi và để con ở lại với bà.

Ước chi con cùng bay với mẹ lên trời cao thênh thang, bà nhỉ?

2.

Tôi ngủ li bì suốt nhiều ngày không ăn cả không khí và gượm dậy uống sương cho tới lúc tôi nghe có vật gì đó nổ banh ra rất gần đâu đó. Rồi có một bóng đen đè phủ lên người tôi trong tư thế che chở. Những tiếng nổ liên tục dội tới lúc mỗi gần rồi đột ngột dừng hẳn. Tôi mở mắt ra, bóng đen kia nhỏm lên, ve vuốt từ đầu tới chân tôi, nắn nắn phần ống chân khiến tôi cảm thấy nhột nhạt. Tôi chưa kịp lên tiếng thì có tiếng nói phát ra, rất quen:

Bà đây, nội con đây.

Những tiếng nổ chát chúa. Con nghe tiếng nổ.

Bàn tay lạnh ngắt, run run bụm miệng tôi lại.

Nằm yên. Đánh nhau. Đánh nhau lớn lắm.

Sao lại đánh nhau mà ai đánh với ai?

Bà không trả lời, vụt đâu đó rồi quay lại, bế xốc tôi lên đặt nhẹ trong chiếc thúng. Tôi mở mắt, nhìn thấy bà cắm cổ chạy, có lúc chiếc thúng muốn rơi, đòn gánh cong xuống. Bà chạy qua các truông tre, qua các kiệt hẻm… Cả đoàn người gồng gánh nhập vào nhau chạy dọc theo mé sông. Tôi nghe tiếng nồi đồng khua loảng xoảng, tiếng chó tru thê thảm và tiếng trẻ con khóc ngằn ngặt. Gió thổi tạt ngược khiến lớp rong rêu và những cây dương xỉ mong manh như muốn khô tóp lại. Tôi ngọ ngoạy trong chiếc thúng còn dính nhiều hột lúa lép, chích qua lớp rêu khiến tôi xót ngứa. Tôi muốn chùi xuống nhảy tót ra ngoài, nhưng bà chạy nhanh quá, chiếc thúng lắc lư đung đưa khiến tôi không thể tìm cách giữ thăng bằng để đứng lên.

Thôi, mặc bà. Tôi ngủ thiếp trong chiếc thúng.

Trong giấc mơ tôi thấy bà dẫn tôi lội ruộng. Hai bà cháu bì bõm cắm mặt móc từng con cua ẩn mình trong hang sâu dọc theo những bờ ruộng trong cơn mưa bấc dầm dề lạnh căm. Bà hái những cọng rau má xanh mướt ven bờ. Tôi mang chiếc rổ tre le te chạy theo bà. Sau đó, be bờ tát những vũng đọng mót từng con cá nhỏ trong mương nông giang đang mùa đóng nước… Những mảng bùn lem luốc và những ngọn gió đồng hiu hiu khiến tôi thích thú. Tôm tép rất nhiều, bắt chưa xong bà lại hối hả đặt tôi vào đầu thúng, đầu kia là những cua cá tôm tép rau má cải trời nhảy nhót nhịp theo bước chân tất tả của bà, theo đoàn người ngược về phía núi, bỏ lại ngôi làng cháy ngùn ngụt trong biển lửa bom xăng. Chạy băng qua những cánh đồng trơ trọc nám úa. Những con trâu sổng chuồng rống lên, những con chó ốm trơ xương ngửa mặt tru từng hơi dài rồi găm đầu xuống khe nứt… Tất cả những hình ảnh kia dồn dập đập vào mắt tôi và lưu giữ lại như một ký ức vàng ảm đạm. Tôi bấu tay vào hai tai gióng, lắc lư theo nhịp quảy của bà đong đưa qua lại. Tôi lại ngủ thiếp trong những động tác lắc lư trên đôi chân già nua. Cả đoàn người chạy tới được chân núi, rồi quay ngược về đồng, nằm chúi vào lòng mương hẹp, tránh những quả đạn nổ đùng đùng trên đầu. Đoàn người dài ngoằng tức khắc biến mất trên những mảnh ruộng nứt nẻ, những khúc tay chân lìa ra bay lả tả trên không, nhưng không giống với cánh bay của những con diều giấy mà lũ trẻ thả bay lên trời xanh những buổi chiều ngoài đồng còn trơ cuống rạ tôi từng nhìn thấy khi ngọn gió bê nguyên cả mo chuối đặt ngoài bờ mương khô nước.

Cảnh chạy tới chạy lui khủng khiếp đó trườn tới trườn lui hoài hoài như trong phim.

Tôi lịm đi cùng lúc những tiếng nổ tan dần theo gió đưa. Những bóng người mất hút. Chỉ còn lại vòng trắng bay là là hư thực.

3.

Tại sao mẹ lại để nó đi?

Mày nói đi. Mày muốn nó thành người tử tế hay thành kẻ giết người?

Mẹ không hiểu gì cả. Mẹ bị kẻ phản bội ru ngủ bằng những thứ cặn bã bẩn thỉu đó rồi. Mẹ hành xử cách này, mọi người đều như mẹ thì đất nước này sẽ mất, sẽ thành nô lệ cả thôi.

Đó là chuyện thiên hạ, tao không biết. Nhưng mày phải hiểu rằng nó là đứa duy nhất còn sót, mang dòng máu họ Trần. Mày mở mắt nhìn cho rõ bức hoành phi kia, những tấm liễn bảng kia cùng chục cột gỗ lim chống đỡ căn nhà của ông bà mày gầy dựng. Mày đọc đi và nói cho tao hay mày thấy những gì trong đó, mày có hiểu những chữ tổ tiên khắc cẩn lên đó không?

Tôi không cần biết những thứ bẩn thỉu lạc hậu rơm rác đó. Điều tôi cần là mẹ đưa nó về. Tôi không muốn nó đi làm tay sai cho lũ ăn cướp dơ bẩn.

Mày nói nó là con mày mà mày có biết mặt mũi ẵm bồng nó chưa hay chỉ mới thấy cái bụng lùm lúp của vợ mày trước khi mày biến mất khỏi cái làng sanh ra mày? Bao nhiêu mẫu ruộng cầm cố cho mày học Collège AS để cuối cùng ôm mớ chữ nghĩa nhiễm độc ghê tởm dẫn đám người đầu trộm đuôi cướp về phá nát làng này, tổng này… Thứ chữ nghĩa dao búa đó đã giết chết ông chánh tổng là ông nội mày, giết cả ông trợ giáo là chồng tao… mày có biết không? Còn con vợ mày đó cùng với bao nhiêu người khác bị chết banh thây trên mô đất ngoài đường cái quan kia. Ai đặt những trái mìn trái đạn dưới mô đất đó? Những người đàn bà buôn thúng bán bưng kia có tội tình chi hả mày?

Suốt ngày quanh quẩn bên ông táo mẹ đâu hiểu. Lịch sử đã giao cho họ, những người mẹ lên án đó, sứ mệnh thiêng liêng nhất mà những kẻ hèn kém, ngu muội không bao giờ hiểu ra!

Ừ, thì tao ngu tao hèn… nhưng tao không phải là kẻ khát máu như lũ mọi rợ chúng mày! Sứ mệnh thiêng liêng của chúng mày là đi giết người vô tội? Lũ khát máu quỷ dữ hiện hình chúng mày!

Mẹ lại hiểu sai.

Sai hay đúng thì rồi cái mày kêu lịch sự lịch sử gì đó sẽ chỉ rõ ai đúng ai sai!

Nói mãi, mẹ chẳng hiểu gì cả?

Đó là phần lý của tao của những người ruột thịt máu mủ đồng bào xóm giềng của tao, giờ mày hãy đi khuất mắt tao, đừng bao giờ vác mặt về nữa, nghe chưa?

Tôi sẽ đi nếu bà đưa thằng Kiệt về.

Mày còn biết tên nó là Kiệt nữa đấy? Mà đưa về để làm gì, còn như tao nhất định không cho về thì sao?

Mẹ nghe cho rõ đây: Tôi sẽ đưa nó lên xứ sở Đại Đồng. Nó sẽ được học những tư tưởng tiến bộ nhất của nhân loại để giải phóng những áp bức bất công, giải thoát cho ông bà cô bác, đồng bào nó không bị đày đọa, sống trong cảnh tù ngục nữa. Rồi đây tất cả sẽ thấy ánh sáng của tự do, sẽ sống ấm no hạnh phúc, mọi bất công trên đời này, trên mảnh đất nghèo nàn cơ cực này sẽ bị xóa bỏ vĩnh viễn. Hay đấy. Vậy ai cứa cổ bà Neng, kẻ nào bắn hàng trăm người trên núi Ba Lù?

Bọn chúng là những tên tay sai của địch.

Hay đấy. Bọn đó là bác, là chú, là anh em cùng cha khác mẹ với mày đấy thằng trời đánh ạ.

Công lý luôn công bằng với mọi người mẹ à?

Công lý là máu là chết chóc hả con?

Phải biết hy sinh cái riêng bé nhỏ cho sự nghiệp lớn.

Ờ, tao hiểu ra rồi, cái lớn của mày là những chuyến xe lam của bà con về làng cắt lúa bị mìn đắp mô nổ tung. Con vợ mày cũng trong phần số hẩm hiu đó. Cả chục người là đàn bà con nít trở thành đống bầy nhầy, không nhận ra ai là ai. Hàng chục hàng trăm hàng triệu người chết tức tưởi không biết vì sao chết đều là kẻ địch của chúng mày đó…

Có tiếng súng lẻ loi ở bìa làng. Người đàn ông đứng bật dậy vụt ra sân.

Người đàn bà vặn thấp ngọn đèn, co gối ngồi xuống bộ phản gỗ ngó ra khe hở tấm phên. Trời tối đen như mực. Chỉ có tiếng côn trùng rỉ rích nỉ non.

4.

Tháng Tư, hoa mận nở trắng cành. Ngó xiên lên, những cánh hoa mỏng như sợi chỉ nhuộm sắc lá bên dưới còn lại màu mạ lợt. Đàn ong mật và ong bầu kéo tới chao lượn trên cánh nhụy trắng muốt.

Những đôi cánh đập liên hồi phát ra âm thanh cao thấp dày mỏng như các nghệ sĩ áo dài khăn đóng trong dàn nhạc hát bộ, cúng đình. Chúng hoan ca vừa nhắm mắt tận hưởng những tinh thể sền sệt ngọt ngào qua ngõ ống vòi cong cong.

Tôi không bay được như đàn ong kia, nhưng bù lại, những cánh hoa rơi xuống phủ lên khắp thân thể tôi màu trắng như tuyết, thơm ngọt ngào. Tôi cũng không hát được, may nhờ những cây dương xỉ thay lớp áo cọ vào nhau, xô đẩy như sợi lạt cứa lên ống tre già, vui tai. Tôi miên man với bầy ong với hoa với lá và chút nắng trở mùa ngai ngái mùi rơm khô, mùi khói đồng bay tạt theo gió nồm từ biển thổi vào.

Tôi chìm theo ánh trăng non chốc lát rồi tan vào đêm tối cùng với tiếng côn trùng nỉ non như lời kinh cầu.

Những chấm nhỏ li ti xuất hiện trên bầu trời cao nhưng không đủ sáng để có thể nhìn thấy mọi vật chung quanh.

Và rồi, từ phía cổng chỗ giáp với bờ tường đá ong, một bóng người mò mẫm về phía ngôi nhà. Hai chân chỉ còn từ đầu gối, chấp chới giữ thăng bằng, dang rộng đôi cánh tay như bay. Cái bóng đó lượn trên khu nhà chỉ còn trơ lại nền vôi loang lở và lớp tro dày. Bóng người chao tới chao lui nhiều bận rồi quay ngược ra cổng, là là dọc theo hàng rào, cuối cùng tới gần chỗ giếng nước sát gốc mận.

Tới lúc này tôi mới nhìn thấy rõ ràng hơn, về cái bóng người ấy. Hình như đó là một hình nhân ghép lại từ những cọng rơm hay những mảnh giẻ thì phải, giống như những con bù nhìn cắm ngoài ruộng đuổi chim? Ống chân không dính liền với gối. Hai cánh tay thẳng đuột. Khuôn mặt choắt ra, phẳng phiu giống cái bàn chà đất. Thân người đậu lên thành giếng, một tay bấu vào cần vọt bị sụp thõng xuống; tay kia choài ngang.

Lúc cất giọng, tôi mới hay đó là một người đàn ông. Ông hỏi:

Nhà đâu cả, sao sập cháy hết vậy?

Tôi không biết - Tôi trả lời.

Mày là ai?

Là tôi.

Cha mẹ mày đâu?

Tôi không có cha mẹ.

Trời đất sinh ra mày chắc?

Không biết ai sinh ra.

Tại sao mày ở đây, trong vườn nhà tao?

Tôi không biết ông là ai. Nhưng tôi ở đây vì tôi sống với bà tôi. Bà

tôi nuôi tôi.

Bà mày đâu?

Bà tôi bị bắn ba tháng trước, trên ngực có găm bản cáo trạng đại ý bà có tội với nhân dân, là người làng nói vậy.

Đó là công lý và chân lý.

Tôi không biết.

Mày kêu sống với bà già ấy, sao hỏi cái gì mày cũng không biết - Bóng người thở dài.

Vì lúc đó tôi bận đánh nhau với quân địch.

Ở đâu? Chỗ mày đánh nhau đấy?

Mặt trận Liên Sơn.

Đánh đấm làm sao?

Địch quân đông như kiến, toàn lũ con nít cả. Chúng cứ xông thắng lên đồi cao, chỗ đại đội tôi đóng quân. Lớp này chết lớp khác bò lên điên cuồng như lũ thiêu thân.

Rồi sao nữa?

Chúng dùng bộc phá, súng phóng lựu, B40... san phẳng căn cứ. Những người lính cuối cùng của tôi bắn những viên đạn cuối cùng và tất cả đều tan xác trước khi có tiếp viện.

Mày là chỉ huy?

Ừ, Đại đội trưởng.

Tao chỉ huy trận tấn công đó. Tao là Trung đoàn trưởng.

Nghe ông xưng cấp bậc khiến tôi không nhịn được cười, đến nỗi rêu và dương xỉ trên người tôi như muốn nổ tung ra.

Mày cười gì thế?

Tôi không biết ông học trường quân sự nào và chiến thuật kiểu gì mà ném quân như vãi trấu!

Mục đích cuối cùng giải thích rõ ràng cho phương tiện. Bởi thế chúng tao mới chiến thắng chúng mày.

Tới đây thì tôi bật khóc nức nở, khóc vì nỗi hận, vì nỗi nhục nhã của những ý thức, đạo đức làm người, của sự lương thiện... Nước mắt dầm dề thành cái ao sâu hoắm.

5.

Cây mận, nơi tôi che mưa chở nắng như mái nhà tự dưng khô héo dần. Lá rụng lả tả. Cành nhánh co rúm, rữa mục.

Lớp rêu dày xanh mượt chuyển màu, khô giòn.

Những cây dương xỉ chịu đựng lâu hơn, nhưng cuối cùng chỉ còn lại những sợi gân trắng li ti, tan bay đâu đó mỗi khi gió thổi ngang. Thân thể tôi teo tóp rồi bị hất tung vơ vất ngoài lề đường bụi bặm. Chỗ đó không phải chỉ một mình tôi mà có hàng trăm, hàng ngàn người như vậy. Tất cả đều không lành lặn: cụt đầu, mất tay chân, lồng ngực banh nát, hốc mắt như hố bom... Tôi là một trong số ít lành lặn. Chúng tôi nhập vào nhau, lang thang hết đầu đường đến cuối bãi, hứng những cơn mưa dầm dề, gió lạnh cắt da chí những ngày nắng cháy.

Lúc thất thểu, lúc rầm rập theo nhịp quân hành.

Lần cuối cùng, dưới ánh trăng hiu hắt, tất cả đứng trước nghĩa trang cũ của mình, gập chào nơi ở bị đào xới hất tung, bụm chặt tiếng nấc. Và rồi cùng vịn nhau cùng bước lang thang trên đám mây trắng dập dềnh tan tác, vô định.

Nguyễn Lệ Uyên

Thăm Lại Phố Xưa
MANG VIÊN LONG

(Chiếc tắc xi Mai Hoàng chở Hội từ bến xe thành phố về đến số nhà anh muốn tìm ở thị trấn Sơn Hải, gần một giờ, lấy chẵn 200 ngàn).

- Chào cháu!

- Chào chú! Có phải chú Hội không?

- Biết rồi mà còn hỏi sao?

- Cháu nhớ, nhưng sợ lầm. Chú hơi khang khác!

- Hơn hai chục năm, khác là đúng rồi. Chú khác sao?

- Chú hơi gầy.

- Chưa chết là may rồi, cháu!

- Chú còn trẻ, phong độ mà!

- Phong độ gì nữa cháu? Hơn hai chục năm bầm dập.

- Ai cũng vậy chú à!

- Đời người như khúc củi trên dòng sông, trôi đi mải miết, cho đến ngày tấp vào một cồn cát nào đó thôi. Nhưng, chú vừa bước xuống xe, trông thấy cháu thấp thoáng ở cửa, đã nhận ra rồi!

- Chú nhớ dai thiệt!

- Làm sao chú quên cháu!

- Hình như chú gặp cháu chỉ hai lần thôi mà!

- Ngay lần đầu, chú đã nhớ.

- Hay thiệt! Cháu "có tật" mau quên.

- Cái tật đó, cũng tốt lắm! Có nhiều lúc chú muốn quên, mà không quên được. Nên quên những điều cần quên, cháu à!

- Dạ!

- Lần đầu, chú đến thăm ba má cháu, nhận tiền thuê nhà hai năm, gặp cháu.

- Rồi sao?

- Thấy cháu đang ngồi bên bàn máy, rất chăm chú, nhưng thỉnh thoảng ngẩng lên nhìn chú. Rất dễ thương.

- Hồi đó cháu mới nghỉ học. Thi xong phần hai không đậu, cháu ở nhà theo má học may, chờ năm sau.

- Chắc là 18 tuổi?

- Dạ!

- Còn chú năm đó 29.

- Bây giờ cháu đã hơn 40 rồi, chú!

- Chú cũng xấp xỉ 60.

- Thời gian đi nhanh quá!

- Chú không rảnh để nghĩ tới thời gian! Cứ để nó trôi đi thôi!

- Chú làm gì mà bận rộn vậy?

- Sau năm 1975, chú lang bạt kiếm sống nhiều nơi khi ra khỏi trại. Ngày về lại quê là để nhận tiền bán ngôi nhà cho ba má cháu.

- Chú đi đâu?

- Giao hết vàng cho cô ấy, chú ra đi với chiếc xách tay!

- Sao khổ vậy chú?

- Ai đâu muốn khổ, cháu? Hết duyên, thì tan thôi! Có níu kéo cũng không được! Mà níu kéo để làm gì, khi đã không còn yêu quý nhau, cháu? Thời thế đổi thay, lòng người cũng thay đổi!

- Chú nói đúng - không ai muốn khổ, cũng như cháu! Cháu đã làm vừa lòng anh ấy!

- Đó cũng là một sự hy sinh, mà có ai hay? Mà cháu thế nào vậy?

- Đã ly hôn mấy năm nay, một mình lo cho hai đứa con.

- Sao không giao bớt đi một đứa cho nhẹ gánh, cháu?

- Con mình, mình gánh chứ, chú?

- Anh ấy làm gì?

- Tài xế xe khách.

- Sau đó ra sao?

- Ly hôn tháng trước, tháng sau cưới cô nhà buôn Hưng Phát!

- Chắc giàu? À thôi, cho chú hỏi thăm.

- Dạ.

- Ông Tàu hiệu thuốc Tế Sanh đầu dãy phố mình bây giờ ra sao rồi?

- Ổng sợ hãi, nghi ngờ không dám đăng ký ra đi, nấu đi ba bốn chuyến trót lọt, mới đăng ký. Nộp cho cả nhà gần ký lô vàng, sau họ hủy bỏ. Vàng mất, buồn lo, chết rồi!

- Còn bà vợ? Bà vợ thời trẻ, khá xinh hả cháu?

- Dạ! Nhưng vài năm sau, cũng mất luôn! Chỉ tội cho ông Tàu Chấn, cả giường ngủ cũng bán, rồi bị hủy chuyến đi.

- Thôi kệ, còn nhà phía trên, ông Bốn Trà ấy.

- Bà vợ chết trước, ông ấy chết sau, vì tiếc tiền, không đưa xâu chìa khóa cho lũ con mở tủ lấy vàng, chạy chữa!

- Ông Năm?

- Chết trước năm 1975 mà chú? Ông ấy chết, kê đếm vàng cất giấu trong tủ được gần 100 lượng, không tính tới đồ cổ quý hiếm trưng bày trong nhà!

- Vậy là bầy con chúng hưởng, đỡ khổ.

- Chú ơi, thằng anh cả lấy hết, ôm vô Sài Gòn với vợ.

- Trời đất! Bà con không ai can gián gì sao?

- Ai dám nói, chú? Nói để làm gì? Vài năm sau, mấy đứa phải tản mác, đứa con gái lớn vô ở trong lều chợ, mua bán vặt kiếm sống!

- Vàng ông ấy góp nhặt bất chính từ tay người khác, nên không ở với ông ấy lâu đâu, cháu!

- Cháu nghe ai cũng nói như chú!

- Còn gia đình ông bà Bốn Ngà phía trên?

- Ông ấy chết trước ông Năm mấy năm. Giàu có, mà không có thuốc chữa! Sau, có đứa con gái theo chồng qua Mỹ, cũng bặt tăm luôn!

- Được cái sướng thân, mà mất nhiều cái hả cháu?

- Dạ! Thiên hạ đều thích vậy, mà chú! Họ chạy theo cái sướng trước mắt thôi, ít ai nghĩ xa hơn!

- Lâu quá, chú mới có dịp về, ghé thăm ba má cháu, cũng cảm thấy nhớ! Ba cháu nói chuyện, đọc thơ, nghe vui lắm!

- Má cháu vừa đi xuống thành phố tìm mua ít vải, ba mất rồi!

- Mất rồi? Ông ấy tốt tướng mà!

- Chú không nghe ba mất sao?

- Không! Ba mất lâu chưa?

- Vừa mãn tang tháng trước!

- Trông ông ấy khỏe vậy.

- Đi học tập mấy năm về, còn một nửa. Làm việc quần quật lo cho cả nhà mấy năm, còn da bọc xương!

- Ông ấy bị bệnh gì, cháu!

- Gần chết mới vô Sài Gòn khám, bị ung thư dạ dày, chú ạ!

- Cháu đang sống với mẹ?

- Dạ. Thằng em kề cháu ôm tiền vô Sài Gòn.

- Nó có thường về thăm không?

- Vô Sài Gòn, nó quên tuốt hết rồi chú.

- À, ra vậy!

- À, mà chú đang sống với ai?

- Ăn ở với nhau gần mười năm, chỉ có một mụn con. Con ở với mẹ, chú lang bạt một mình.

- Hay là chú về quê ở đi!

- Ở quê?

- Dạ! Dù sao, ở quê cũng còn bạn bè, người thân quen.

- Cháu cho chú ở tạm nhé!

- Dạ!

- Vậy thì chú sẽ về, cảm ơn cháu! Nhưng ở quê cũng buồn!

- Còn cháu mà chú!

Mang Viên Long

Làm Duyên
THỊ QUỲNH DUNG LÊ

Con gái làm duyên phải nhờ giọng hát
Phụ nữ làm duyên phải nhờ sắc hương
Và tôi đã hiểu nghĩa vô thường
Khe khẽ làm duyên một đôi câu thơ thẩn

Tạo hóa không ban cho...
Mình hơi lẩn thẩn
Xót xa lòng ẩn nhẫn bóng chiều đi
Không có sắc nhan
Tình không dan díu
Chỉ là thơ
Và cũng chỉ là mơ.

Nhẹ như vân
Buồn như mây
Trời quan tái
Hồn lang thang cây cỏ sông hồ
Vất vào đó đôi câu thơ vụng dại
Triền miên lay... lay tự trái tim mình

Và cứ thế giòng thơ tôi tự hát
Hát cho cuộc đời dang dở những vần thơ.

Không Nghĩ Ra
DUNG THỊ VÂN

1-
Đêm nay hai kẻ hóa ma
Đêm nay ta xóa "Bá Nha-Tử Kỳ"
Em ngồi hát rất nhu mì
Vậy mà có một kẻ si tầm thường

2-
Này em có phải mục chương
Này em sao lại tầm thường gian manh
Đêm nay ta thấy sở khanh
Sao ta choáng váng hóa thành chứng nhân

3-
Đêm nay ta hiểu tim phân
Đêm nay ta thấy có ngần ấy thôi
Mới hay tim kẻ bạc vôi
Mới hay tình bạn lẽ đời quỷ ma

4-
Đêm nay trăng vỡ làm ba
Ta thương em giữa ta bà trắng đen
Này em ô cửa cài then
Nhưng huyền thâu ấy có đèn loạn nhân...

Tiễn Biệt
ĐẶNG HIỀN

Chúng ta đang sắp hàng
Bước vào nơi thinh lặng
Nơi an nghỉ của ngày hôm qua
Của ngày mai không còn thay đổi.

Như em chưa bao giờ dám nghĩ
Sẽ có một ngày anh cũng ra đi
Dù bài thơ có khắc ghi lên đá
Dù tình mình cứ ngỡ thiên thu.

Ở một nơi mà bao lần đến viếng
Lời cầu kinh nhang khói đưa người
Và cát bụi là chốn về duy nhất
Ta tiễn người hay ta đang tiễn ta.

Một Ngày Vô Tích Sự
TRẦN VẤN LỆ

Trời có nắng nên ngày đủ ấm
chỉ chiều tàn mới lạnh giống hôm qua.
Những con chim bay về lại mái nhà
nhưng chim én Santa Barbara chưa thấy...

Người ta nói "Thời gian như nước chảy"
Những con sông hết nước, cạn thời gian?
Ờ mà tại sao hoa nở rồi hoa tàn
Hoa rụng xuống tràng giang đâu hứng nó?

Mưa ở California thường là những cơn mưa nhỏ
để rừng lên và cháy nữa sang năm.
Nhiều ngôi chùa to cỡ Bảo Quang
lời cầu nguyện chỉ làm tăng thêm nóng?

Mấy hôm nay ấm sợ là điềm báo động
một mùa Đông lạnh buốt sắp đi qua?
những người trẻ trung sẽ bỏ những người già
và những người già đi vào Viện Dưỡng Lão!

Ôi ở tuổi nào người ta ngắm áo
của những nàng Tiên đi dạo phố phường?
Nhắc lại thơ Hoàng Trúc Ly thấy mà thương:
"Sáng nay con gái đâu nhiều thế?" (*)

Hình như tôi không có gì để kể
một ngày trời nắng ấm hay sao?
kể cả nói với ai khe khẽ tiếng chào
kể cả nói với tôi vài dòng tâm sự...

(*) Thơ Hoàng Trúc Ly:
Hôm nay con gái đâu nhiều thế
Những cánh tay trần như cánh chim!

Vui Buồn Giêng Hai… .

PHẠM HIỀN MÂY

nỗi buồn xin cứ tự nhiên
để vui sau đó bình yên đến gần
như mưa nắng vậy rất cần
cho hoa úa ngóng thêm lần tái sinh

cỏ hoa úa đợi lung linh
nỗi buồn xin cứ nguyên trinh quay về
để vui lại được liền kề
được bao dung với câu thề du phiêu

câu thề căng gió tiêu diêu
diều lên cao nhé niềm yêu đã đầy
nỗi buồn ơi cứ chim bầy
để vui liền cánh chắp gầy nẻo mơ

nỗi buồn hãy cứ bài thơ
để vui mãi cuộc lửng lơ đất trời
lữ hành anh cứ riêng đời
còn em mãi vẫn tơi bời bể dâu

em bên này mãi mắt sâu
nỗi buồn anh cứ môi nâu khói tàn
để vui bên ấy thắp hàng
cây thơm lá mộng địa đàng vô biên

nỗi buồn dẫu có muôn niên
thì xanh vui trổ rồi miền giêng hai… .

Những Bông Hoa Cúi Đầu
VY THƯỢNG NGÃ

Tôi thấm mệt. Cơn đau khoét sâu tận tủy. Từng nhát nhói lóe lửa, tóe vào thành các bộ phận gần kề. Tôi lưng tròng nước mắt. Thở gấp, từ tốn nhả từng điệu nơi đường mũi nặng nhọc, cố điều tiết làn hơi đang muôn trùng biến động. Tôi ôm vết đau, xoa xoa, ve vuốt dịu hiền, như nói chuyện với nhân tình. Nhân tình cơn đau chỉ có nghe và phúc đáp tôi bằng ngọt ngào, êm êm trên các vùng cơ thể. Vết thương tứa máu. Dấu bầm tua tủa xung quanh. Nét rạn mỏng chia cách bình yên – đớn đau trên mộ phần da thịt. Tôi nhạy mũi ngửi mùi máu hãy còn tươi, tanh nồng, chóng khô. Tôi nếm vệt máu. Vị nó ngây ngây như mùi rỉ sét, bám lâu vào ngón tay, vệt dài, nhạt màu. Tôi tin cuộc đời không gì là vĩnh cửu. Kể cả cơn đau. Rồi chúng sẽ lắng, sẽ lắng, tan theo sớm mai. Nhưng niềm tin và hy vọng, tỉ lệ nghịch với hiện thực. Tôi sẽ đau, hoặc thêm hơn, đằng đẵng – vì cơ thể tôi được nuôi dưỡng, được đắp bồi, cơn đau vươn mình đánh bại tôi cùng kiệt. "Xin hãy yêu nhau" – tôi chắp tay kinh cầu, thủ thỉ, thều thào. Mi khẽ rung rung, tuyến lệ được kích hoạt, giọt đơn rỏ xuống tấm trải giường. Tích tắc, tích tắc. Buông thư thái. Chậm rãi. Tôi tiến dần đến cơn lịm đón đầu. Nó vẫy tôi nhích lại. Tôi chống tay lên giường, áp mạnh người lên thành. Nó đánh tôi xoài người.

Tôi đã lịm đi ít lâu. Tỉnh dậy, ông lão giường bên lắc đầu nguầy nguậy, tỏ ý trách chê tôi yếu đuối, chẳng xứng là nam nhi. Mặt lão đột ngột xám ngoét, tôi cảm thấy buôn buốt, nhớp nháp, ngó kỹ mũi dao dưới gối thò ra tự lúc nào. Lão nín bặt. Lão trừ khử chính mình trong tâm tưởng. Lão phóng đại rồi đâm ra hành xác mình. Tôi đặt con dao để bảo vệ giấc ngủ tôi và xua cơn mơ trái khoáy. Trưa hôm đấy tôi ăn cơm ngon lành. Tôi lại thênh thênh giữa ốc đảo. Mỗi ngày tôi nghe huyên náo ở giường mình 3 lần. Người thân sẽ mang chút đồ vặt đặt trên tủ cho tôi. Khi là cuốn sách, lúc vài món trái cây hay thức ăn vừa miệng tôi. Họ ưa nán lại tầm 1 giờ. Những câu chuyện trò hờ hững, nhạt thếch được đệm bằng tiếng cười xuề xòa. Đa phần họ mở lời trước. Tôi ngồi đọc sách, hoặc viết linh tinh vào cuốn tập nháp nhét dưới nệm, hay cố tìm một điểm tập trung dán tầm nhìn vào tránh cặp mắt chực xoi mói của bất kỳ ai. Lam bảo chiều sẽ vào thăm tôi. Tôi niềm nở tê người đọc dòng tin nhắn. Chỉ Hòa biết việc tôi nằm bệnh viện, tôi giấu tịt, nhất là với Lam. Một mặt, tôi mong Hòa bảo mật thông tin; mặt khác, tôi cầu hắn ta lỡ buộc miệng như mọi khi. Tôi tưởng tượng khoảnh khắc Lam tròn mắt, há hốc, đưa tay bịt miệng, mắt rưng rưng hỏi tôi có làm sao không, nằm ở đâu, phòng mấy. Tôi chờ bao hôm rồi. Quả nhiên Hòa không làm tôi thất vọng. Cảm ơn cái miệng không sao giữ nổi bí mật quá 48 giờ của hắn.

Tôi sẽ phải tắm táp, tuốt lại vẻ ngoài cho thật chỉn chu. Tôi chẳng muốn Lam thương hại cho bệnh tình lẫn hình hài xác xơ lúc nhận ra tôi.

Tôi trông gương thật tệ hại! Đôi mắt quầng, lờ đờ; bờ môi trắng bệch, nứt nẻ; tôi thuận tay xé miếng da cố bám trên viền môi. Máu tươm nhẹ, tôi đẩy lưỡi chắp chắp vị máu quen thân. Vẫn dư vị tanh, mùi sét rỉ, nhưng tôi đã không còn nhăn cơ mặt. Tôi tì răng lên môi, bấu mạnh mọc mời máu chảy. Lưỡi mơn man máu tươi nhỏ giọt. Vành môi phút chốc phơn phớt màu đỏ. Sức sống dường chạy ngang cơ thể. Tôi thấy mình nhẹ hẫng…

Khắp mình tôi đầy rẫy vết cắt. Có vết nông, vết sâu hoắm, vết thì vừa kéo da non, vết chảy dịch vàng, vết hình mắc lưới… hiện hữu đủ đầy hai cánh tay tôi gầy còm. Má tôi khóc nhiều. Bà lễ chùa tận đâu đấy xa lắm, qua lời thuật lại của bà. Bà thỉnh cho tôi một lá bùa và mặt dây chuyền hình Phật. Bà đính kim tây lên lá bùa, gài vào túi áo tôi mỗi sáng. Chẳng rõ bà tìm đâu sợi chỉ đỏ, xâu mặt dây chuyền, đeo cổ tôi. Tôi mân mê hai món đồ nho nhỏ trên người. Chỉ khi vào phòng vệ sinh, sợ ô uế, tôi đành tháo ra đặt cạnh gối nằm.

Máu loang lổ trên áo từng chấm li ti. Người nhà ông lão giường bên dìu tôi trở về phòng. Tôi xây xẩm nhẹ. Má tôi xồng xộc trước buồng, tôi nghe bước chân từ lúc hãy còn một quãng nữa. Khoảnh khắc đó về sau tôi khó tìm thấy tự do. Mỗi một tiếng đến một tiếng rưỡi đồng hồ, có người luân phiên chăm non tôi. Tính tôi không muốn phiền ai, đồng thời chả thích ai quấy mình. Tôi ưa nhắm hờ mắt, hay ra cơn đau oặn đột ngột vùng bụng. Giọng nói mềm gõ tai tôi tỉnh thức. Lam đến tự bao giờ…

Lam đẹp não nùng trong chiếc áo tôi thường khen. Da em trắng, mặc game màu sáng càng điểm lên nét duyên. Tôi đắm đuối rợn người. Tôi thèm được Lam ngồi cạnh, nghe hương nước hoa thoang thoảng, mái tóc thơm mùi dầu gội vỗ đường thở đánh trí óc tôi tuần hoàn nhịp sống. Má tôi nhấc ghế mời Lam, bà ra ngoài để chúng tôi tự do nói chuyện. Lam quan sát khắp căn phòng. Vài rãnh cao trên tường thông gió, ba chiếc quạt rề rà chỉ tỏa toàn hơi nóng, thi thoảng gục gặc trực rơi khỏi tấm đỡ. Lam nâng cánh tay tôi, xoa xoa lòng bàn tay, đầu hơi cúi: "Anh gắng khỏe. Bạn bè mong anh". Tôi vuốt đuôi tóc Lam: "Em có mong không?". Toàn thân Lam khẽ run. Tôi đưa Lam cuốn tập nháp tránh cơn xúc động của em chực dâng. Năm ngày nặng nề dần qua, chữ sắp tràn ra trang bìa. Lam không còn tâm trí đọc, em tựa cằm lên hai tay, hát bâng quơ. "Anh nhớ nay ngày gì không?" – Lam vẽ nét mơ hồ lên tấm trải giường. Tôi hiểu Lam muốn đề cập điều gì.

Tôi nôn thốc nôn tháo, nôn thốc nôn tháo. Đan giương đôi mắt ướt gõ vào tấm lưng lạnh lùng tôi lẹ bước. Tôi nôn thốc nôn tháo, nôn thốc nôn tháo. Mùi ngai ngái xộc lên cuốn theo bụi, mùi ẩm thấp trong con phố hắt từng chập nôn mửa ngắt quãng. Ngang những vũng nước đọng, sình lầy phập phồng nhịp thở đoán bàn chân giẫm bừa tung tóe. Lạnh thấm đôi tay, châm li li dây thần kinh dợn cảm giác. Tôi ngồi bệt, xoa tay áp má nóng hổi. Thở hắt. Nước mắt rơm rớm. Bất cứ thứ gì, miễn có thể lấp vào khoang bụng rỗng.

Chiếc xe loạng choạng, tiếng thắng "kít" nghiến mòn khối cao su; lạch cạch lạch cạnh phát lên từ cánh phải, keng keng keng keng đập vào chấn song cửa, "Miu à?" – cô cún nhà Đan nhận ra tôi. Nó vẫy đuôi tỏ vẻ mừng, sủa, tôi đưa tay làm dấu im lặng, nó thụp xuống, thè lưỡi, lẩn quẩn phía ngoài, đứng dựng hai chân sau nhìn tôi. Rèm đã khóa, không còn chút ánh điện ở cửa sổ, tôi đưa tay xoa đầu con Miu: "Ngoan lắm con!". Nó rên ư ử, mắt ngân ngấn; mưa lất phất kéo đến, lạnh, tôi vội vàng không từ giã Miu lầm lũi dắt xe chạy thục mạng trước lúc trời chuyển mình.

Mùa phượng vừa nở, lời chúc tụng bật trên từng đôi môi ít khi hé tâm thơm thảo; con đường trầm nhấn những tà áo trong thinh lặng chia tay. Đan tần ngần bước đến yên sau xe, phủi bụi bám thiếu hơi người đồng hành, chìa nụ cười hiền đầy ý nhị: "Còn nhớ nhau không?" Tôi gật đầu, đứng sững, đưa ngón trỏ chỉ nơi ngực áo. Bóng ma quá khứ ập lên bàn tay tôi khan nóng, cổ họng khô ran. Nắng đứng trên đỉnh đầu nhức bưng bưng. Hành tung đối thủ thôi đánh động vùng trời, tôi đưa tay vén mái tóc Đan đang tư lự: "Không im ắng nào là bình yên thật sự". Đan quay ngược ba lô, mở khóa kéo, hai tay đưa tôi cuốn sổ nhỏ: "Tập lưu bút của Đan chỉ thiếu vài chữ lưu niệm của Di".

Ba tháng chia tay là mất tích
Kẻ còn nhớ giọng, đứa quên tên
Đám ấy giờ đây muôn vạn ngả
Gặp nhau chẳng biết lạ hay quen!

Đan ánh lên những tia vui, đón tập lưu bút, ôm vào lòng người mùi mực hãy còn mới. Đan lia vội, đo bằng gang tay, trách tôi viết ít, chăm chú đọc chậm, nhíu mày ra chiều khó hiểu: "Sao bài thơ không có tên thế?" – "Di chả biết đặt nhan đề sao cho hợp!". "Vậy mai này…" – Đan lừng khừng mấp máy, "Di có quên Đan không…?".

Tôi tạo khoảng lặng kéo dài mươi giây, lướt ngang quang cảnh trường học, vài đôi mắt đỏ hoe giấu vội lên tàn cây, chiếc lá; cái nấn ná lâu hơn những khi tan trường. Tiếng nói cười rời rạc, tản mác; xe chầm chậm nổ máy lờ mờ bóng người bất lực dõi theo. Đan nhẹ ngón rê từng nét mơ hồ, chấm phá lên yên xe hâm hấp nóng ban trưa, đầu hơi cúi, nhoẻn miệng ngắm đâu đâu. Tôi nhìn xuống đã thấy tay Đan cách tay tôi chỉ một gang.

"Ôm Đan một cái đi!" – Đan ngập ngừng đề nghị – "Sắp xa

nhau rồi, chẳng biết khi nào còn dịp gặp nữa!" – Đan thở hắt, đăm đăm xa xăm. "Nhưng Di không thể…" – tôi lúng túng, bối rối khước từ. Thình lình, Đan nắm một cánh tay tôi đưa lên, tự bao mình trong vòng vây, buông cánh tay khép chặt – "Như thế này nhé!" – Tôi cảm nhận ngực mình lấm tấm những giọt nước, tiếng sụt sịt khuấy động – "Giá thế này mãi thì tốt biết mấy Di ha! Ai cũng bảo tuổi 17 đẹp, nhưng không mấy ai muốn mãi ở tuổi 17, chắc có mình Đan thích mãi 17 tuổi ha Di! Mà, Di nè, Di có thể, giả vờ thôi, vui vì sự xuất hiện của một người, được không?". Quãng lặng kéo dài, nắng đổ bóng thêm hanh, đường phố mờ mờ dưới cái nắng oi tiết trời kề hạ.

Đan vẫn lóng ngóng khi tôi dắt xe chào tạm biệt, cô nàng dựa sát tường, nắng liếm mũi giày, Đan giơ ba lô che nắng hắt qua mái đầu. Hôm nay không ai đón Đan. Tôi giật lùi, Đan ánh lên mong manh hy vọng. Tại sao Đan vẫn còn vô tư ký thác niềm tin vào cuộc sống đến thế? Đến bao giờ, Đan một lần tập hoài nghi, biết chất vấn mọi thứ vây quanh? Tôi thích được đi bên cạnh Đan nghe ngọt ngào trẻ dại xâm chiếm cằn khô con tim mỏi mệt. Tôi nhớ những lần tan học ưa tạt vội hàng quán chỉ để mua vui cảm giác. Đan con trẻ lắm. Tôi không thể đồng hành đường dài.

Tôi mặc chiếc áo trắng có chữ ký Đan nằm nơi góc trái. Thời gian là bao, nhưng cảm xúc tôi dành cho Đan vẫn vẹn nguyên. Chỉ có điều, Đan chóng đi xa…

Lam thu đôi mắt thoáng đỏ, xin lỗi đã đổ nước mắt lên bàn tay tôi. Tôi cười to: "Có người khóc trước cũng hay hay, dù chẳng biết cho mình hay không". Lam bảo tôi nói gở, nói thêm câu khác đắp vào. Tôi phủi tay, "có sao. Ai rồi cũng sẽ về với đất, như Đan…" – Lam không nghe thấy hai chữ cuối, tôi chỉ để lại hậu vị nơi đầu lưỡi, chôn ký ức về Đan sau bao năm.

Một buổi nắng gắt, Đan chậm rãi tiến tới gốc cây bàng, trông đôi giày, tôi đã biết Đan. Trông Đan buồn lắm, xanh nữa, gương mặt được tô bằng vẻ buồn ngủ, chán chường. Đan lờ đờ ngồi kế tôi.

"Có một điều Đan muốn hỏi Di được không?". Tôi gật đầu. "Trong lớp, Di có thích ai không?". "Có" – tôi trả lời gấp gáp đợi Đan tiếp tục. "Phải Lam?". "Không! Nhưng… sao Đan lại nghĩ là Lam?"

"Các bạn nữ trong lớp kháo nhau". "Khi nào?". "Lâu rồi, ngày Di dìu Lam lên lớp ấy. Cả mấy cử chỉ nho nhỏ Di dành cho Lam nữa. Lớp thấy hết, cả Đan nữa…"

Chuông báo vào tiết réo rắt, Đan vẫn nán lại dưới gốc bàng.

Tôi ngược cầu thang, lội dòng học sinh đang nối nhau tiến về lớp. Tôi tầng một nhìn xuống, Đan buông cử chỉ chán ngán chưa chịu chuyển mình đồng điệu toàn trường.

"Đan cần một cái ôm không?" – tôi cách Đan vài bước chân; sân trường thưa người, tôi từ từ tiến gần, đặt tay lên vai Đan. Cơn xúc động bất thình lình như luồng điện chảy qua đầu ngón tay tôi. Cơ thể Đan không còn vững, cô chóng xoay người, ngã nhào vòng tay tôi đang dang rộng rồi khụy gối. Đan đón ngày mới bằng cơn lã chã cố che giấu tất cả ngày qua ngày. Chiếc mặt nạ rơi, Đan không kiểm soát được cảm xúc chính mình. Ngoài những lớp sau đợi học thể dục muộn hơn, còn lại tất cả đều trên lớp ôn bài cũ; tôi và Đan lạc lõng , tách biệt với không khí huyên náo tuổi học trò. Mắt Đan đỏ hoe, cô nấc nghẹn. Tôi vỗ vỗ vào lưng Đan ươn ướt. Ít lâu, tôi gỡ tay Đan, đẩy vai cô; hai mắt chúng tôi chạm nhau. Tôi chìa gói khăn giấy. Đan vẫn còn ngân ngấn nước. "Ngoan nào," – tôi nhỏ nhẹ đề nghị, "để Di chở che Đan nhé!". Đan òa khóc. Những cặp mắt háu tin ở lớp chúng tôi đồng ra lan can quan sát. Đâu đó có tiếng vỗ tay…

Hòa hẹn tôi ra bãi sau ngày cuối của đợt kiểm tra sắp tới. Tôi và Đan dự định đi dạo ăn chút quà vặt khi hết tiết thứ Ba vào cuối tuần, nhưng tôi dời lại sang tuần sau, Đan biết tôi thân với Hòa nên em không rề rà chuyện chúng tôi gặp nhau thay vì đi tôi đi chơi với em.

Hòa đấm tôi một cái rõ mạnh. Hắn nhắm thẳng má tôi. Cú đấm đột ngột tôi không kịp trở tay, ngã người ra sau tắp lự. Hắn xô tôi xuống khi tôi cố chống tay tạo lực đứng dậy.

"Mày chơi đùa trên tình cảm của Đan, đúng không? Mày định vờn Đan đến bao giờ?" – hắn giận dữ, nắm cổ áo tôi buông lời đăng nghét; chưa bao giờ hắn nói với tôi như thế trong suốt hai năm qua.

"Tao yêu Đan thật!".

"Mày đừng dối tao. Mày chỉ thương hại Đan, muốn Đan đừng nghĩ nhiều. Người mày yêu phải là Lam. Tụi bây có móc nối với nhau đúng không?!" – hắn gằn giọng, lớn tiếng. Nó đá mấy viên sỏi lăn long lóc.

"Mày đừng đụng đến Lam. Lam không dính dáng gì trong chuyện này!".

"À à, tốt tốt. Mày quân tử lắm" – dứt lời, Hòa dồn hết lực vào mũi giày toan đá tôi. Tôi duỗi mình, nghiêng người né đòn, cong hai cánh tay bật dậy. Tôi lấy lại thế, đạp lên cẳng hắn la oai oái. Tôi bỏ đi…

Tôi nôn thốc nôn tháo, nôn thốc nôn tháo. Hòa nện tôi một trận bầm dập tống sự chết tôi ra ngoài. Tôi lê lết ngồi bệt trên lề đường đêm đã khuya. Hòa gục đầu. Lằn ranh tội lỗi, cứu vớt đặt nó chênh vênh vực thẳm. "Hôm đó Đan thấy hai đứa đánh nhau" – Hòa sụt sịt kể, "khi tao bị mày đạp lên ống chân. Tao phát hiện Đan đang chăm chú nhìn hai đứa. Nhác thấy tao, Đan chạy, hình như Đan khóc, tao thấy Đan đưa tay che miệng…"

Những bông hoa trên sân thượng nhà tôi rạp người sau trận mưa lớn. Tiếng chuông điện thoại giục giã thúc tôi tò mò. Nhiều tin nhắn được gửi đến. Lam gọi, báo Đan mất khuya qua, uống thuốc diệt cỏ. Lam thông tin thêm đừng qua lúc này, gia đình không cho người ngoài đến vì mùi thuốc còn rất nồng.

Lam hẹn tôi ra quán, tối chủ nhật, thất đầu của Đan. Chiếc túi giấy nằm chếch một bên phía tay trái, Lam nhấc lên đưa tôi. Cầm nặng tay, vài cuốn sách quen thuộc Đan mượn tôi mấy tháng trước, kèm một gói nhỏ vuông vức:

"Đan nhờ Lam gửi Di mấy cuốn sách mà Lam đã mượn, Lam chuyển lời xin lỗi vì giữ nó hơi lâu. Còn gói kia là quà sinh nhật sớm của Di, Đan tặng".

Hai đứa tôi không nói. Nhìn nhau lặng lẽ quay đi, buông tiếng thở dài…

Ôm chầm lấy tôi, Lam nghèn nghẹn:

"Đan đã mất rồi, anh đừng tự hành xác mình mỗi năm nữa… Em đã biết tất cả rồi…"

Tôi đèo Lam dạo phố tìm kiếm vài loại cây cảnh bày biện. Trước hôm Đan mất, hoa trên sân thượng nhà tôi rũ mình theo trận bão đột ngột. Đêm, tôi đội tạm chiếc nón lá, cầm dù chạy nhanh ra ngoài và cố ôm thật nhiều chậu cây mang vào tận phòng ngủ chờ mưa tạn. Trong ánh sáng bóng đèn le lói đang chống đỡ màn nước dày đặc bắn vào mắt tôi cay cay, tôi đảo mắt, nhấc chậu tùng nhỏ Đan tặng kỷ niệm ngày chúng tôi quen nhau đem vào phòng trước nhất. Đan tự tay làm thiệp, đính thêm vài chiếc lá, nắn nót dòng chữ mong tôi sẽ mãi mạnh mẽ – kiên cường – ngạo nghễ như dáng đứng cây tùng dù cuộc sống phía trước khó khăn thế nào; cuối thiệp, Đan dùng cây viết ngòi mảnh, ghi thêm một dòng: "Mạnh mẽ – Kiên cường – Ngạo nghễ để bảo vệ Đan, nhé!". Tôi cay cay sống mũi; tình cảm Đan dành cho tôi vẫn vẹn nguyên; chỉ có điều, tôi không còn cảm xúc với Đan nữa…

Buổi sáng nhận tin Đan mất, trời không gợn chút nắng, chỉ có không khí se se lạnh của dư âm cơn bão. Tôi cúi người nhặt từng bông hoa sũng nước, thêm vài hôm nữa thôi, chúng sẽ điểm tô góc nhỏ này bớt khoảng thâm u trong tâm hồn kẻ nhìn ngắm. Tôi chẳng buồn mua thêm chậu hoa nào bù đắp từ đó…

Lam khệ nệ ôm chậu cây chìa trước tôi ngỏ ý tặng. Em bảo đây là cây hỏa châu. Hoa không hương thơm, mọc ở đầu cành, nở bung tròn xoe như trái hỏa châu. Cây hỏa châu mau nở, chóng tàn; sự tái sinh luôn được tiếp diễn không bao giờ nghỉ. Hoa hỏa châu không kiêu hãnh, chúng mảnh và chịu sự chi phối của gió; hoa đong đưa vô tư lự, khi hơi cúi xuống như chực rơi khỏi cành. Nhưng bao giờ, trong tâm thức của hoa, chúng không bao giờ có sự chết đi, chúng tin rằng chúng sẽ trở lại ngày không xa…

Tôi nhoẻn miệng đón món quà của Lam thay lời mừng tôi ra viện.

Góc nhỏ tôi vun vén bấy lâu phút chốc tươi xanh. Ngoài tưới tiêu, tôi dành cho mình thêm ít thời gian tận hưởng chút chững lại giữa nhịp sống bộn bề. Tôi nhìn cây hỏa châu lấp lánh tình cảm Lam dành cho tôi. Mỗi ngày ngắm những bông hoa cúi đầu dưới mặt trời, có hoa rêm mình dưới sức gió; tôi biết còn Lam mãi dõi theo hành trình mình đâu đấy từ xa, hay bên cạnh…

Vy Thượng Ngã

Chim Mồi
VÕ PHÚ

Tâm ôm con heo đất, kề lên tai, lắc mấy cái, nhẩm ước tính trong đó có bao nhiêu tiền mà mình để dành sau Tết. Chẳng nghe tiếng động nào, dù một tiếng nhỏ. Mỗi ngày sau khi đi học về, nó đều ra đồng để mót rau để bán. Được đồng nào, Tâm cuộn tròn và nhét vào con heo đất. Nó chẳng biết bỏ tiền vào con heo đất để làm gì. Nó làm như vậy vì thấy gia đình nó năm nào mỗi người cũng mua một con heo đất để bỏ tiền vào. Mẹ nó bảo, bỏ ống để dành sắm đồ Tết hay phòng hờ lúc cần.

Mỗi lần sau khi bỏ một tờ tiền vào, Tâm đều để lên tai lắng nghe. Lúc đầu nó còn nhớ được số tiền mà mình đã bỏ vào. Giờ, nó chẳng còn biết được mình đã bỏ bao nhiêu tiền vào con heo nữa. Nó chỉ biết mình đã để dành được một số tiền.

Hôm nay, khác với mọi lần, Tâm chỉ ôm con heo đất lên, lắng nghe. Trong lòng nó đang phân vân giữa tiếp tục bỏ ống để dành tiền hoặc lấy ra để mua con chim Chào Mào. Con chim bé tí, dễ thương, có cái mào trên đầu như Đức Giáo Hoàng đội mão mà nó thường thấy trên tivi. Con chim non, mới tập chuyền cành thì bị anh em thằng Tí bắt. Nhà thằng Tí nuôi rất nhiều chim cảnh để bán cho người nuôi chim. Vì vậy, khi bắt được một con chim non, họ rất quý. Từ lâu nó muốn làm chủ một con chim Chào Mào như những người trong xóm nuôi chim này, nhưng vẫn chưa có tiền và cơ hội. Nay, có con chim quý, nó rất muốn mua cho bằng được. Nó nghĩ đến cảnh trưa đi học về cho chim ăn và nghe chim hót thì thật thích.

Tâm ôm con heo ra sau vườn tìm hòn đá to vừa tầm tay, đem vào nhà. Nó trốn dưới bếp, đóng cửa lại và đập con heo đất. Những mảnh vỡ rời ra, nó nhìn thấy rất nhiều tờ tiền cuộn tròn nhỏ li ti. Nó xếp lại ngay ngắn và bắt đầu đếm. Với số tiền này nó đủ mua con chim và cái lồng tre. Số còn lại nó để dành mua thức ăn cho chim. Nó cười thầm và nói với lòng là sẽ nuôi con chim thật tốt. Nó sẽ dạy cho con chim hót mỗi khi thấy nó đi học về. Nó vẽ ra cảnh mỗi ngày cho chim ăn, chăm sóc chim, nghe chim hót. Nghĩ tới đây, Tâm cầm cọc tiền trên tay và chạy thẳng qua nhà thằng Tí. Vừa ra đến cửa, nó đụng phải chị Hồng, chị Hai của nó.

- Bộ em đi ăn cướp hay sao mà chạy nhanh dữ vậy Tâm?

Nó ngước lên nhìn chị, gãi đầu, lí nhí:

- Dạ em đi qua nhà thằng Tí gấp chứ sợ không kịp.

Nói xong, nó bỏ chạy một mạch như thể sợ người ta mua mất con chim quý. Đằng sau, tiếng của chị nó với theo:

- Tâm... Tâm... Chạy chậm thôi, coi chừng té...

Đường từ nhà Tâm qua nhà thằng Tí không xa lắm. Thường ngày nó đi lơn tơn chơi cũng thấy gần. Vậy mà hôm nay sao nó thấy xa lắc xa lơ. Tâm chạy một mạch qua mấy con hẻm, qua khỏi vườn cây ăn trái, rồi mới đến cổng nhà thằng Tí. Nó thấy anh em thằng Tí đang vót tre làm lồng.

Vừa thấy Tâm chạy vào, vẫn còn hồng hộc thở, anh Tuất hỏi:

- Mày chạy đi đâu mà thở hổn hển vậy Tâm?

- Dạ... Dạ.... Em...

Nó ấp úng nhìn anh Tuất, rồi nhìn qua thằng Tí. Tí đỡ lời:

- Chắc nó qua mua chim đó anh.

- Chim gì? Nhà mình đâu còn chim mới để bán đâu?

- Con chim con mình mới bắt được hôm qua.

- Con đó à? Ừm... Không được đâu. Con đó tao định huấn luyện cho nó thành con chim mồi. Chim đó là chim đực, nó sẽ là con mồi cừ nhất. Không bán được!

Chỉ nghe bao nhiêu đó thôi thằng Tâm muốn rưng nước mắt. Ước mơ sở hữu một con chim Chào Mào của nó như tan thành mây khói. Nó cầm xấp tiền trên tay, xoay lưng thật nhanh hòng để che đi những giọt nước mắt rưng rưng đang chờ dịp để rơi xuống. Nó nhón chân đi về, nhưng trong tâm nó vẫn muốn anh em thằng Tí sẽ đồng ý bán chim cho nó. Đi được vài bước chân, nó nghe sau lưng mình là tiếng của Tí:

- Thôi anh Ba, bán cho nó đi. Hôm nào mình bắt lại con khác. Với lại nhà mình đã có tới mấy con mồi rồi. Lo gì. Hôm qua vừa bắt được, em chạy qua nhà nó khoe liền. Nó năn nỉ quá, em hứa với nó rồi mà. Giờ, nó đã lỡ đập bùng binh, không bán tội cho nó quá.

Anh Tuất của Tí suy nghĩ, gọi Tâm lại, và hỏi:

- Ê, Tâm… Nhưng mà mày muốn mua nhiêu?

Nghe hỏi vậy, Tâm mừng rơn. Nó đưa tay quệt nước mắt, xoay người lại, trả lời:

- Anh bán bao nhiêu thì tùy anh vậy!

- Mày có nhiêu tiền, đưa tao coi.

Tâm đưa xấp tiền giấy cho anh và chờ đợi. Anh Tuất đếm tiền xong, đưa lại cho nó mấy tờ rồi nói:

- Đây, tiền này mày cất lại mua mồi. Coi như tao bán rẻ cho mày đó.

Nói rồi anh xoay qua bảo Tí:

- Tí, mày vô lấy cái lồng tre mới làm và bắt con chim đưa cho nó.

- Dạ!

Tâm vừa đi vừa huýt sáo. Tâm vừa về đến cửa, nó thấy chị Hồng cầm cây chổi xương trong tay. Chị đang quét dọn những mảnh vỡ từ cái bùng binh con heo mà nó đã đập nát. Lúc nãy vì quá gấp, nên nó quên bẵng đi việc dọn những mảnh vỡ kia. Chị Hồng hỏi nó:

- Em đập bùng binh chi vậy Tâm? Em cần tiền làm gì?

- Dạ... Dạ... Em mua con chim này.

- Mày điên à? Đập bùng binh lấy tiền mua con chim bé tẹo? Mà mày mua hết bao nhiêu? Mua của ai? Đem trả lại ngay. Không thì tao méc Má cho coi.

- Mua của anh Tuất. Ảnh bán rẻ và còn cho luôn cái lồng.

- Bán nhiêu mà rẻ?

- Dạ có ba ngàn đồng à!

- Trời đất, con chim bé tẹo mà bán ba ngàn mà kêu là rẻ. Ba ngàn đồng mày đưa cho tao, tao mua cho mày ba con gà mái. Nuôi lấy trứng không sướng sao nuôi chi đồ khỉ này chỉ tội nghe hót điếc đầu.

Vừa nói chị vừa kí đầu nó một cái đau điếng.

- Chị lúc nào cũng gà với vịt. Con chim này em nài nỉ muốn khóc mới mua được mà chị kêu là đồ bỏ. Chị không hiểu gì hết. Thôi, không nói chuyện với chị nữa. Em đi cho chim ăn còn sướng hơn.

Không để chị Hồng phản ứng kịp, Tâm bỏ đi một mạch tới gốc cây mận trước sân và treo cái lồng chim lên. Nó chạy vô nhà lấy trái mãng cầu ra, dùng cây tăm hương rỉa từng múi nhỏ đút cho chim ăn.

*

Mới hơn tuần mà chim trông lớn hẳn. Mỗi ngày sau khi đi học về, Tâm đều đem lồng chim qua nhà thằng Tí để tập cho chim hót và cũng để học thêm cách chăm sóc chim, cách phân biệt giữa chim trống và mái, giữa chim mồi và chim bả. Vốn là đứa thông minh, nên chẳng mấy chốc nó rành rọt về giống chim Chào Mào này. Nó chỉ cần nhìn cái mào và sắc lông sau đít chim là biết liền.

Tâm lim dim mắt nhịp chân theo điệu hót của chim. Nó không hiểu sao có nhiều người không thích nghe tiếng chim hót. Như chị Hồng nhà nó, mỗi lần nghe chim hót là chị chửi um sùm cả lên. Có lần bực quá chị còn hăm dọa bắt chim cho mèo ăn hoặc thả bay đi. Trong lòng Tâm, tiếng chim hót còn hay hơn cả tiếng đàn, tiếng hát của các nghệ sĩ cải lương mà chị nó mê tít thò lò.

Ngày qua ngày, con chim non năm nào giờ đã hót líu lo, rất sõi. Không những vậy, con chim còn là một cự phách về đá lộn. Ngay cả những con chim mồi của anh em nhà thằng Tí cũng chịu lép về phần nào. Tâm rất hãnh diện về con chim của nó. Có lần anh em thằng Tí còn dụ nó đổi lấy ba con chim mồi của họ.

Những lúc nó theo anh em nhà thằng Tí học cách nhử chim bả, nó đã biết được cách thức và dự tính trong đầu hôm nào sẽ đem con chim này ra làm mồi nhử. Và rồi, ngày đó cũng đến.

Đó là một ngày trong kỳ nghỉ hè năm lớp tám, Tâm cùng anh em thằng Tí đi bẫy chim. Nó đem con chim đi lên rẫy mãng cầu của ông Tư nhà hàng xóm để bẫy. Sau khi tìm cho mình một gốc cây mãng cầu to nhất, gần bìa rừng, nó treo lồng chim lên và trốn trong lùm cây chờ đợi.

Khi đến rừng, con chim đưa mắt nhìn quanh. Nó đang tìm con người, những người mà nó thấy mỗi ngày. Có lẽ con chim đã quen thấy con người, nên giờ nó đâm ra sợ. Nó sợ nỗi hoang vu của núi rừng. Nơi mà đáng lẽ nó quen tự do bay nhảy. Nhưng lúc này, con chim nọ cảm thấy mình lạc lõng, nên chẳng cất tiếng hót líu lo như mọi ngày.

Tâm chờ đợi năm phút, nửa tiếng, rồi hai tiếng, nó vẫn không nghe tiếng chim hót như mọi ngày. Trong khi đó, nó nghe thấy những tiếng chim hót líu lo trong rừng và thấy cả vài con chim Chào Mào khác bay tới để ăn mãng cầu chín. Con chim của nó vẫn câm như hến đưa mắt nhìn những con chim lạ bay tới rồi bay đi.

Tâm mất hết kiên nhẫn ngồi chờ khi bụng thì bắt đầu kêu đói. Nó rón rén, bỏ con chim lại đó để đi tìm anh em nhà thằng Tí. Vừa thấy nó, thằng Tí hỏi:

- Sao? Hôm nay có bẫy được con nào không? Tao với anh Tuất sáng giờ được hai con. Coi như không uổng chuyến đi.

- Bẫy được… con khỉ! Con chim tao nó chẳng hót gì cả. Ở nhà thì hót líu lo, đá cũng cự phách lắm. Vậy mà lên đây im thin thít như hến. Chán bỏ xừ!

- Chắc nó chưa quen với rừng đó. Mày chịu khó thường đem nó vô rừng cho nó quen rồi nó sẽ hót cho nghe.

- Tao nghe nó hót ở nhà đủ rồi. Tao chỉ muốn thấy nó dụ được một con chim thôi là mừng.

- Ừa, thì cái gì cũng thủng thẳng chứ. Mày mới đem nó ra có một lần biểu nó sao nhử được chim cho mày.

- Ừa thì cũng đúng. Nhưng mà anh mày đâu? Tao đói bụng rồi, mình về được chưa?

- Ừa tao cũng đói. Mình hái mấy trái mãng cầu ăn đỡ đói rồi về.

*

Lúc này là dịp nghỉ hè, Tâm thường đem con chim lên rừng để tập cho chim quen với khung cảnh núi rừng. Sau vài tuần đi về con chim bắt đầu hót và nhảy nhót trong lồng bất cứ nơi đâu. Tuần thứ năm, như mọi lần, Tâm treo con chim trên cành cây mãng cầu và chui vào bụi rậm, ngồi chờ. Sau một hồi nhảy nhót trong lồng, con chim bắt đầu hót. Tiếng hót của nó vang xa và vọng lại giữa trưa hè.

Tâm chăm chú chờ đợi. Thời gian chầm chậm trôi qua, nó mệt và đói. Nó định tìm thằng Tí rủ về. Bỗng, nó khựng lại. Nó vừa nghe tiếng chim hót từ bìa rừng xa xa. Nó biết tiếng hót đó không phải là tiếng hót vọng lại của con chim đang ở trong lồng. Mà đó là tiếng hót của một con chim khác. Thằng Tâm nhẹ nhàng ngồi xuống, hồi hộp và chờ đợi. Từ xa, nó thấy một con chim Chào Mào trong cánh rừng bay lại đậu trên cành cây mãng cầu đối diện. Con chim rừng bắt đầu cất tiếng hót. Nghe tiếng hót, con chim trong lồng cũng bắt tiếng đáp trả. Con kia hót ra, con nọ đáp lại. Hai con chim dường như đang tìm hiểu nhau qua tiếng hót, hoặc thách thức nhau để chuẩn bị một màn đọ tài cao thấp. Sau một hồi đối đáp nhau qua tiếng hót, con chim rừng nọ bay lại gần lồng chim và đậu trên bẫy.

- Tạch!

Một tiếng "tạch" khô khan kèm theo tiếng vỗ cánh đành đạch của con chim mắc bẫy làm thằng Tâm mừng khôn tả. Từ trong bụi rậm, nó bò ra và trèo lên cây, lấy lồng xuống.

Thằng Tâm thò tay vào rập bẫy, gỡ con chim rừng ra. Con chim mổ lên tay Tâm. Bắt được con chim rừng, nó bỏ vào một cái lồng trống. Con chim vừa mắc bẫy đưa mắt nhìn thằng Tâm, vẫy cánh đành đạch. Nó cố trườn cái mỏ qua khe hở của chiếc lồng để bay ra ngoài. Nhưng dù cố cách mấy, con chim vẫn không thể nào thoát khỏi chiếc lồng tre. Con chim bất lực đứng im đưa mắt nhìn Tâm rồi nhìn con chim mồi trong lồng bên cạnh như thầm trách sao con chim mồi kia cùng giòng giống mà nỡ đành lòng dụ nó mắc bẫy.

Bỏ con chim rừng vào lồng, Tâm nghe tiếng chân của Tí đi lại. Rồi nghe giọng của Tí hỏi:

- Bẫy được rồi hả Tâm?

- Ừa, mới vừa được một con chim bả tức thời nè.

- Hồi nãy tao nghe nó hót đáp lại tiếng của con mồi mày là tao nghi trước sau gì cũng sập bẫy. Mà coi bộ con chim bả này cũng ngon ăn ác hén.

- Tao nghe nó hót, hồi hộp thấy mồ. Hên là bẫy được, không thôi tức lắm nhen! Ừa, mà anh Tuất với mày được con nào không?

- Hôm nay không được con nào. Chỉ có mày được, hên đó nhe!

- Ừa, mình về chưa?

- Về chứ còn chờ gì nữa.

Lần đầu bẫy được con chim Chào Mào, Tâm vui lắm. Nó cứ tủm tỉm cười trên suốt đoạn đường từ rẫy mãng cầu ông Tư về đến nhà.

Trong ba tháng hè thằng Tâm bẫy được tám con chim Chào Mào. Nó bán lại cho những người nuôi chim cảnh lấy tiền. Mỗi lần bẫy được một con chim rừng là nó thưởng cho con chim mồi một tuần thức ăn ngon. Lúc thì chuối già hương, khi thì trái Thanh Long, lúc thịt bò trộn với giá, và đặc biệt nhất là gạo nếp rang với lòng đỏ trứng gà so.

Trong các món ăn của con chim Chào Mào mà thằng Tâm thưởng thí, thì món gạo nếp rang với lòng đỏ trứng gà là công phu nhất. Gạo nếp, phải là loại gạo tốt nhất, gạo nếp Nàng Hương. Còn trứng gà nó mua loại trứng gà ta mà lại trứng gà so. Vỏ trứng phải láng, màu vàng nâu. Nếu vỏ trứng có màu trắng sần sùi hay sậm màu là trứng gà công nghiệp, không tốt làm thức ăn cho chim mồi. Sau khi mua gạo nếp và trứng về, nó dùng một cái chảo sạch, bỏ gạo nếp vào và rang. Rang cho đến khi gạo vàng, sau đó đem trộn với lòng đỏ trứng gà. Cuối cùng thì đem phơi cho gạo rời ra từng hạt. Hạt gạo lúc đó thơm lựng mùi nếp và mùi trứng chín. Chỉ cần ngửi mùi thôi con người cũng thèm rồi, huống hồ chi là con chim.

*

Thời gian trôi qua...

Tâm cũng vừa thi xong tốt nghiệp trung học. Vài tháng nữa là nó chuẩn bị học xa nhà. Nó biết mình không thể nào đem con chim này vào thành phố, nơi trường nó sẽ học. Nhiều người nuôi chim trong xóm biết chuyện, tới nhà nó gạ để mua chim. Trong số những người đến hỏi có cả anh em nhà thằng Tí.

Gần tới ngày tựu trường, lòng Tâm càng rối bời. Nó không muốn bán con chim quý và không thể đem con chim theo mình đến trường. Nếu bán con chim đi nó sẽ có một số tiền để mua quần áo, sách, vở. Nhưng, nó không đành lòng đem bán con chim nọ.

Hôm ngày rằm tháng Bảy, nó theo Mẹ nó và chị Hồng đem trái cây lên chùa cúng. Nó nghe thầy giảng về đạo lý làm người, về Mục Kiền Liên Bồ Tát, về sự vô thường của loài người... Có chuyện nó hiểu, có chuyện không. Trong lòng nó lúc nào cũng đang vương vấn về việc con chim Chào Mào, nên lời giảng giải của Thầy nó không chú ý lắng nghe cho lắm.

Sau buổi giảng, nó tìm Thầy hỏi về việc con chim nọ. Thầy không trả lời câu hỏi của nó, mà hỏi lại:

- Nếu Thầy bắt con và nhốt trong phòng, mỗi ngày Thầy cho con ăn những thức ăn ngon nhất. Nhưng con không được đi ra khỏi phòng trừ những lúc tiểu tiện. Vậy cảm giác của con thế nào?

Thằng Tâm suy nghĩ một hồi rồi ấp úng trả lời:

- Dạ ... Chắc con sẽ buồn chán lắm. Con không muốn bị nhốt. Cho dù đưa cho con thức ăn ngon mấy đi nữa, con cũng không thấy ngon và vui.

Thầy gật đầu, đưa tay vuốt lên mái tóc của nó, rồi nói:

- Đấy, con đã hiểu được câu trả lời. Thầy nghĩ con đã có quyết định cho mình.

Từ chùa trở về nhà, Tâm đi thẳng một mạch đến cạnh lồng chim và mở cửa lồng cho con chim bay ra. Con chim thấy Tâm đi lại, nó tưởng Tâm sẽ mang cho nó thức ăn tới, nên nó cứ đứng đấy chờ. Nhưng chờ hoài mà không thấy Tâm đổi thức ăn như mọi hôm. Con chim hót lên vài tiếng rồi nhìn ra cửa lồng. Dường như trong lòng con chim đang phân vân và không hiểu sao ông chủ nhỏ của nó lại làm vậy. Một hồi thật lâu, con chim nhảy ra khỏi cửa lồng và bay đi. Con chim bay một vòng quanh nhà rồi chui trở lại vào lồng. Có lẽ nó sống trong môi trường nuôi nhốt đã lâu, nên nó đâm ra sợ chăng? Nó sợ bầu trời trong xanh, sợ sự tự do, sợ không thể thích nghi với môi trường bên ngoài? Con chim chui vô trong lồng và ăn thức ăn của nó, gạo nếp Nàng Hương rang với lòng đỏ trứng gà.

Mẹ và chị Hồng chứng kiến thấy Tâm cùng con chim nọ từ đầu tới cuối. Cả hai nhìn thấy cảnh giữa con vật và người quyến luyến không muốn rời xa. Mẹ đến gần Tâm rồi nói:

- Nếu nó không muốn đi, thì để mẹ và chị Hồng con chăm sóc giúp con lúc con vào thành phố đi học vậy.

Tâm ôm lấy mẹ như thầm cám ơn.

Võ Phú

Một Đêm Ngủ Ở Quê Nhà

TIỂU NGUYỆT

Hà My cắm cúi bước vội, nhưng chợt nhớ - nàng bước chậm lại, từng bước thong dong trên con đường làng bê-tông phẳng phiu, rồi ngẩng lên nhìn vòm trời xanh cao; hít thở bầu không khí trong lành giữa làng quê yên ả mà bấy lâu nàng đã phải lãng quên.

Nàng nhớ, con đường này năm xưa, là con đường đất trải dài, rợp bóng tre xanh mát; mà nàng cùng những người bạn tuổi thơ hay rong chơi trong những trưa trốn ngủ, hay những chiều đón gió nồm lên cùng nhau quay chong chóng. Hà My chợt mỉm cười một mình, nhớ nghĩ đến những kỷ niệm ngây ngô thuở nào, lòng dạt dào bao cảm xúc mới lạ.

Đã mười lăm năm rồi, Hà My không có dịp về thăm quê, kể từ khi Thiện - người chồng thân yêu, đã bỏ nàng chạy theo một người phụ nữ khác, sang trọng, giàu có. Lúc ấy, nàng cảm thấy tủi thân, xấu hổ, đau đớn, như rơi vào cái hố sâu thăm thẳm, tối om, với nhiều mặc cảm. Nhìn đâu nàng cũng thấy chồng nàng cùng người phụ nữ kia âu yếm nhau trước mắt, bà con, bạn bè nhìn nàng với đôi mắt xem thường hơn cảm thông; khiến nàng chới với, hụt hẫng, rồi suy kiệt, ngã bệnh trầm trọng. Sau khi bình phục, nàng như một con người khác, không cười, không nói, hết việc trong nhà, là ra rẫy cà phê, bón phân, nhổ cỏ, chăm lo cho hai đứa con; khiến mọi người quanh xóm nhìn nàng ái ngại, nghi ngờ. Nàng thu mình như con ốc, không muốn tiếp xúc với ai, ngay cả chị em trong gia đình, cũng không muốn về gặp mặt. Nàng cảm thấy bị tổn thương, mỗi khi có người quen nhắc đến tên chồng nàng.

Thời gian và công việc là liều thuốc mầu nhiệm dìu nàng từng tháng năm vượt qua, bao nỗi đau, bất hạnh, như một tai ương. Các con của nàng luôn chịu khó, chăm lo học, nên đều tốt nghiệp đại học, đi làm. Hà My cảm thấy lòng an vui dần, tự hào vì mình đã tự vượt qua cơn bão dữ giữa bể đời truân chuyên một cách mạnh mẽ, đã một mình vẫn nuôi dạy các con trưởng thành, học hành đến nơi, đến chốn. Nàng cảm thấy kẻ bạc tình không đáng để cho nàng nhớ nghĩ, yêu thương. Hà My thường tự nhắc nhở mình những lúc bất chợt ưu phiền, rằng, hãy biết buông bỏ, giữa cõi đời lắm hệ lụy, oan khiên, để được an vui mà tiếp bước.

Hà My ước ao được trở về thăm quê - ngôi làng xưa với bao kỷ niệm êm đềm của một thời tuổi trẻ. Nàng nghĩ, sẽ đi quanh làng, dưới bóng lũy tre xanh rợp mát, hít thở bầu không khí yên lành, ấm áp; thăm chị, thăm em, thăm bà con quanh xóm; thăm lại ngôi trường quê xưa kia nàng từng học, và cũng từng đi dạy.

Nàng chợt nghĩ, nếu như ngày ấy nàng không bị "giảm biên", thì có lẽ, cuộc đời nàng sẽ êm xuôi, ngày ngày đến trường, vui cùng phấn trắng, bảng đen, cùng học sinh thân yêu; không phải khốn đốn với chuyện cơm áo, lưu lạc xứ người, tha phương cầu thực. Nhưng rồi, nàng lại tự vỗ về mình, tất cả đều do số mệnh, có muốn cũng không được; ngay cả việc Thiện rời bỏ nàng - sự hợp tan có lẽ cũng theo dòng nhân duyên đã định sẵn. Nghĩ vậy, nên Hà My thấy lòng nhẹ nhõm, hưng phấn hơn, vì cuộc đời này còn nhiều việc ý nghĩa cần phải làm, cần phải học hỏi. Nàng rất tâm đắc với câu nói của một nhà văn nào đó đã đọc từ lâu, rằng: *"được làm những gì mình yêu thích, là tự do; thích những điều mình làm là hạnh phúc"*. Hà My luôn tìm kiếm niềm vui và hạnh phúc quanh đời sống hằng ngày của chính mình như thế.

Vừa qua khỏi khúc của chỗ trường Bình Dân khi xưa, Hà My gặp một bà lão từ trong đi thẳng ra dốc Dòi. Bà nhìn nàng, nheo mắt hỏi:

- Đứa nào đấy?

Hà My nhìn bà một lát, rồi reo lên mừng rỡ:

- Chào bác Thừa! Con là My, con mẹ Mai đấy bác!

Bà Thừa như nhớ ra, giọng mừng rỡ:

- À, con My. Lâu quá không gặp cháu, nên nhìn không ra. Cháu mới về hả?

- Dạ!

Bà Thừa cầm cánh tay Hà My, sung sướng:

- Bác có hỏi thăm con Thỉ - chị mầy, nghe nói, ở trển cháu trồng cà phê "trúng" lắm hở?

- Dạ! trúng gì đâu bác. Cháu trồng được mấy sào, đủ lo cho hai đứa nhỏ đi học thôi, không dư gì mấy bác à. Cũng "đủ ăn" qua ngày.

Bà Thừa nheo nheo đôi mắt, giọng xa xăm:

- Hồi đó, sau khi cháu bị nghỉ dạy về làm ruộng, có lúc ra chợ mua đầu trên, bán đầu dưới, bác thấy mà thương quá!

Hà My cười thật tươi:

- Dạ! Người ta làm được, mình làm được, có gì đâu bác Thừa, ban đầu cũng buồn, khổ, nhưng lâu rồi quen hết.

- Nhưng mà bác thấy mầy giỏi đó, rồi sao biết đường lên tít trên Buôn Hồ mà mua bán?

Hà My, giọng vui vẻ:

- Thì... - giọng ngập ngừng, *"Trời sinh voi, sinh cỏ"* mà bác - Hà My cười hồn nhiên, bụng đói, thì chân phải đi thôi. Cháu cũng bắt chước người ta, mua những thứ mà trên đó họ cần, như: rượu, mắm, cá khô v.v... lên bán, hoặc đổi những thứ họ trồng được, như bắp, đậu, mè... vậy đó.

Bà Thừa cười, gật gật cái đầu:

- Vậy mới nói mầy giỏi. Thằng Nhân, con Trân, hai đứa con mầy học hành ra sao rồi, hở cháu?

- Dạ! Tụi nó đi làm hết rồi bác, tháng sau cháu gả chồng cho Trân, đó bác. Mời bác lên chơi.

- Vậy hở? Bác chúc mừng cháu nghen, còn chuyện lên trên ấy, bác không đi nổi nữa đâu. Thôi, tao đi ra nhà thằng Xừ, thử xem mấy đứa nhỏ hổm rày ra sao. Bác đi nghen.

Hà My cười vui:

- Dạ! Bác đi. Cho cháu gởi lời thăm anh Xừ, chị Mít nhé bác!

- Ừ! Để tao nói lại với tụi nó. Bác đi à.

- Dạ! Cháu cảm ơn bác Thừa.

Hà My nghe lòng rộn ràng, vì sắp gặp lại chị Thỉ - người chị gái thân thiết, luôn đồng cảm, chia sẻ với nàng, như một người bạn. Người ta thường nói, chị em gái mà kề nhau, thường hay xung khắc, kình cãi nhau lắm; nhưng với chị em nàng, luôn thân thiết, gắn bó, nhường nhịn, không bao giờ cãi nhau nửa lời.

Bước chân Hà My như reo vui, trên con đường làng quen thuộc.

*

Hai chị em Hà My gặp nhau, đủ điều để nói. Sau một lúc rối rít thăm hỏi nhau, Thỉ đưa Hà My đi thăm một số người quen trong làng. Bước chân vào ngõ nhà ai, hai chị em cũng được đón chào vui vẻ. Hà My cảm thấy ấm áp, hạnh phúc - nàng nghĩ, người dân quê mộc mạc, gần gũi, là vậy. Đi đâu thì đi, về quê, là vui nhất, là nhận được sự chân tình, thiệt thà; là thấy lòng nhẹ nhàng, thoải mái, tâm hồn bình an. Có lẽ, cuộc sống quanh năm bên ruộng đồng chơn chất, bên lũy tre làng nghĩa tình, đã nuôi dưỡng tâm hồn mọi người chăng? Tâm hồn cũng cần được nuôi dưỡng, vun vén, mới nẩy mầm tươi tốt!

Hai chị em ghé thăm nhà chú Mẫn - người chú họ, anh em cô cậu với ba của Hà My. Nhìn thấy chú ngồi buồn hiu trên chiếc phản trước hiên, Hà My bước lại trước mặt chú, giọng vui vẻ:

- Cháu chào chú! Cả nhà đi đâu hết, mình chú ngồi buồn hiu vậy?

Chú Mẫn ngước nhìn Hà My, nhận ra nàng, giọng tỉnh táo:

- À! Con My. Mấy đứa nó đi làm hết rồi, thím mầy mới đó mà chạy đâu không biết, chắc ngoài vườn hái rau - chú ngước nhìn lên, chớ mầy về khi nào vậy?

Thỉ cười:

- Tưởng chú không nhận ra nó chớ.

- Có khác gì đâu mà không nhận ra, cháu? Ờ, nó hơi ốm đó.

Hà My nhìn thấy chiếc nạng gỗ dựng bên vách, giọng chợt trầm buồn:

- Dạ cháu mới về. Lâu nay chú khỏe không? Cái chân có đau nhức gì không chú?

Chú Mẫn đưa tay đập đập vào cái ống quần lủng lẳng bên chân phải, gượng cười:

- Trời trở, là "nó" quậy lung tung, cứ hỏi chú "*còn khúc nữa của nó đâu?*", chú nói "*nằm lại trên đường Bảy rồi*", vậy mà nó cứ quậy chú miết. Thiệt là.

Hà My thương cảm:

- Chú lúc nào cũng đùa được, hay thiệt. Thương chú ghê! Nhưng mà cũng nhờ chú lạc quan, sức khỏe mới được vầy đấy.

Chú Mẫn cười:

- Mình đau buồn thì được ích lợi gì đâu cháu, chú nhớ đã đọc ở đâu đó lời của ông Samuel Johnson nói: "*Cuộc sống không có lạc thú nào hơn ngoài vượt qua gian khó*", nên chú phải tự rèn luyện mình; cũng như cháu vậy, đang dạy ngon lành, trở thành - giọng ngập ngừng, "*mất dạy*", rồi cháu cũng vượt qua, sống tốt đấy thôi.

Thỉ cười theo chú Mẫn:

- Chú giỏi ghê hen! Nhớ tới lời của những nhà hiền triết nữa, hèn gì tụi con Na, thằng Cẩm, con chú, đứa nào cũng học giỏi, cũng nên người.

Thăm chú Mẫn, chuyện trò một lát, hai chị em Hà My xin phép lại nhà cô Lữ, thắp nén hương cho chồng cô vừa mất hai mươi ngày. Gặp chị em Hà My, cô khóc, giọng mếu máo:

- Dượng mầy mất rồi cháu ơi! Cô buồn quá! Đi ra, đi vào, nhìn quanh, ngó quẩn, cũng một mình. Cháu về khi nào vậy?

Hà My cầm tay cô Lữ, bóp nhẹ:

- Cháu xin chia buồn cùng cô. Cố lên cô ơi! Rồi sẽ qua hết thôi. Dượng đã lo cho các em xong xuôi hết rồi, đứa nào cũng nhà cửa đàng hoàng, công việc ổn định, chồng vợ êm ấm. Cô phải sống vui cùng con cháu, tuổi già chỉ mong vậy thôi, mai mốt rồi cũng gặp lại dượng, lo gì - Hà My nhìn cô thương xót, Cháu mới về sáng nay, vội ra thăm cô nè.

Cô Lữ đưa hai cháu lại thắp nén hương cho chồng, rồi ra nhà ngoài ngồi chơi, trò chuyện. Cô kể lại những ngày cuối, căn bệnh đã hành hạ dượng đau đớn như thế nào, dượng dặn dò cô phải sống vui vẻ, ăn uống điều độ, đi bộ thể dục mỗi sáng cho khỏe người ra sao, đừng đau buồn rồi đau bệnh không ai lo - Cô vừa nói vừa khóc, làm hai chị em Hà My cũng mủi lòng khóc theo cô.

Buổi chiều, bữa cơm đạm bạc với rau ráng quanh vườn, khiến Hà My nhớ lại những bữa cơm chiều của thời cũ - thời của buổi *"gạo châu, củi quế"* sau biến cố 75. Nàng nhớ như in, những bữa cơm độn mì sợi, mì lát, cùng đĩa rau dền luộc, chén mắm nêm, nồi canh rau tập tàng hái quanh vườn, thêm chút bột ngọt; vậy mà bữa nào nồi cơm độn cũng hết sạch, thòm thèm muốn ăn thêm.

Nhà chị Thỉ có vườn tược rộng rãi, trồng đủ loại rau. Chị thường đón mua cá buổi sáng từ Ba Lò người ta mang vào chợ, tươi roi rói. Chị múc chén canh rau tập tàng hái ngoài vườn nấu với cá mành, chan vào chén cho em gái, giục:

- Em ăn đi. Cá mành nấu với rau tập tàng, món mà em thích nhất đấy! Ngon lắm.

Hà My bưng chén cơm chị Thỉ đưa, lua một miếng, hít hà:

- Ngon thiệt đấy. Đúng là món ruột của em. Ngọt ghê chị hén!

Chị Thỉ cười, gật gật cái đầu:

- Chị biết mà. Chị biết là em thích nhất món này, nếu có chút Lưỡi Rồng nữa là ngon hơn.

Hà My cười theo chị:

- Dạ! Đúng đó, chị. Có chút Lưỡi Rồng nữa thì ngon hơn, chưa kịp nhai, nó chạy tuột vô bụng rồi.

Sau bữa cơm chiều, hai chị em trải chiếu trước hiên nhà, nằm hóng gió, nói chuyện. Cơn gió nồm từ biển thổi vào mát rượi, gợi hai chị em nhớ nghĩ những đêm hè thuở xưa - cái thuở chạy gạo từng ký, mỗi lần làm được thiên gạch, bán có tiền, vội mua chục ký gạo đổ vào lu, là mừng, là vui; rồi lại xả đất xuống hầm, đạp đất cho nhuyễn, nắn từng viên gạch, tiếp tục. Cuộc sống sao mà vất vả, lam lũ quá! Sự đổi thay chóng vánh của thời cuộc, đã đổi thay chóng vánh tất cả từng mảnh đời quanh nàng.

Hà My nằm nghiêng, quay người lại phía chị, giọng trầm lắng:

- Nói thiệt với chị, nếu giờ quay lại cái thời đó, chắc khó mà sống nổi, chị nhỉ! Nhiều lúc em nghĩ, sao mình lại vượt qua được cái thời gian khổ ấy nữa không biết?

Chị Thỉ cười:

- Tuổi trẻ mà em, rồi cũng qua hết. Thuở ấy, mình như cây non đang sức lớn, chứ vào tuổi này, ai mà chịu cho nổi, em! Ai rồi cũng sẽ thích nghi với hoàn cảnh, em không thấy con ễnh ương, chàng hiu, tắc kè, đấy à, nó đổi màu để sống đấy. Con người chúng ta cũng vậy thôi.

Hà My cười theo chị:

- Ừ nhỉ! Trời "khiến", hay thiệt chị hén.

Hà My cảm thấy giây phút được sống bên chị, nằm bên chị, thật hạnh phúc. Cái hạnh phúc đơn sơ là vậy, mà sau mười mấy năm, qua bao lần thất hẹn, nàng mới có được. Nàng chọt tay vào bụng chị "cù lét", như ngày xưa nàng thường làm, mỗi khi muốn chị kể chuyện riêng tư, thầm kín về chị; cười rúc rích:

- Cái anh chàng ngày xưa hẹn hò với chị, em nhớ hình như sĩ quan thì phải, giờ ở đâu, làm gì, chị có biết không?

Chị Thỉ đẩy tay em gái, cười:

- Cái con quỷ! Làm chị nhột mắc cười rồi nè. Em nói anh chàng Phước đấy hở? Nghe nói anh ta đi qua Mỹ theo diện HO lâu rồi, hình như đâu năm chín mươi, chín mốt thì phải.

- Hồi đó chị ưng anh ta, giờ ở Mỹ có phải sướng hông? - Suỵt, nói nhỏ, anh Hải nghe được là chết.

- Cái con này, sao mày không tìm người ưng rồi qua Mỹ cho sướng. Có duyên có số hết chớ mày tưởng muốn là được sao!

Hà My cười:

- Hà hà… tại em mê "thơ", mê "nghệ sĩ", nên khổ. Giờ *"nghĩ mà sợ"* quá nè!

Chị Thỉ nghiêm túc:

- Chị nói thiệt, may mà anh ta bỏ em, chớ đeo theo hoài, khổ là cái chắc. Gian khổ gì cũng có thể vượt qua, cơm rau mắm mà có nhau, chia sẻ vui buồn; chứ *"hào hoa - trai gái"* là không thể chấp nhận. Em giờ như vậy là tốt rồi, có con cái bên cạnh, ăn học đàng hoàng, công việc làm ổn định, còn gì vui hơn nữa nào?

- Dạ! Em bây giờ rất an vui, không còn lo nghĩ gì nữa. Em buông bỏ tất cả quá khứ đen tối, đau khổ, để sống cho hiện tại thôi, chị! Nay mai gả chồng cho con Trân, còn thằng Nhân, có chỗ nào lo cho nó xong xuôi nữa là ổn, em sẽ thường về đây chơi với chị dài dài.

Hai chị em Hà My nói đủ thứ chuyện, chuyện cũ, chuyện mới, của mình, của người, một cách say sưa. Anh Hải - chồng chị Thỉ, mang cái mền lên trước hiên, cười:

- Chị em nằm nói chuyện thoải mái đi. Cái mền đây, lát nữa đắp chớ khuya lạnh lắm đó.

Anh Hải nói xong đi xuống nhà dưới. Hà My cười, nói với theo:

- Em cảm ơn anh Hải! Lâu ngày cho em nói chuyện với chị một bữa nghen - nàng cười lớn, anh dành chị cho em một đêm…

- Không có gì đâu dì. Lâu ngày chị em tâm sự cho vui đi. Thỉ luôn nhắc em về cơ mà!

Chị Thỉ đưa tay kéo cái mền đắp lên ngực, cười nhẹ:

- Trời lạnh rồi. May mà có cái mền - giọng chợt trầm xuống, My, em có nhớ vợ chồng ông Ba Ấn ở xóm Rượu không? Bà vợ uống thuốc chết rồi.

Hà My giật mình:

- Mô Phật! Sao vậy chị? Em nhớ bà Ba Ấn mua bán phế liệu giàu có lắm mà, sao lại uống thuốc?

- Không biết bả làm gì mà đổ nợ tùm lum, nghe nói bốn, năm tỉ bạc lận. Bà Tám chuyên cho vay nhà gần chợ, hổm rày không ăn uống gì hết, ốm nhom ốm nhách, bả dính đâu gần một tỉ, mà tiền lấy của người ta đưa lại kiếm lời, chứ của bả chỉ mấy trăm triệu thôi.

- Vậy là chấm hết. Bà Ba Ấn chết rồi, thì mất, chớ ổng biết gì đâu mà đòi ổng. Xưa giờ một mình bà Ấn mua bán nuôi cả nhà, ổng cứ ngồi quán cả ngày, cà phê, rồi cờ tướng, ai làm gì thì làm, cứ đúng giờ về ăn cơm thôi. Thiệt tội cho bà ấy quá!

Chị Thỉ thương xót:

- Nghĩ mà tội, giỏi giang, đảm đang, chịu thương chịu khó; buôn bán như vậy, làm thế nào mà đổ ra tùm lum vậy không biết. Chắc dính vô số đề quá!

Hà My trầm buồn:

- Cuộc đời có nhiều cách "khổ", vô thường là vậy, có đó rồi mất đó, không biết đâu mà lường - nàng thở dài, thôi thì bả đi cho yên cái thân, khổ cả đời rồi, để ổng biết khổ một chút với người ta - chợt Hà My cao giọng, còn bà Lụa, vợ ông Tĩnh, chắc ổng bảo lãnh bả đi rồi hở chị?

- Đi lâu rồi, bả có về thăm quê một, hai lần gì đó, chớ ổng thì không thấy về. À, em biết chuyện đứa con gái của bà Tĩnh bị thất lạc trên đường Bảy năm xưa, tìm về đây chưa?

Hà My ngạc nhiên:

- Ủa! Có chuyện đó nữa hở? Hồi giờ em đâu biết bả bị lạc mất con.

Chị Thỉ kể, giọng trầm thấp:

- Hồi tháng ba năm bảy lăm, bả dẫn hai đứa con từ Pleiku về theo đoàn người di tản. Mẹ con bả đói khát, lê lết mấy ngày mới về được đến nhà, nhưng đã lạc mất đứa con gái. Bà Lụa khóc quá trời, tưởng mất con; nhưng mười mấy năm sau, tìm được nó về mới hay chứ. Về thì về, nhưng rồi nó buồn vì bên cạnh không có ai, lại bỏ đi không ở, thiệt tội.

Hà My thắc mắc:

- Sao lại bỏ đi? Chắc nó không nhớ gì hết hở? Mà sao tìm được nó về hay vậy chị?

- Nó về lúc ông Tĩnh sắp bảo lãnh bà Lụa qua Mỹ, nó nghĩ ở một mình buồn, nên không ở lại mà về với cha mẹ nuôi. Hồi đó, sau khi lạc mất con, bà Lụa có đi tìm mấy lần nhưng không tìm được, bà nghĩ nó đã chết. Sau đó, ông Tĩnh vượt biên qua Mỹ, bảo lãnh bà Lụa và đứa con trai còn lại, sắp đến ngày đi thì tìm được nó về. Nghe nói, nó chỉ nhớ nhà cha mẹ nó ở cái làng toàn tre là tre, chứ không nhớ gì hết. Nhờ bà Là, em gái bà Lụa, buôn chuyến trên đó, thăm hỏi, tìm kiếm trúng nhà cha mẹ nuôi của nó, nên về nói lại, rồi dẫn bà Lụa lên. Thế là tìm được nó.

Hà My xuýt xoa:

- Hay quá chị nhỉ! Nó không ở, rồi bả có cho nó gì không?

Chị Thỉ kể tiếp:

- Nó ở với bả đâu nửa tháng gì đó, nhớ cha mẹ nuôi rồi xin về. Sau này lấy chồng, bả đưa vợ chồng nó về ở cái nhà ổng bả đó, cho tiền vợ chồng nó làm ăn. Hai vợ chồng ở đâu mấy tháng rồi cũng về lại trên đó.

Hà My mỉm cười:

- Chắc tại nó sống đâu quen đấy rồi, với lại nó thương nhớ cha mẹ nuôi, người ta quá tốt, thương nó thiệt lòng, nên nó quyến luyến.

- Đúng vậy. Người ta nuôi nó, thì đúng là người tốt rồi. Vợ chồng ông Tĩnh bà Lụa vậy là phước đức lắm rồi, có người cứu sống và nuôi dưỡng con mình.

Đêm đã dần về khuya, gió nồm hiu hiu thổi.

Hà My kéo cao chiếc mền lên ngực. Chị Thỉ kéo cái mền lại, cười khẽ:

- Cái con này, lúc nào cũng vậy, kéo hết về phía mình hà, thấy cái chân chị mày ló ra không?

Hà My cười khúc khích, thương chị Thỉ, lúc nào cũng yêu quý em gái. Hai chị em rầm rì cả đêm, nhắc đến người này, người nọ. Hà My miên man nói một lúc, không nghe chị trả lời, quay lại nhìn, thấy chị đã ngủ say.

Ánh trăng trên cao tỏa sáng khắp sân vườn, mênh mông…

Tiểu Nguyệt
(Những ngày đầu năm 2020)

Và Đó Là Thơ
NGUYỄN DẠ QUỲNH

ai bước cùng em dọc đường gió nổi
chiều cuối đông về sương ướt bên vai
ai gánh giùm em ngàn câu xưng tội
một trăm năm sau chắc vẫn yêu người

một trăm năm sau phiêu bồng tóc xõa
môi cười dịu dàng em đợi chờ ai
chiều đã về chưa mà sao trắng quá
tà áo vờn bay cuối ngõ mây cài

em hứa gì đâu mà anh cứ đợi
màu trăng ngàn sau có giống ngàn xưa
em của ngày xa trần gian khép lối
có chắc hay không - là em bây giờ?

và đó là thơ - và em hò hẹn
rồi cũng như mây bay mãi không về
có một đôi lần ngó trời xao xuyến
nghiêng một bờ vai lệch nửa tóc thề.

Thuở Hà Nội
Nằm Ngoan Trên Phím Chữ
NGUYỄN THÁI DƯƠNG

Chỉ cách nhau mấy giờ không phủ sóng
Lệ đã lăn
Từ long lanh em
Đến ven trời anh đứng
Chiếc điện thoại nằm câm
Thắc thỏm hai đầu…

Huống hồ giờ ta mất nhau
Nước mắt em không biết xuôi về đâu
Nước mắt thầm long lanh
Kỷ niệm
Đường vàng hoa khuya anh đưa em về
Dư âm Nice theo sau
Ly kem chiều Ciao mấy màu
Đôi môi em thơm mùa cây trái

Đâu những đêm phương bắc
Hồn em trôi phương nam
Đêm trốn chạy Sài Gòn
Hà Nội nằm ngoan trên phím chữ
Xuôi ngược những dòng tin

Ena…
Ane…

Đâu chuyến thang treo tầng không tầng chín
Nụ chưa kịp hoa, môi đành nở trong lòng
Đâu chiếc lồng đu quay
Nhốt ta vào giữa lững lờ mây trắng
Mắt anh chìm vào đôi cánh em bay
Đâu bức tường trưa
Dán ta vào đôi lứa
Đâu chiếc ghế đêm hệ lụy
Phút thiên đường…

Huống hồ giờ ta mất nhau
Vô cớ
Mắt đâu dễ dàng khép mở
Cho lệ buông
Anh chìa tay chào nỗi buồn
Nỗi buồn nở nụ cười tri kỷ

Ta nhìn nhau mà núi ngự
Ta gần nhau mà sông hương
Kẻ phía tương lai
Người phương quá khứ
Ta bổ đôi ta thành hai ta
Kẻ đầu ghềnh
Người cuối thác
Nhặt nhạnh
Những dấu chấm than khúc xạ
Dưới chân mình…
Day dứt thuở
Hà Nội nằm ngoan trên phím chữ…

Hoài Khúc Tháng Ba
NGÀN THƯƠNG

còn chi đâu mà nhắc
chuyện ngày xưa tan hàng
bạn bè chừ ly tán
tuốt gươm cùn mà than

chẳng ai thèm hỏi nữa
khanh tướng với công hầu
cân đai và áo mão
của một thời binh đao

may có thơ chắp cánh
bay khắp bốn phương trời
thầm mong ai chia sẻ
những nỗi niềm đầy vơi

tháng ba về chưa hết
trên ngọn cây thông già
tiếng kêu con chim cuốc
nghe mỏi mòn quê xa

sóng lòng rung bất chợt
bên dòng Hương lững lờ
giọng em cười man dại
quyện hồn người vu vơ.

Ta Em Mưa Gió Bão Thăng Trầm
SỸ LIÊM

Chân đi lạnh ngắt bàn tay mỏi
Nắng ấm vùi sâu tận đáy lòng
Hồn ngang qua phố buồn chưa tối
Đã thấy hoàng hôn khóc ngóng trông

Ta biết từ khuya trăng lẩn trốn
Đêm nằm thao thức đợi yêu thương
Em từ một cõi mù tâm thức
Bỗng chợt về lay giấc mộng trường

Ngày tháng bào mòn thân viễn xứ
Quê nhà canh cánh cận kề bên
Ví dụ cùng em làm phép thử
Cộng trừ đáp số: sầu không tên

Đất nước bình yên không khói lửa
Hòa bình sao lại phải ly hương?
Câu hỏi hai lần chưa giải nổi
Trần gian địa phủ ngỡ thiên đường

Cây cỏ nằm yên phơi nắng gội
Em – ta mưa gió bão thăng trầm
Ngẩng mặt lệ rơi ngàn dấu hỏi
Ngậm ngùi sống nốt kiếp trăm năm.

Đêm Trăng
THIẾU KHANH

Mân mê lá cỏ em không nói
Rưng rức màu trăng áo lụa vàng
Anh bỗng dại lòng đành bối rối
Chờ con gió rủ tóc bay sang

Suốt mặt hồ im trăng sóng sánh
Hàng cây lặng lẽ ngủ bình yên
Lòng anh xao xuyến đang vào hội
Âu yếm gọi thầm mỗi tiếng "Em!"

Súng đã vác mòn vai áo lính
Mà hồn anh vẫn rất ngu ngơ
Trời không làm gió cho nhau lạnh
Nên để vai anh chịu hững hờ

Nhan sắc nở bừng đêm nguyệt rạng
Anh say uống mãi mắt không đầy
Em đưa cọng cỏ lên môi cắn
Con dế đằng kia bỗng hát dài…

Em thở bằng hồn dạ lý hương
Vầng môi thấp thoáng mộng thiên đường
Mắt em ăm ắp trăng tình tự
Mỗi ngón tay nào cũng dễ thương!
*

Đời sau kể chuyện đêm trăng ấy
Hương tóc còn say lá cỏ mềm
Từ đó ngàn năm xa cách mãi
Còn trong tình sử dấu chân em.

(Trong "Thơ Tình Thiếu Khanh" – sắp in)

Vội Chi
Những Tàn Phai

NGUYỄN VĂN GIA

(Nhớ Nguyễn Đức Bạt Ngàn)

Chưa đi
bao nhiêu dặm
Ngoảnh lại
hết một đời
Hoàng hôn
như dấu lặng

Chưa hợp
đã vội tan
Sóng
chưa kịp bạc đầu
Sầu
chưa vơi ly cạn

Chiều đi
chiều đi mãi
Vạt nắng
phất phơ bay
Phải mùa thu
đang vội?

Thôi còn chi
mong chờ

Hạc vàng xưa
mất dấu
Hoang vu
khắp bãi bờ

Chẳng còn
bao dặm đường
Mà người đi, kẻ ở
Mắt lệ nhòa
như sương

Vội chi
những tàn phai
Vội chi
hỡi phiêu dạt
Không kịp
lời chia tay

Chưa đi
bao nhiêu dặm
Ngó lại
hết một đời!

Có Một Giấc Mơ…

LỮ QUỲNH

tuyết bắt đầu rơi bên miền đông
miền tây tuyết chỉ rơi trong những giấc mơ
giấc mơ thì không có mùa đông mùa hạ
tuyết đuổi tôi trong nhiều đêm dài

dù Trần Hoài Thư ở New Jersey
có nhìn tuyết mà buồn
cũng không thể buồn bằng nỗi buồn tôi
khi tuyết tan trong bóng tối
thức giấc với bàn tay lạnh
                    đặt lên trái tim mình
nghe nhịp đập thời gian

dù đêm vẫn có giấc mơ hồng
nhưng tuyết biến thành cơn bão trắng
thổi hồng tan theo hư không.

Thiên Đường Không Nước Mắt
CAO NGUYÊN

Má có nhớ tên con,
nếu gặp nhau ở thiên đường?

Mình còn là má con,
nếu gặp nhau ở thiên đường?

Má có vuốt mắt con,
khi con chết ở thiên đường?

Và chỉ khóc khô thôi
Vì thiên đường không nước mắt.

Dòng Đời
NGUYỄN THÀNH

Đêm bày mịt mù ra khóc
Mây nghiêng dáng ngọc sương mờ phố hoang
Bên ta bóng mệt nằm ngoan
Dửng dưng thế sự mặc loang lổ đời

Ta bày cuộc rượu với trời
Luận bàn kim cổ luận người nhân gian
Tạo ra chi để lầm than
Hiền lành hiểm ác đồng lần kiếp chung

Hư không… hiện hữu… ung dung
Trăm ngàn lý lẽ… cuối cùng vẫn đau
Được thua rồi cũng nát nhàu
Hồn trong di ảnh phai màu mắt xưa

Trời lay hay ngọn gió lùa
Lặng thinh cõi tịnh như đùa thế nhân
Bóng ta, ta bóng lên ngàn
Dòng đời vạn biến võ vàng trăm năm.

Cách Tân Văn Học Thời Minh Trị Qua Trường Hợp Natsume Soseki Và Mori Ogai

HOÀNG LONG

Trong lịch sử, khi đứng trước một bước ngoặt lớn lao của thời đại, người ta bắt buộc phải lựa chọn một con đường. Con đường đó nhiều khi là độc đạo, hiu hắt ẩn dật để giữ một thứ bản sắc riêng; nhiều khi lại là một dòng chảy thời đại để thay đổi rũ bỏ con người cũ để làm nên một cuộc cách mạng cho bản thân mình và cho cả đất nước. Lịch sử luôn là thầy dạy của cuộc đời và những bài học xương máu còn nguyên đó để thức tỉnh và soi sáng chúng ta. Trong trường hợp Nhật Bản, đặc biệt giai đoạn chuyển mình canh tân đất nước thời Minh Trị, con đường hân hoan và cũng đầy khổ nạn của tầng lớp trí thức thật như một tấm gương soi chiếu để hậu thế biết ơn và thấu hiểu cái giá phải trả của sự phát triển, đặc biệt ở những ngã rẽ khúc quanh lịch sử, khi phải đứng trước ngã ba đường. Trong bài viết này, chúng tôi chỉ chú tâm tìm hiểu hai con đường văn học của tác giả hàng đầu thời Minh Trị là Natsume Soseki và Mori Ogai để phần nào gợi mở sự hứng thú cho bạn đọc quan tâm đến văn hóa Nhật Bản.

1. Bối cảnh lịch sử thời Minh Trị:

Có thể nói sự tỉnh thức khiến nhu cầu canh tân đất nước nung nấu bùng vỡ là vào cuối thời Mạc Phủ. Khi người Nhật nhìn thấy hạm đội hắc thuyền (kurobune 黒舟) của đô đốc Matthew C. Perry tiến vào cảng Uraga (Tokyo), cả người dân Nhật Bản và chính quyền Mạc Phủ hiểu rằng đã đến lúc cần phải thay đổi để bắt kịp Tây Phương. Và một làn sóng đi tham quan, học hỏi và du học Âu Mỹ bắt đầu làm nền tảng cho thời Minh Trị lẫy lừng trong lịch sử.

Thời Minh Trị (明治時代) kéo dài từ năm 1868 đến năm 1911. Bắt đầu từ năm 1868, Nhật Hoàng Minh Trị tiến hành công cuộc cải cách duy tân khiến Nhật Bản phát triển rực rỡ về kinh tế, khoa học kỹ thuật, không những đuổi kịp các nước tư bản phương Tây về sau này mà còn cùng với các nước Mỹ, Đức, Pháp, Ý âm mưu phân chia quyền lực thế giới khiến xảy ra hai cuộc chiến tranh thế giới lần thứ nhất (1914-1918) và lần thứ hai (1939-1945).

Tinh thần Minh Trị có thể tóm tắt ngắn gọn trong ba câu then chốt là "phú quốc cường binh" (富国強兵), "văn minh khai hóa" (文明開化) và "Hòa hồn Dương tài" （和魂洋才）nghĩa là "binh giàu nước mạnh", "khai hóa văn minh" và "tinh thần Nhật Bản với kỹ thuật Tây phương". Nếu như "phú quốc cường binh" và "văn minh khai hóa" là lời kêu gọi nỗ lực học hỏi phương Tây thì "Hòa hồn Dương tài" lại là một lời nhắc nhở về bản sắc dân tộc. Đúng như Claude Lévi-Strauss đã hiểu ra khi đọc quyển sách "Nghiên cứu về lịch sử trí tuệ thời Tokugawa Nhật Bản" của Masao Maruyama rằng vào thời Minh Trị nếu như Nhật Bản muốn đứng bình đẳng với phương Tây không phải để đồng nhất mình với phương Tây mà để tìm cách tự vệ tốt hơn trước phương Tây mà thôi [1].

Khái niệm "Hòa hồn Dương tài" （和魂洋才）là biến thể của "Hòa hồn Hán tài" (和魂漢才) đã có từ trước. "Hòa hồn Hán tài" được tạo ra thế kỷ 9 nhằm hướng sự chú ý vào tinh thần độc đáo sáng tạo và truyền thống văn hóa Nhật Bản từ xưa. Cũng giống như vậy, khái niệm "Hòa hồn Dương tài" đã được mở rộng vào thời Minh Trị khi du nhập tri thức và kỹ thuật Tây phương vào Nhật Bản với quy

---

1. Claude Lévi-Strauss, *Mặt khác của trăng, Khảo luận về Nhật Bản*, Nguyễn Duy Bình dịch, Nxb Thế giới, 2018, trang 65.

mô lớn. Nó được thể hiện qua cách nói của Sakuma Shozan (佐久間象山) "tinh thần Đông phương và kỹ thuật Tây phương" (Touyou no seishin to seiyou no gijutsu 東洋の精神と西洋の技術). Từ "Hòa hồn Dương tài" biểu thị quá trình dung hợp kỹ thuật phương Tây với văn hóa truyền thống trong lịch sử văn minh Nhật Bản thời cận đại. Mà chủ yếu nhấn mạnh đến khía cạnh tinh thần Nhật Bản. Và bản năng tự vệ trước sự quá đà trong việc tiếp thu văn minh Tây phương đã làm cho bao nhiêu học giả phải e ngại, tiêu biểu nhất chính là Natsume Soseki.

2. Trường hợp Mori Ogai và Natsume Soseki, hai ngã rẽ cùng thời đại:

Từ khi dân trí được mở mang thêm thì văn hóa nghệ thuật cũng nhân đó mà cường thịnh. Các nhà văn thời này chịu ảnh hưởng chủ nghĩa duy tâm, chủ nghĩa tự do và chủ nghĩa lãng mạn thuộc các nền văn học Anh, Pháp, Đức.

Người khởi xướng mở màn cho sự phát triển tiểu thuyết hiện đại Nhật Bản là Futabatei Shimei với tác phẩm "Phù vân" (浮雲 Ukigumo) và Tsubouchi Shoyo (Bình Nội Tiêu Dao 坪内逍遥) với tác phẩm "Thần tủy của tiểu thuyết" (小説神髄). Nếu như tiểu thuyết "Phù vân" (được viết vào những năm 1887-1889) đóng vai trò khai phá nghệ thuật miêu tả tâm lý cho tiểu thuyết Nhật về sau này thì công trình nghiên cứu "Thần tủy của tiểu thuyết" đã mở đường cho văn học Nhật Bản hiện đại. Cho đến khi đó, văn học chỉ được xem có vai trò khuyến thiện trừng ác và giải trí đơn thuần và các tri thức không mặn mà gì lắm với văn chương. Thế nhưng Tsubouchi Shoyo (坪内逍遥) trong quyển sách kinh điển "Thần tủy của tiểu thuyết" (小説神髄) đã nhận định lợi ích lớn nhất của tiểu thuyết là nâng cao phẩm giá con người chứ không phải để phục vụ những đam mê trần tục. Theo tác giả, lợi ích của tiểu thuyết có thể chia ra làm hai loại là trực tiếp và gián tiếp. Lợi ích trực tiếp là nhằm thỏa mãn cảm xúc của độc giả như là một phương tiện giải trí cho con người. Ngoài ra tiểu thuyết còn là một cẩm nang của cuộc sống. Lợi ích gián tiếp của tiểu thuyết là ***nâng cao phẩm cách***, khuyên răn đạo đức, bổ khuyết cho sử sách và làm phong phú mô hình văn chương. Tại sao nâng cao phẩm cách được đưa lên hàng đầu? Tác giả khẳng định lại quan niệm của mình về tiểu thuyết "không phải là thứ để phục vụ đam mê trần tục của con người. Nó khao khát giải trí cho con người bằng cách hướng đến những thị hiếu tinh tế hơn". Tuy nhiên "thị hiếu cảm xúc trang nhã và tinh tế là thuộc tính cao quý nhất chỉ thấy ở những con người ưu đẳng về văn hóa". Cho nên "phương diện nghệ thuật trang nhã này (tức tiểu thuyết) được dùng để tác động đến những cảm xúc mỹ học của một con người, khuấy động những xúc cảm tinh tế, dần dần xua đuổi nhục cảm và hút suy tư của anh ta ra khỏi thế giới thường nhật, đưa anh ta đến chỗ nhận thức được dạng thức tinh tế hơn của cái đẹp thì anh ta sẽ trưởng thành hơn và sớm thoát khỏi bể đắm mê" [2]. Đó cũng là giá trị đích thực của nghệ thuật nói chung. "Chính điều này khiến nghệ thuật trở nên rất quan trọng dù thiếu giá trị thực tiễn. Như vậy một người yêu thích nghệ thuật sẽ thường xuyên gia tăng sự tao nhã cho thị hiếu thẩm mỹ của mình và tính cách của anh ta sẽ không ngừng trở nên tinh tế".

Dưới ảnh hưởng của tác phẩm "Thần tủy của tiểu thuyết", văn học viết và dịch thời Minh Trị đã có sự chuyển biến và khởi sắc mạnh mẽ. Đương thời, trên văn đàn có bốn dòng văn học chính. Dòng văn học theo chủ nghĩa tự nhiên, dòng văn học duy mỹ, dòng văn học cao sang (dư dụ phái 余裕派) và dòng văn học quý tộc của nhóm Bạch hoa (Shirakaba 白樺). Không nói đến nhóm Bạch hoa vì nhóm này chủ trương những giải pháp mang tính không tưởng để dung hòa thực trạng xã hội với đặc quyền của giai cấp mình; nhóm duy mỹ và chủ nghĩa tự nhiên ảnh hưởng nhiều bởi văn học Pháp như Émile Zola và Baudelaire; chỉ riêng có nhóm cao sang là thuộc về bản xứ, cố gắng cảnh tỉnh sự du nhập và tiếp thu quá đà của văn minh Tây Phương. Hai đại diện tiêu biểu nhất cho nhóm này không phải là ai khác mà chính là Natsume Soseki và Mori Ogai.

Natsume Soseki (夏目漱石 Hạ Mục Thấu Thạch) sinh năm 1867 tại Tokyo. Năm 1890, ông nhập học trường đại học Tokyo. Sau khi tốt nghiệp, ông giảng dạy Anh ngữ tại các trường ở Matsuyama và Kumamoto. Năm 1896 ông lập gia đình. Năm 1900, Soseki sang Anh Quốc du học và đến năm 1903 trở về nước, bắt đầu giảng dạy văn học Anh tại trường Đại học Tokyo. Năm 1905, Soseki viết và xuất bản

---

2. Tsubouchi Shoyo, *Chân tủy của tiểu thuyết*, bản dịch của Trần Hải Yến, Nxb Thế giới, 2013, trang 115.

quyển tiểu thuyết đầu tiên "Tôi là con mèo" (吾輩は猫である). Nội dung tác phẩm là những lời nhận xét hóm hỉnh của con mèo nhà giáo viên Kushami về những người khách đến chơi. Tác phẩm này ra đời khiến cho tên tuổi Natsume Soseki ngay lập tức trở nên nổi tiếng. Đến năm 1907 ông bỏ hẳn công việc giảng dạy để chuyên chú vào việc sáng tác văn chương. Ông đã viết rất nhiều tiểu thuyết như "Cỏ mọc ven đường" (道草), "Cậu ấm" (坊ちゃん), "Ánh sáng và bóng tối" (明暗), "Gối cỏ" (草枕), "Tam tứ lang" (三四郎), "Cánh cửa" (門), "Nỗi lòng" (心), "Từ đó về sau" (それから). Soseki mất năm 1916, năm bốn mươi chín tuổi. Đến năm 1984, chân dung của ông được xuất hiện trên tờ một ngàn yên.

(Chân dung Natsume Soseki)

Sanshiro (Tam Tứ Lang 三四郎) và "Từ đó về sau"(それから), "Cánh cổng" (Mon 門) là bộ ba tác phẩm thời kỳ đầu của văn hào Natsume Soseki (Hạ Mục Thấu Thạch 夏目漱石). Ngay từ những tác phẩm này đã cho thấy sự băn khoăn day dứt của tác giả về con đường hiện đại hóa mà Nhật Bản đang đi. Cốt truyện Sanshiro xoay quanh một chàng sinh viên nhà quê ở Kumamoto, Kyushu lên Tokyo học đại học. Ngay từ trên chuyến đi, Sanshiro đã cùng một cô gái xuống tàu trọ đêm ở Nagoya và bị chê là "nhát gái", rồi sau đó tình cờ được gặp gỡ với giáo sư Hirota. Khi lên Tokyo cả một thế giới xa lạ quyến rũ và đầy phức tạp mở ra trước mắt Sanshiro khiến bao nhiêu tự tin của chàng sụp đổ tan tành. Chàng làm quen thêm được nhà nghiên cứu Nonomiya, cũng là một người bà con với mình, chuyên nghiên cứu về áp lực ánh sáng và cô em gái bệnh tật của Nonomiya là Yoshiko. Ngoài ra còn một người bạn học là Yojiro. Trên tất cả là nàng Mineko với vẻ đẹp ngất ngây hiện thân cho tất cả những gì thuộc về phồn hoa đô hội. Nàng vốn là bạn gái của Nonomiya. Sanshiro luôn có cảm giác bị nàng nhìn thấu suốt, không sao có thể đuổi bắt kịp bóng hình nàng. Dường như chàng luôn bị hụt hơi, không sao diễn tả tấm tình của mình cho Mineko hiểu. Cuối cùng Mineko đi lấy chồng. Chồng nàng là một người bạn của anh trai nàng, vốn đã từng hỏi cưới Yoshiko.

Tác phẩm khắc họa sự trưởng thành của tầng lớp thanh niên cuối thời Minh Trị, với những dằn vặt chọn lựa giữa truyền thống và hiện đại, giữa chiều sâu của nghệ thuật với xô bồ hỗn độn của văn minh kỹ thuật, giữa lý tưởng và hiện thực cuộc đời. Như Natsume đã phác họa một ngã ba đường rẽ đến ba thế giới mà Sanshiro phải chọn lựa.

Đầu tiên là thế giới hương xa của quá khứ với người mẹ nơi quê nhà và cô nàng Omitsu quê mùa vốn được hứa gả cho Sanshiro. Cõi này thật bình yên lặng lẽ, là chốn dung thân cuối cùng cho Sanshiro. Thật ra đó là quá khứ mà chàng muốn chối bỏ.

Thế giới thứ hai là thế giới yên bình của học thuật với sách vở, nghiên cứu, thư viện mà giáo sư Hirota và Nonomiya thuộc về. Nơi này không biết gì về thế giới hiện thực nhưng có thể trốn thoát hỏa ngục trần gian. Họ ung dung tự tại hưởng thụ tri thức và sống trong nghèo đói. Sanshiro đang bước vào ngưỡng cửa thế giới thứ hai này.

Thế giới thứ ba là một mùa xuân tràn sức sống với tiếng cười đùa, rượu sâm panh. Trên tất cả đó là thế giới của sự tôn vinh cái đẹp. Đối với Sanshiro thế giới này sâu sắc nhất, đang hiện diện ngay trước mắt nhưng vô cùng khó tiếp cận. Điểm khó tiếp cận đó lại như ánh sét nơi trời cao tít tắp. Chàng cảm thấy mình có thể trở thành chủ nhân để lấp đầy khoảng trống và phát triển viên mãn. Nhưng thế giới đó lại chặn mọi ngả đường mà đáng lẽ Sanshiro được tự do thâm nhập. Không cần phải nói thêm thì hình bóng của Mineko lấp đầy thế giới tươi đẹp này.

Sau khi so sánh ba thế giới, Sanshiro rút ra kết luận là phải đưa mẹ lên thành phố, kết hôn với một cô gái xinh đẹp và cống hiến hết mình cho sự nghiệp học hành.

Thế nhưng liên tục những sự kiện phức tạp của Tokyo đã làm Sanshiro hướng dần về phía người mẹ nơi quê nhà và hiểu được rằng thế giới thứ ba với hình bóng Mineko vĩnh viễn không bao giờ bước vào được.

Có thể nói Sanshiro tượng trưng cho Nhật Bản đang trong quá trình hiện đại hóa, nỗ lực chạy theo văn minh kỹ thuật phương Tây nhưng luôn cảm thấy cách xa tầm tay với. Nonomiya, giáo sư Hirota và Yojiro tượng trưng cho những người đứng bên lề dòng chảy, khiếp sợ trước hiện thực và tìm quên trong sách vở, sống trong tháp ngà của riêng mình, tự nhận chịu nỗi cô đơn thần thánh. Yojiro đã dùng từ "bóng tối vĩ đại" để xưng tụng giáo sư Hirota nhưng cũng nói lên phần nào u uẩn của lớp người này.

Mineko là tượng trưng cho văn minh kỹ thuật Tây phương và phần nào là sự nhiễm độc của nỗi rực rỡ hời hợt xô bồ, xa khuất cội nguồn văn hóa truyền thống Nhật Bản.

Chi tiết kết thúc truyện Mineko đi lấy chồng thật tinh tế. Nó vừa phản ánh đúng được tâm lý người phụ nữ hiện đại vươn cao vừa nói lên được phần nào niềm cay đắng của tác giả khi cho rằng Nhật Bản sẽ không bao giờ đuổi kịp Tây phương. Nói như giáo sư Hirota thì cho dù có chiến thắng trong cuộc chiến tranh Nhật Nga, cho dù có trở thành một cường quốc đệ nhất thì "chúng ta vẫn chẳng làm nên được điều gì khác biệt", cũng vẫn chỉ những bộ mặt ấy, một thể trạng yếu ớt như thế này. Chỉ có núi Phú Sĩ là đáng tôn thờ nhưng nó lại là tạo phẩm của thiên nhiên, không phải do con người hiện đại tạo nên. Cái nhìn chứa đầy bi quan sâu sắc này đã theo suốt Natsume Soseki cho nên những tác phẩm về sau lúc nào cũng mang một nỗi niềm nào u uất. Đối lập hoàn toàn với Mori Ogai vốn hân hoan chấp nhận cái mới và sẵn sàng đi theo dòng chảy thời đại, Soseki có vẻ đứng nhìn từ xa với một sự lặng lẽ giữa chấp nhận và chối từ.

Bản thân Sanshiro và chính Soseki cũng thừa nhận mình là kẻ theo chủ nghĩa nhàn hạ. Nguyên văn của Natsume Soseki dùng từ "đê hồi" (teikai 低回) hay "teikai shumi" (低回趣味) mà theo Quảng Từ Uyển giải thích là "sở thích chìm đắm vào cảnh giới thi ca cái đẹp Đông Phương với tinh thần cao sang, tránh xa những khổ cực đời thường" (世俗的な苦労を避けて、余裕ある気分で東洋的な詩

美の境に遊ぼうとする趣味). Chính vì vậy đường lối văn chương của Natsume Soseki được gọi là "phái đê hồi" (低回派) hay "phái cao sang" (dư dụ phái余裕派).

Tác phẩm này là nguồn cảm hứng để cho nhiều nhà văn thế hệ sau học tập. Ngay cả "Rừng Na Uy" của Murakami Haruki cũng có thể xem là nối dài của "Sanshiro" với cuộc sống và những trăn trở thời sinh viên mà Soseki đã khắc họa. Sự trung thực với chính mình khi sáng tác đã tạo nên tầm vóc của Soseki với những tác phẩm chân thực, không chỉ vẽ lên nhiều nỗi băn khoăn của thanh niên trước ngưỡng cửa đời như "Sanshiro" (三四郎) hay "Cậu ấm ngây thơ" (坊ちゃん) mà còn phản ánh được những bi kịch dằn vặt của nghệ sĩ hay con người thường tình chúng ta trong hiện thực cuộc đời khắc nghiệt như trong "Gối cỏ" (Kusamakura 草枕), hay "Nỗi lòng" (Kokoro 心)…

Trái ngược hoàn toàn với Natsume Soseki, Mori Ogai là người hân hoan chọn lựa con đường tiếp thu văn minh Âu hóa (ít nhất trong những thời kỳ đầu). Cũng như Soseki, Mori Ogai (1862-1922) đi du học Đức, tiếp thu văn minh Tây Phương và tích cực truyền bá những tư tưởng thời đại. Chính Mori Ogai là người khởi xướng tạp chí văn học "Phên giậu" (しらがみ草紙) và dịch tác phẩm "Faust" lừng danh của Goethe ra Nhật ngữ.

(Chân dung Mori Ogai)

Tuy là một nhà văn và dịch giả nổi tiếng nhưng Mori Ogai đã từ bỏ nghiệp văn chương để làm một bác sĩ phục vụ trong quân ngũ. Ông chỉ trở lại viết văn sau khi đã nghỉ hưu. Tác phẩm nổi tiếng nhất của ông là "Nhạn" (雁), một câu chuyện tình nhẹ nhàng mà cay đắng của một tình yêu không thành. Nhưng ngay trong tác phẩm này, chúng ta thấy nhân vật chính Okada đã bỏ nàng Otama ở lại phía sau trên đường đi du học Đức, một điều ám chỉ rằng cần phải để quá khứ phía sau và đi tới học hỏi văn minh phương Tây.

Cả Mori Ogai và Natsume Soseki đều là tác giả hàng đầu thời Minh Trị, có nhiều điểm tương đồng nhưng khác nhau trong thái độ sống và sự lựa chọn. Điều đó thể hiện rõ qua các tác phẩm và phản chiếu vào cả cuộc sống riêng tư. Trong khi Mori Ogai đi du học ở Đức, hòa nhập với văn minh Tây Âu một cách hài hòa, về nước làm đến Tổng trưởng tổng cục quân y lục quân, đặt tên các con mình theo tiếng Đức thì Natsume Soseki tuy đi du học Anh và là học giả lỗi lạc về văn chương Anh ngữ lại luôn cảm thấy lạc lõng ở Tây phương và khi về nước chỉ chuyên tâm viết văn. Đối với Natsume Soseki những cú *shock* văn hóa như người Anh không biết thưởng thức vẻ đẹp của tuyết đọng trên mái nhà hay rêu phong trên cây cổ thụ đều gây cho ông một nỗi bàng hoàng. Ngay cả trong cách dùng từ và phiên dịch cũng thế. Giai thoại nổi tiếng nhất về Natsume Soseki là yêu cầu sinh viên dịch câu "Anh yêu em" (I love you) sang tiếng Nhật trong một giờ Anh ngữ. Vào thời Minh Trị trai gái yêu nhau không nói với nhau như vậy. Khi dịch câu này thường dịch giả phải dịch thành "anh rất coi trọng em" (大切に思います). Riêng Natsume Soseki dịch thành "Trăng đêm nay đẹp quá" (月が綺麗ですね). Câu này đã trở thành một giai thoại kinh điển thời Minh Trị. Điều này vẫn cho thấy rằng sâu thẳm trong Soseki, ông vẫn là một con người phương Đông thuần túy.

Những tác phẩm của Mori Ogai và Natsume Soseki càng cho ta thấy rõ điều này. Đối với Mori Ogai, trong tác phẩm đầu tay "Nàng vũ công" (Maihime) đã viết lên mối giao tình của mình với văn hóa Đức qua việc khắc họa mối tình một chàng sinh viên Nhật với cô vũ công Elise. Khi chàng trao Ota Toyotaro về nước bị cuốn vào những lề thói quê hương cũ, chàng nhớ tiếc khôn nguôi đời sống tự do nước ngoài. Hay như trong tác phẩm "Hanako", nhà điêu khắc lừng danh Rodin vẫn nhìn ra vẻ đẹp của nàng vũ công Nhật Bản Hanako. Có nghĩa đối với Mori Ogai, sự hòa hợp giữa văn hóa Nhật Bản và Tây Phương là điều hoàn toàn có thể xảy ra được. Còn Natsume Soseki, ông cho rằng gánh nặng truyền thống của dân tộc Nhật khiến cuộc tương giao Đông Tây gần như không thể tựu thành. Trong tác phẩm "Mười đêm mộng" chúng ta có thể thấy nhà điêu khắc Unkei thời Kamakura vẫn còn sống đến thời Minh Trị vì không ai có thể đục được bức tượng hộ pháp tuyệt đẹp như thế hay gánh nặng của quá khứ chính là đứa con đã trở thành tảng đá ngàn cân đè nặng trên vai tôi. Đối với Soseki, cho dù tiếp nhận văn minh là điều bắt buộc đi nữa thì con người không thể và không nên rũ bỏ được căn cước thân phận và truyền thống văn hóa của chính mình.

Càng về cuối đời, những tác phẩm nổi tiếng nhất của Natsume Soseki càng tìm về những vẻ đẹp Đông phương truyền thống, những nhân vật của ông lúc nào cũng nặng nề u uẩn với một tâm sự giấu kín riêng mang. Sự u uẩn của vị tiên sinh trong tác phẩm "Nỗi lòng" (Kokoro 心) chỉ phơi bày khi ông chấp nhận kết thúc cuộc đời tự sát để cùng với cái chết của Thiên Hoàng Minh Trị chấm dứt một thời đại huy hoàng đã trôi qua. Còn Mori Ogai sau khi chứng kiến nhiều cảnh trái ngang của chốn quan trường, văn chương của ông cũng không còn mang nhiều tinh thần khai sáng như giai đoạn đầu tiên nữa mà dần dần trở nên bàng quang (傍観), vui chơi (遊び) và cam phận (あきらめ). Có lẽ vì thế mà cuối đời Mori Ogai chuyển sang viết tiểu thuyết lịch sử. Khi đã đủ một khoảng thời gian để nhìn lại, cả Soseki và Mori Ogai đều nhận thấy phải cần thêm nhiều thời gian nữa cho cuộc tương hợp Đông Tây trên bình diện văn hóa và tư tưởng chứ không chỉ thuần túy về văn minh và kỹ thuật. Trong tác phẩm "Đang trùng tu" được Mori Ogai viết năm 48 tuổi có câu nói lừng danh khi viên ngoại giao Watanabe gặp lại người yêu cũ, một cô gái ngoại quốc trên sự hoang tàn của Tokyo sau khi kết thúc chiến tranh Nhật Nga "Đây là xứ Nhật Bản mà". Câu nói thể hiện đúng tinh thần Nhật Bản cố gắng vươn lên thành cường quốc trước sự đổ nát của nhiều giá trị vật chất và tinh thần. Hay như trong tiểu thuyết lịch sử Shibue Chusai (渋江 抽斎), Mori Ogai đã cảnh báo về cuộc duy tân hấp tấp có thể làm tổn thất những giá trị truyền thống cao đẹp của Nhật Bản không sao bù đắp được. Có lẽ sự dằn vặt và nỗ lực kiếm tìm cái đẹp và ý nghĩa sống không chỉ cho bản thân và còn vì sự thao thức cho vận mệnh Nhật Bản đã khiến cho tầm vóc của cả Soseki và Mori Ogai vươn cao và xuyên qua lòng thời đại.

Không chỉ nỗ lực sáng tác và dịch thuật, ngay từ lúc sinh thời Natsume Soseki và Mori Ogai đều chú tâm dìu dắt thế hệ trẻ. Chính Natsume đã nhận ra tài năng và khuyến khích văn tài của Akutagawa Ryunosuke, bậc thầy truyện ngắn thời Taisho (Đại Chính) như một sự tiếp nối của con đường hiện đại hóa văn chương của mình.

3. Giá trị và bài học lịch sử:

Nghiên cứu trường hợp của Natsume Soseki và Mori Ogai trong một giai đoạn lịch sử đầy biến động như thời Minh Trị, chúng ta nhận ra việc chấp nhận cái mới không phải lúc nào cũng thuận buồm xuôi gió mà đi cùng với sự thay đổi là bao nhiêu băn khoăn và day dứt giữa chấp nhận và chối từ. Không phải thấy điều gì hay đẹp là chạy theo bất chấp tất cả. Tuy đi theo những ngã rẽ khác nhau nhưng giá trị văn học của văn hào Mori Ogai và Natsume Soseki để lại đã trở thành di sản lớn lao của văn học Nhật Bản cận và hiện đại.

Một minh chứng tiêu biểu cho điều đó là vào ngày 29 tháng 6 năm 2000, nhật báo Asahi Shimbun[3] công bố kết quả điều tra về những nhà văn Nhật Bản có ảnh hưởng nhất đến công chúng trong mười thế kỷ từ thế kỷ mười đến thế kỷ hai mươi. Trên cơ sở điều tra hai mươi ngàn năm trăm chín mươi sáu người, người ta đã chọn được năm mươi nhà văn tiêu biểu, đứng đầu là Natsume Soseki. Tác giả Murakami Haruki đứng thứ mười hai. Văn hào Mori Ogai đứng thứ mười sáu.

Dưới đây là danh sách mười hai nhà văn được yêu thích theo thứ tự:

1. Natsume Soseki 夏目漱石
2. Murasaki Shikibu 紫式部
3. Shiba Ryotaro 司馬遼太郎
4. Miyazawa Kenji 宮沢賢治
5. Akutagawa Ryunosuke 芥川龍之介

---

3. Nguồn: http://info.asahi.com/guide/soseki/contest.html

6. Matsuo Basho 松尾芭蕉

7. Dazai Osamu 太宰治

8. Matsumoto Seicho 松本清張

9. Kawabata Yasunari 川端康成

10. Mishima Yukio 三島由紀夫

11. Arishima Takeo 有島武雄

12. Murakami Haruki 村上春樹

Với kết quả này, nhật báo Asahi đã viết một bài vinh danh ông "Văn hào Soseki, siêu vượt thời đại" (漱石文豪時代を超越). Người Nhật không bao giờ quên những người con ưu tú của dân tộc mình.

Cho đến ngày hôm nay, bài học lớn nhất mà chúng ta nhận được từ cuộc đời đầy cảm hứng của hai văn hào hàng đầu thời Minh Trị chính là cả sự khao khát say mê và nỗi do dự trước ngưỡng cửa khước từ đều để lại những kiệt tác. Điều quan trọng nhất là phải trung thực với chính bản thân mình, với con người mình. Không vì tác động hào nhoáng bên ngoài hay cơn cuồng nộ của cách mạng mà thay đổi bản tính, cho dù là đối với cá nhân hay dân tộc cũng vậy. Dù trong hoàn cảnh nào cũng phải kiên trì giữ vững nguyên tắc, bảo vệ giá trị mình tin tưởng cho dù có ngược dòng đám đông, xa quyền lực và danh vọng, chấp nhận hiu hắt để toàn vẹn thân tâm. Đó không chỉ là sứ mệnh và niềm kiêu hãnh của người cầm bút mà còn thể hiện dũng khí của những con người thời Minh Trị duy tân trước ngọn sóng lớn ba đào của lịch sử.

Hoàng Long

TÀI LIỆU THAM KHẢO

1. Hoàng Long, Bông hồng cho ngày tháng không tên, tiểu luận và dịch thuật về văn học Nhật Bản, Nxb Phụ Nữ, 2018.

2. Claude Lévi-Strauss, Mặt khác của trăng, Khảo luận về Nhật Bản, Nguyễn Duy Bình dịch, Nxb Thế giới, 2017

3. Vĩnh Sính, Nhật Bản cận đại, Nxb Lao động, tái bản 2014.

4. Tsubouchi Shoyo, Chân tủy của tiểu thuyết, Trần Hải Yến dịch và giới thiệu, Nxb Thế giới, 2013.

Suzuki Setsuko (chủ biên), 英語で話す日本の心 / Keys to the Japanese Heart and Soul, Nxb Kodansha, 1996.

Ngọc Nát Dưới Chân Núi
NGUYỄN THIẾU DŨNG

Đại Việt Sử Ký Toàn Thư ghi lại sự tích An Dương Vương:

Họ Thục, tên húy là Phán, người Ba Thục [Chú giải], ở ngôi 50 năm, đóng đô ở Phong Khê (nay là thành Cổ Loa).

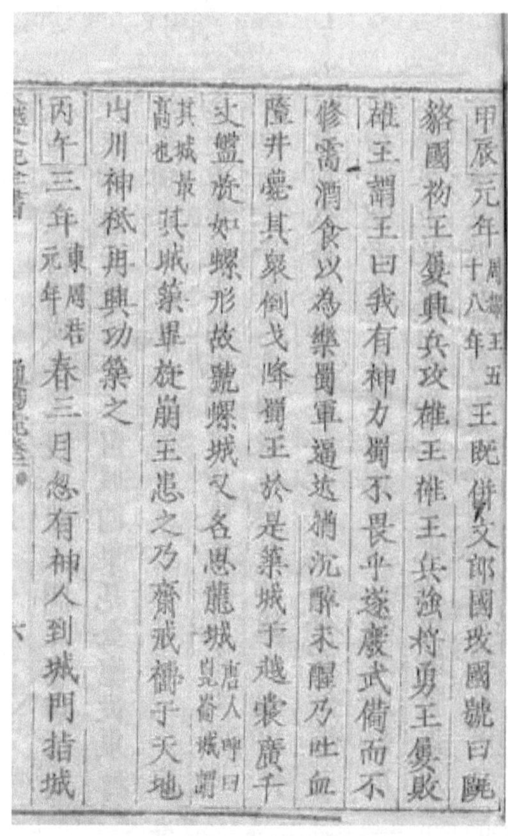

(Đại Việt Sử ký toàn thư)

Giáp Thìn, năm thứ 1 [257 TCN], (Chu Noãn Vương năm thứ 58). Vua đã thôn tính được nước Văn Lang, đổi quốc hiệu là Âu Lạc. Trước kia vua nhiều lần đem quân đánh Hùng Vương, nhưng Hùng Vương binh hùng tướng mạnh, vua bị thua mãi. Hùng Vương bảo vua rằng: "Ta có sức thần, nước Thục không sợ ư?" Rồi Hùng Vương bỏ không sửa sang võ bị, chỉ ham ăn uống vui chơi. Quân Thục kéo sát đến nơi, hãy còn say mèm chưa tỉnh, rồi thổ huyết nhảy xuống giếng chết, quân lính quay giáo đầu hàng Thục Vương.

Bấy giờ Thục Vương đắp thành ở Việt Thường, rộng nghìn trượng, cuốn tròn như hình con ốc, cho nên gọi là Loa Thành [Chú giải], lại có tên là thành Tư Long (người nhà Đường gọi là thành Côn Lôn, vì thành rất cao [Chú giải]). Thành này cứ đắp xong lại sụt, vua lấy làm lo, mới trai giới khấn trời đất và thần kỳ núi sông, rồi khởi công đắp lại.

Bính Ngọ, năm thứ 3 [255 TCN], (Đông Chu Quân năm thứ 1). Mùa xuân, tháng 3, chợt có thần nhân đến cửa thành, trỏ vào thành, cười mà nói rằng: "Đắp đến bao giờ cho xong!". Vua mời vào điện hỏi, thần nhân trả lời: "Cứ đợi giang sứ đến". Rồi cáo từ đi ngay. Sáng hôm sau, vua ra cửa thành, quả thấy có con rùa vàng bơi trên sông từ phía đông đến, xưng là giang sứ, nói được tiếng người, bàn được việc tương lai. Vua mừng lắm, để vào mâm vàng, đặt mâm lên trên điện. Vua hỏi về nguyên do thành sụp, rùa vàng đáp: "Đó là do tinh khí núi sông vùng này bị con vua trước phụ vào để báo thù nước, nấp ở núi Thất Diệu. Trong núi có con quỷ, đó là người con hát thời trước chôn ở đấy hóa làm quỷ. Cạnh núi có cái quán, chủ quán tên là Ngộ Không, có một đứa con gái và một con gà trắng, đó là dư khí của tinh, phàm người qua lại ngủ đêm ở đấy đều phải chết vì bị quỷ làm hại. Chúng có thể gọi nhau họp đàn lũ, làm cho sụp thành. Nếu giết con gà trắng để trừ tinh khí ấy, thì thành tự nhiên được bền vững. Vua đem rùa vàng đến quán ấy, giả làm người ngủ trọ. Chủ quán nói: "Ngài là quý nhân, xin đi ngay, chớ lưu lại đây mà bị họa". Vua cười nói: "Sống chết có mệnh, ma quỷ làm gì nổi?" Rồi ngủ lại quán. Đến đêm nghe tiếng tinh quỷ từ ngoài đến gọi mở cửa, rùa vàng liền quát mắng, quỷ không vào được, đến khi gà gáy thì lũ quỷ tan chạy hết. Rùa vàng xin vua đuổi theo. Tới núi Thất Diệu thì tinh khí biến mất, vua trở về quán. Sáng sớm, chủ quán tưởng vua đã chết rồi, gọi người đến để khâm liệm đem chôn. Thấy vua vẫn vui vẻ cười nói, chủ quán liền sụp lạy nói: "Ngài làm sao được như thế, tất phải là thánh nhân!" Vua xin con gà trắng giết để tế. Gà chết, con gái chủ quán cũng chết theo. Vua liền sai người đào núi, thấy có nhạc khí cổ và xương người, đem đốt thành tro, rải xuống sông, yêu khí mới mất hẳn. Từ đấy, đắp thành không quá nửa tháng thì xong. Rùa vàng cáo từ ra về. Vua cảm tạ, hỏi rằng: "Đội ơn ngài thành đắp đã vững, nếu có giặc ngoài đến, thì lấy gì mà chống giữ?" Rùa vàng bèn rút chiếc móng trao cho vua và nói: "Nước nhà yên hay nguy đều do số trời, nhưng người cũng nên phòng bị; nếu có giặc đến thì dùng móng thiêng này làm lẫy nỏ, nhằm vào giặc mà bắn thì không phải lo gì". Vua sai bề tôi là Cao Lỗ (có sách chép là Cao Thông [Chú giải]) làm nỏ thần, lấy móng rùa làm lẫy, đặt tên là Linh Quang Kim Trảo Thần Nỏ.

Canh Thìn, năm thứ 37 [221 TCN], (Tần Thủy Hoàng Lữ Chính năm thứ 26). Nước Tần thôn tính cả 6 nước, xưng hoàng đế.

Đinh Hợi sai hiệu úy Đồ Thư đem quân lâu thuyền, sai Sử Lộc đào ngòi vận lương, đi sâu vào đất Lĩnh Nam, đánh lấy miền đất Lục Dương, đặt các quận Quế Lâm (nay là huyện Quý của đất Minh, Quảng Tây) [Chú giải], Nam Hải (nay là tỉnh Quảng Đông) và Tượng Quận (tức là An Nam) [Chú giải]; cho Nhâm Ngao [Chú giải] làm Nam Hải úy, Triệu Đà làm Long Xuyên lệnh (Long Xuyên là thuộc huyện của Nam Hải), đem những binh phải tội đồ 50 vạn người đến đóng đồn ở Ngũ Lĩnh, Ngao và Đà nhân đó mưu xâm chiếm nước ta. (Chuế tế: con trai không có tiền nộp sính lễ, lấy thân ở gửi nhà vợ nên gọi là chuế tế [ở gửi rể] như cái bướu ở mình người ta, là vật thừa. Lục Lương là người Lĩnh Nam phần nhiều ở chỗ núi rừng, trên cạn (lục), tính người mạnh tợn (cường lương) nên gọi là Lục Lương).

Tần Thủy Hoàng mất ở Sa Khâu. Nhâm Ngao và Triệu Đà đem quân sang xâm lấn. Đà đóng quân ở núi Tiên Du, Bắc Giang [Chú giải] đánh nhau với vua. Vua đem nỏ thần ra bắn, Đà thua chạy. Bấy giờ Ngao đem thủy quân đóng ở Tiểu Giang.

Nhâm Ngao bảo Đà rằng: "Nhà Tần sắp mất, dùng mưu kế đánh Phán thì có thể dựng nước được". Đà biết vua có nỏ thần, không thể địch nổi, bèn lui giữ núi Vũ Ninh, sai sứ đến giảng hòa. Vua mừng, bèn chia từ Bình Giang (nay là sông Thiên Đức ở huyện Đông Ngàn) trở lên phía Bắc thuộc quyền cai trị của Đà, trở về phía Nam thuộc quyền cai trị của vua. Đà sai con là Trọng Thủy vào hầu làm túc vệ, cầu hôn con gái vua là Mỵ Châu. Vua bằng lòng. Trọng Thủy dỗ Mỵ Châu để xem trộm nỏ thần, rồi ngầm bẻ gãy lẫy nỏ, thay cái khác vào, giả vờ về Bắc thăm cha mẹ, bảo Mỵ Châu rằng: "Ân tình vợ chồng không thể quên nhau, nếu lỡ hai nước không hòa, Nam Bắc cách biệt, ta lại tới đây thì làm thế nào mà tìm thấy nhau?". Mỵ Châu nói: "Thiếp có cái nệm gấm lông ngỗng, thường mang theo mình, đi đến đâu thì rút lông ngỗng rắc ở chỗ đường rẽ để làm dấu". Trọng Thủy về báo cho Đà biết.

Quý Tỵ, năm thứ 50 [208 TCN] (Tần Nhị Thế Hồ Hợi, năm thứ 2). Nhâm Ngao ốm sắp chết, bảo Đà rằng: "Tôi nghe nói bọn Trần Thắng làm loạn, lòng dân chưa biết theo về đâu. Đất này ở nơi xa lánh, sợ bọn giặc xâm phạm đến đây, muốn cùng ông chặt đường (đường vào đất Việt do nhà Tần mở), tự phòng bị, đợi xem chư hầu biến động thế nào". Đến khi ốm nặng, lại nói: "Đất Phiên Ngung (nhà Hán gọi là Nam Thành) dựa núi cách sông, đông tây dài mấy nghìn dặm, vả có người Tần cùng giúp, cũng đủ dựng nước, dấy vương, làm chủ một phương. Các trưởng lại trong quận này không người nào đáng cùng mưu bàn, cho nên tôi gọi riêng ông để bảo". Rồi Ngao lấy Đà thay mình. Ngao chết, Đà liền gửi hịch đến các cửa ải Hoành Phố, Dương Sơn, Hoàng Khê, nói: "Quân giặc sắp đến, phải gấp chặt đường, họp binh tự giữ". Hịch đến nơi, các châu quận đều hưởng ứng. Bấy giờ Đà giết hết các trưởng lại do nhà Tần đặt, đem thân thích phe cánh thay làm thú lệnh. Đà đem quân đến đánh vua, vua không biết lẫy nỏ đã mất, ngồi đánh cờ cười mà bảo: "Đà không sợ nỏ thần của ta sao?". Quân của Đà tiến sát đến nơi, vua giương nỏ thì lẫy đã gãy rồi. Vua thua chạy, để Mỵ Châu ngồi trên ngựa, cùng chạy về phía nam. Trọng Thủy nhận dấu lông ngỗng đuổi theo. Vua đến bờ biển, hết đường mà không có thuyền, liền gọi rùa vàng mấy tiếng: "Mau đến cứu ta!" Rùa vàng nổi lên mặt nước, mắng rằng: "Kẻ ngồi sau ngựa là giặc đấy, sao không giết đi?". Vua rút gươm muốn chém Mỵ Châu, Mỵ Châu khấn rằng: "Trung tín trọn tiết, bị người đánh lừa, xin hóa thành ngọc chậu để rửa thù nhục này". Cuối cùng vua vẫn chém Mỵ Châu, máu chảy loang mặt nước, loài trai nuốt vào bụng, hóa làm hạt minh châu. Vua cầm sừng tê văn dài 7 tấc xuống biển mà đi (tức như ngày nay gọi là sừng tê rẽ nước. Tục truyền núi Dạ Sơn xã Cao Xá ở Diễn Châu là nơi ấy). Trọng Thủy đuổi theo đến nơi, thấy Mỵ Châu đã chết, thương khóc ôm xác đem về chôn ở Loa Thành, hóa làm đá ngọc. Trọng Thủy nhớ tiếc Mỵ Châu, trở lại chỗ Mỵ Châu tắm gội trang điểm khi trước, thương nhớ không nguôi, cuối cùng nhảy xuống giếng mà chết. Người sau được hạt minh châu ở biển Đông, lấy nước giếng ấy mà rửa, sắc ngọc càng sáng hơn.

Trở lên là [kỷ] An Dương Vương, khởi từ năm Giáp Thìn đến năm Quý Tỵ là hết, tất cả 50 năm [257-208 TCN].

(Kienthuc.net.vn)

Truyền thuyết ghi lại:

Khi chết, máu của Mỵ Châu chảy xuống biển. Các loài trai, sò ăn vào biển thành ngọc. Còn thân mình nàng biến thành một tượng đá cụt đầu trôi ngược biển Đông, về đến dòng sông, đất Cổ Loa thì dừng lại ở đó. Kỳ lạ thay từ ngày có tượng đá, nhiều chuyện lạ đã xảy ra.

Nhiều trẻ chăn trâu ra chơi đùa, nghịch ngợm trên tượng đá liền bị ốm, trâu bò "làm bậy" quanh tượng đá liền lăn đùng ra chết. Nhiều người thấy tượng đá lạ, đẹp, muốn khiêng về thì không thể nào lay chuyển được. Thấy sự lạ, các bô lão làng Cổ Loa liền cử một đám thanh niên lực lưỡng, tắm gội sạch sẽ, khiêng võng đào ra, làm lễ xin được rước tượng đá về thờ thì khiêng được.

Khi khiêng về đến đền "Ngự triều Di quy" bỗng nhiên tượng tuột xuống, không thể khiêng đi được nữa. Dân làng thấy vậy liền lập am thờ, ngày đêm hương khói và cho rằng tượng đá là hóa thân của công chúa Mỵ Châu trôi về hầu cha.

(Đền Cuông)

Tại xã Diễn An, huyện Diễn Châu, tỉnh Nghệ An có Đền Cuông thờ An Dương Vương, đền nằm trên lưng chừng núi Mộ Dạ. Trên núi còn có am thờ Mỵ Châu.

Đền Cuông được xây dựng trên một vị trí thông thoáng, giàu chất sử thi. Trên núi Mộ Dạ ngày nay là cả một cánh rừng thông bạt ngàn. Sau núi là biển cả mênh mông, ngày đêm rì rào sóng vỗ. Ở phía Bắc chân núi là cửa Tư Hiền gắn với sự kiện bi hùng của đất nước - nơi cha con Thục An Dương Vương trên đường chạy giặc gặp bước đường cùng đã được Rùa Vàng hiển linh rẽ sóng mở đường cho vua cha về với biển. Tục truyền ở trên núi này có hơn 50 tướng sĩ của vua Thục trong bước đường cùng đã tuẫn tiết ở đây. Theo truyền thuyết, sau khi chém Mỵ Châu, An Dương Vương phi ngựa lên đỉnh núi Mộ Dạ. Từ trên đó, Ngài đã cởi mũ, cởi cờ, cởi áo bào, tháo kiếm và yên ngựa rồi tung ra bốn phía. Kỳ lạ thay, tất cả các thứ đó biến thành 5 ngọn núi có hình giống như cái mũ, cái kiếm, chiếc vành khăn… châu tuần quanh núi Mộ Dạ. Không những thế, Ngài còn dẫm mạnh chân xuống một tảng trên đỉnh núi và để lại một vết chân rồi mới gieo mình xuống biển tự vẫn. Nơi ấy một thời gian sau nổi lên phiến đá có hình bàn cờ tướng và dân đi biển thi thoảng vẫn thấy hình bóng An Dương Vương cùng thần Kim Quy ngồi đánh cờ trên đó... (theo Nguyễn Thanh Điệp).

Trong tháng 2 âm lịch, thường diễn ra hội tế An Dương Vương, ngày chính tế là 15/2 (15 − 8 = 7) tương ứng quẻ Sơn Trạch Tổn.

Tổn là mất mát quá lớn. Đó là ngày người dân tưởng tiếc sự nghiệp của An Dương Vương bị hủy hoại mà gia đình nhà vua cũng tan nát. Con gái yêu phải đền tội, không chỉ người cha đau lòng, mà nhà vua vì nghĩa vụ đối với non sông phải xuống tay với kẻ hại nước, pháp bất vị thân.

Ngày 7/2 tưởng niệm My Châu lấy theo quẻ Sơn (7) Trạch (2) Tổn, mang nghĩa ngọc (Trạch) nát dưới chân núi (Sơn). Quẻ này mang một điều răn con người phải biết kiềm chế dục vọng (truất dục), đừng vì lợi ích cá nhân mà hại mình, hại nước, sống một cách bất chính, phải giữ tính cương trung.

Việc người dân thờ My Châu không phải để tôn vinh công chúa, đó chẳng qua là mối thương cảm của hậu thế đối với một chuyện đau lòng của lịch sử.

Việc thờ công chúa cụt đầu phải được nhìn dưới góc độ Dịch lý, đó là biểu tượng răn đe, cảnh tỉnh, bất cứ hành động nào dù vô tình hay cố ý hại nước, hại dân đều mang tội phản bội tổ quốc. Hãy lấy đó làm gương.

Nguyễn Thiếu Dũng

Vô Tận Xứ
VIỆT DƯƠNG

(tiếp theo và hết)

5

Nguyên dựng chiếc Honda trước nhà sách Ưng Hạ, rồi đứng nhìn về phía cầu Trường Tiền. Chàng bồn chồn nghĩ đến việc Thảo hẹn gặp ở đây lúc nàng đi học. Nhìn nét mặt Thảo có vẻ hốt hoảng, chàng linh cảm có điều gì bất thường.

- Anh nghĩ chi mà em đến sát bên cũng không biết?

- Ô! Anh nhìn một hướng, em tới một hướng, làm sao thấy – Nguyên quay lại đáp, rồi hỏi: Bây giờ em muốn đi đâu?

- Anh cho em tới chỗ mô xa xa.

Nguyên nghĩ một lát, rồi đạp máy cho xe đi về hướng Kim Long. Trên đường đi, mỗi lúc tới chỗ vắng Thảo lại áp mặt vào lưng Nguyên, và cứ thế cho tới khi xe dừng lại gần chùa Thiên Mụ. Nguyên dẫn Thảo lên một quán nước gần chùa và chọn chiếc bàn ở ngoài hiên quay ra sông. Quán vắng. Cô chủ quán niềm nở bước tới.

Nguyên nói:

- Ở đây có bánh bèo và các thứ chè.

- Em không ăn, cho em cái chi uống.

Nguyên nói với chủ quán:

- Cô cho tôi hai chai cam Bireley và một bao thuốc Capstan.

Khi cô quán đi vào nhà, Thảo nhìn Nguyên:

- Anh ra Lăng Cô tới hôm nay là 28 ngày. Công việc ngoài nớ ra răng?

- Đại đội chỉ có nhiệm vụ giữ cầu, nên cũng thảnh thơi.

- Vậy anh về được mấy ngày?

- Anh về Tiểu Khu họp. Trưa mai phải đi.

Nén tiếng thở dài, rồi chợt nhớ một điều, nàng hỏi:

- Anh đi Quảng Ngãi à?

Nguyên ngớ ra:

- Sao tự nhiên lại có chuyện Quảng Ngãi ở đây?

- Thế răng trong số quà anh đem về, ngoài giỏ cua, còn mấy gói kẹo gương, mấy ký đường phèn, đường phổi Quảng Ngãi.

Nguyên cười:

- À, anh không nghĩ ra. Đó là quà của một ông trung sĩ người Quảng Ngãi đi phép đem ra cho.

Nhìn cô quán đặt hai chai nước cam ra bàn, rồi thấy cảnh quán vắng hiu hắt trước màu xanh của sông núi chạy dài vào chân trời, Nguyên hỏi:

- Quán này đã được bao nhiêu năm rồi cô?

Cô quán đáp:

- Tôi không nhớ rõ, nhưng độ chừng cũng tới 15, 16 năm.

Nguyên nói:

- Thời gian thật dài mà quán không mấy thay đổi, 10 năm trước, ra Huế lần đầu, tôi đã tới đây.

Cô quán nhìn Nguyên:

- Thế lần ni chắc anh ở lại Huế luôn?

Nguyên cười:

- Cũng đang cầu như thế, cô ạ.

Nghe chàng nói, cô quán nhìn Thảo chúm chím cười, vừa bước đi vừa nói:

- Nhờ chiến tranh mà Huế có nhiều rể bốn phương, chớ ngày trước không có mô.

Nguyên cười, rót ly nước cam cho Thảo, rồi hỏi:

- Hình như Thảo đang có chuyện gì bất an?

Thảo không trả lời thẳng mà hỏi lại:

- Mấy tháng ở nhà, anh có gặp anh sinh viên thường đến nhà em không?

Nguyên gật đầu:

- Có gặp vài lần.

- Chuyện của em bây chừ là ở anh đó – Nàng ngừng lại một lúc như để sắp xếp câu chuyện, rồi tiếp: Ba anh Châu, tên anh ấy là Châu, là bạn thân của ba em, nên hai gia đình rất thân nhau. Khi em với Châu còn nhỏ thì gia đình thường đùa ghép đôi, rồi khi lớn lên thì thành một thứ ước hẹn. Tuần trước gia đình anh Châu nói với mạ em là Châu còn niên khóa ni thì xong sư phạm, nên họ xin làm lễ hỏi và sang năm sẽ xin cưới.

Nguyên hỏi:

- Đó là chuyện của gia đình, còn em với Châu có giao ước gì không?

Thảo lắc đầu:

- Em với Châu chưa có giao ước gì.

Nguyên ngạc nhiên:

- Không giao ước, tại sao gia đình lại nói chuyện đi hỏi?

- Chuyện như rứa là lỗi tại em không biết dứt khoát với chuyện tình cảm. Vì cách đây mấy tháng, trước khi anh tới, Châu viết cho em một lá thư tỏ tình và ngỏ ý là sẽ bảo gia đình đi hỏi. Lúc đó em không biết trả lời ra răng. Tra vấn lại, em biết mình không yêu Châu, nhưng thấy Châu đã theo mình mấy năm, học hành cần mẫn, tính tình hòa nhã, nên nếu phải lấy chồng thì anh ấy cũng là một mẫu người đáng quý. Phân vân giữa cái sợ bị ràng buộc khi biết mình không yêu mà cũng không muốn từ chối để cắt đứt một mối liên hệ thân tình, nên em đã kéo dài thời gian bằng cách viết thư không nhận lời, không hứa hẹn mà cũng không từ chối. Em khuyên anh ấy để tâm học cho xong và nói là cả hai còn nhiều thời gian để tìm hiểu và nói với nhau về chuyện ni.

Thảo ngừng lại một lúc, rồi giọng trầm xuống:

- Em cần thời gian chẳng phải để tìm hiểu thêm hay hy vọng tình thân sẽ biến thành tình yêu, vì thời gian như thế là đã quá đủ, nhưng em mua thời gian để có một khoảng rộng ở ngoài sự ràng buộc. Em mơ hồ thấy mình cần thời gian để chờ đợi một cái chi đó. Nghĩ và làm như rứa, chừ em mới thấy là lỗi lầm.

Nguyên hỏi:

- Thế hai người không đi chơi với nhau bao giờ sao?

- Dạ có, thỉnh thoảng đi *ciné* khi có phim hay, nhưng lần nào cũng đi với Chi và Trung.

- Giả dụ, Châu mời riêng em thì em sẽ tính thế nào?

Thảo trầm ngâm một lát, rồi đáp:

- Châu mời cả ba hay một mình em thì cũng là chuyện bình thường, vì hai gia đình rất thân nhau. Nhưng Châu chưa từng làm như rứa, nên em cũng chưa bao giờ nghĩ đến việc đó. Mạ em thì thường khen là tính tình Châu đạo mạo giống ba anh ấy. Em chẳng biết đó là đạo mạo hay quá nhu mì nhút nhát, thiếu chất đàn ông.

Nguyên nhắc:

- Thế còn chuyện lễ hỏi?

- Đến chừ thì em biết việc không dứt khoát chuyện tình cảm đã đưa em tới một lỗi lầm là em đã nuôi dưỡng niềm tin của Châu về thứ tình không cần nói lời hứa hẹn. Chắc anh ấy coi tình thân của gia đình và bức thư viết cho em như rứa là đủ, nên khi tính việc bảo gia đình đi hỏi, Châu cũng không cho em biết trước. Mạ em rất vui khi thấy gia đình Châu lo việc sớm và coi đó là chuyện tự nhiên giữa em và Châu - Thảo dừng lại nhìn Nguyên như cầu khẩn: Chuyện đã như rứa, em không biết nói răng. Bây chừ anh bảo em làm răng?

Nguyên trầm ngâm một lát:

- Em uống nước đi đã.

Chàng châm điếu thuốc nhìn về phía núi. Mặt trời phản chiếu

làm rực sáng khúc sông rộng. Từng lớp núi phía tây bắc như những dải mây ánh lên màu tím. Nghe Thảo nói về Châu và qua ánh mắt buồn ẩn nét thơ dại trong cánh áo dài trắng, Nguyên hình dung đến một gia đình nề nếp, đầm ấm với tiếng đàn vọng ra vườn dưới ánh đèn buổi tối. Phải nói gì với Thảo khi nàng cần có một cuộc đời yên ấm mà đời Nguyên thì quá xa cách với nó. Vì thế nghe Thảo hỏi, chàng nghĩ tới giờ phút chia ly.

- Anh Nguyên - Thảo gọi.

Nguyên dập tắt mẩu thuốc ném vào gốc cây, nhìn Thảo:

- Việc đã tới như thế thì em phải lựa chọn. Một bên là cuộc đời phẳng lặng yên ấm, còn một bên là chông gai, bão tố. Bão tố ở đây anh muốn nói đến cả tương lai của em lẫn đối với gia đình, vì chắc chắn mạ sẽ không bao giờ bằng lòng cho em lấy một tên lính tương lai vô định, tứ cố vô thân, cầu bơ cầu bất như anh - Nỗi xúc động chợt dâng lên làm Nguyên nghẹn lời, chàng cúi xuống một lúc, giấu cơn cảm xúc: Nếu em chọn con đường yên ấm phẳng lặng thì chẳng có gì để nói nữa, và từ nay chuyện của chúng ta...

Nguyên chợt ngừng lại khi thấy những dòng nước mắt chảy dài xuống má Thảo. Chàng lấy chiếc khăn tay đưa cho Thảo:

- Anh xin lỗi đã phải nói như thế, nhưng em hỏi nên phải nói cho cùng.

Thảo lau nước mắt, rồi lắc đầu:

- Em không chọn như rứa, bão tố chi cũng được. Chừ bảo em làm răng?

Nghe Thảo nói, Nguyên chợt nhớ lời nàng bên bờ sông Vỹ Dạ: Nếu anh Nguyên dám thì Thảo cũng liều. Bây giờ chàng hiểu sự chờ đợi đã có tiếng đáp lại – Em cần thời gian để chờ đợi một cái chi đó. Sự chờ đợi vô vọng mênh mông mà nàng đã gặp đấy ư? Nguyên nhìn ánh mắt chờ đợi của Thảo và cố nén cơn xúc động lại dâng lên:

- Nếu em chọn con đường chông gai thì phải có nhiều can đảm và tự chủ để dứt ra khỏi mối ràng buộc đã quá lâu giữa hai gia đình của em và Châu. Có hai việc Thảo cần làm ngay: Thứ nhất là thưa với mạ em cần học xong cả tú tài lẫn sư phạm như em đã nói với anh, nên chưa nghĩ đến chuyện hôn nhân và em cũng không muốn tình trạng bị đặt cọc trong một thời gian quá dài. Thứ nhì là nói hoặc viết thư bảo Châu hoãn lễ hỏi, vì em cần có thời gian để suy nghĩ kỹ hơn.

Nguyên ngừng lại một lát, rồi giải thích:

- Cách này mạ sẽ dễ nói với cha mẹ Châu mà Châu cũng không bị sốc nặng. Cự tuyệt ngay sẽ rất mệt cho em và cho cả mọi người. Cần qua được chuyện này, rồi sau sẽ tính tiếp.

- Cám ơn anh. Em bị bấn loạn, không biết làm răng.

Nguyên chợt mủi lòng trước ánh mắt vui của Thảo, vì biết rằng điều mình nói cũng chỉ để níu kéo thời gian và nghĩ đến việc phải chống chọi mà Thảo khó có thể vượt qua đối với hoàn cảnh của nàng, rồi bỗng buột miệng: Thế em không sợ chiến tranh à?

Thảo nhìn Nguyên thản nhiên:

- Em sợ, nhưng em chọn.

Câu trả lời như một nhát dao chặt đứt mối sợ hãi đang đè nặng và chàng mỉm cười trước sự sai lầm của mình khi nhìn cánh áo học trò với ánh mắt đen trong, đượm nét hồn nhiên của Thảo.

Mấy cơn gió từ ngoài sông thổi vào lật tung mái tóc phủ kín vai. Thảo đẩy mái tóc ra phía sau, nhìn Nguyên như muốn nói nhưng lại ngập ngừng cầm ly nước đưa lên môi... Thấy thế Nguyên hỏi:

- Em định nói gì lại thôi?

- Đã từ lâu em muốn hỏi anh một điều.

Nguyên cười:

- Muốn hỏi gì thì hỏi, chớ làm chi mà có vẻ nghiêm trọng như vậy?

- Hình như anh có một nỗi buồn chi nặng lắm.

Nguyên hỏi:

- Bằng cớ nào mà em đoán như thế?

- Bằng cớ trên mặt anh. Vì những lúc anh ngồi ở hiên nhà từ chiều tới tối, khi mô nhìn mặt anh, em đều thấy nét buồn đó. Anh chỉ vui khi nói chuyện còn ngồi một mình thì buồn.

Nguyên ngạc nhiên về điều nhận xét của Thảo, trầm ngâm một lúc:

- Anh không có gì vui mà cũng không có nỗi buồn gì như em tưởng. Anh hay ngồi một mình lặng yên như thế là do mồ côi cha mẹ và quen sống cô độc từ nhỏ đến giờ. Bao nhiêu năm ở Sài Gòn, anh sống một mình trong một gác xép hay một gian nhà ở ngoại ô, còn bây giờ thì một chiếc võng trong một cái hầm ở căn cứ hay một chiếc võng ở giữa một làng hoang. Trước đây mỗi lần về Huế, anh thấy lạc lõng giữa phố phường. Đời sống như thế thì phải hằn lên những nét buồn chớ làm sao có nét vui.

- Rứa anh không có họ hàng thân thích ở Sài Gòn?

- Anh di cư với gia đình ông chú. Năm 1955, ông chú chết trong trận đánh nhau với Bình Xuyên ở Sài Gòn. Sau đó, bà thím đi lấy người khác. Thế là hết họ hàng thân thích.

Thảo nắm chặt tay Nguyên:

- Từ nay có em.

Nguyên cười:

- Thì cứ cầu với thần sông Hương cho anh ở lại Huế.

- Khi mô cũng trêu em - Thảo cúi xuống nói nhỏ.

Thấy ánh nắng đã gần tắt ở rặng núi cao, Nguyên nói:

- Mình về thôi Thảo, chiều rồi.

Thảo ngước nhìn lên:

- Chừ anh cho em tới chợ Đông Ba. Em đi chợ. Hôm nay anh về nhà ăn cơm.

Nguyên nhìn Thảo định nói, nhưng nàng cười:

- Không phải chỉ có một mình em mời. Buổi trưa mạ bảo em xuống nói với anh mà em quên.

Nguyên hỏi:

- Thế hôm nay cô chủ định làm món gì đãi khách?

Thảo nhìn Nguyên, nét tinh nghịch đã trở lại:

- Em làm món miến xào cua Lăng Cô.

Nguyên bật cười, đứng dậy vào quán trả tiền.

Khi tới những bậc đá xuống đường, Nguyên đứng lại chỉ về phía núi:

- Em coi dòng sông và những lớp núi xanh tím kia. Quán này ở một vị trí nhìn được toàn cảnh sông Hương và núi non phía tây bắc. Hôm em bất chợt hỏi anh thấy gì là thơ mộng ở Huế, anh đã nhớ đến cảnh sắc này.

Tà áo dài lụa trắng bay lên theo gió sông, cuốn vào chân Nguyên. Thảo giơ tay giữ vạt áo, nhìn về hướng núi một lúc, rồi mỉm cười gật đầu.

6.

Nguyên ngồi một mình trong quán gần suốt buổi chiều với ly cà phê đen và bao thuốc. Mưa đang phủ trắng rặng núi Hải Vân và Lăng Cô thành dải đất hoang vu, mờ ảo trong những cơn mưa lạnh. Chàng lơ đãng nhìn chiếc xe hàng ướt át, ì ạch dừng lại ở gần ngã ba đường đi vào chợ Lăng Cô. Hành khách xuống xe, mấy người đầu là binh sĩ đi phép về, kế là mấy bà đi mua hàng với gồng gánh. Người cuối cùng là một cô gái mặc áo mưa trắng mà vừa nhìn thấy, Nguyên sửng sốt lao ra khỏi quán, chạy băng qua đường ôm chầm lấy cô gái:

- Thảo!

- Em đây.

Khi hai mặt rời nhau Thảo mỉm cười nhìn Nguyên trong làn mưa bụi. Chàng lấy bàn tay vuốt những giọt nước trên má Thảo, rồi kéo nàng vào quán.

Ngồi vào bàn, Thảo nói:

- Áo anh ướt hết rồi.

- Áo *jacket* dày, không sao.

Cô chủ quán ngạc nhiên thấy hai người ôm hôn nhau dưới mưa ở giữa đường, một việc cô chưa từng gặp, nên bước tới tươi cười hỏi:

- Thiếu úy với cô dùng chi?

- Cô cho tôi hai ly cà phê sữa - rồi quay lại: Em uống được cà phê chớ?

- Dạ được.

Nguyên khuấy cho sữa tan đều trong ly cà phê mới đem tới, đặt trước Thảo, rồi hỏi:

- Em đi Đà Nẵng?

- Dạ.

- Sao lại chọn những ngày gần Tết mưa gió này mà đi?

Thảo đáp:

- Anh Khuê bị bệnh nặng. Mạ định đi, nhưng em bảo trời mưa lạnh để em đi.

Nguyên hỏi:

- Đêm qua một chiếc cầu bị giật sập ở Phú Lộc. Em phải đi bộ bao xa để đón xe Lăng Cô?

- Khoảng hơn 3 cây số, vì qua cầu còn phải tránh một số mô nữa - Thảo đáp, rồi cười: Phải đi vòng theo bờ ruộng trơn, em suýt té mấy lần.

- Cầu bị sập như thế, sao em không trở lại Huế?

Thảo nhìn Nguyên:

- Em cần ra với anh.

Thấy ánh mắt lạ của Thảo theo câu nói, Nguyên linh cảm niềm vui của nàng khi nghe chàng đưa ra cách xử trí ở quán Kim Long đã tan biến, nên hỏi:

- Vậy chuyện anh bảo em làm, kết quả ra sao?

Thảo lắc đầu:

- Tình thế rắc rối hơn. Cả tháng nay em như sống trên lò lửa.

Nguyên không muốn nói chuyện này ở quán, nên chàng lảng:

- Trăm năm mới có một lần gặp ở góc vịnh heo hút này. Ở đây có đủ thứ đồ biển.

Thảo nói:

- Em không muốn ăn chi. Cho em một tô cháo.

- Ăn cháo thôi ư - Chàng đặt tay lên vai Thảo: Đi đường mưa gió cả ngày. Vậy để anh bảo nấu cháo cá.

Nguyên vào phía sau nói với chủ quán, lúc quay ra bảo Thảo:

- Em đi với anh vào trong xóm để rửa mặt, rồi sẽ trở lại đây ăn cháo.

Trời đã tối và lạnh hơn dưới những làn mưa bụi. Trên đèo Hải Vân vẳng xuống tiếng đại liên với ánh hỏa châu leo lét ở căn cứ hạ. Nguyên nắm chặt bàn tay ấm của Thảo đi qua đường. Hai người cúi đầu tránh những hạt mưa tạt vào mặt, đi ngược gió về phía xóm chợ.

*

Nguyên dẫn Thảo vào chiếc lô cốt đúc bằng bê tông ở gần đầu cầu. Chàng bật diêm, đốt chiếc đèn bát và thấy ánh mắt Thảo lộ vẻ ngơ ngác. Nguyên vỗ khẽ vào vai nàng:

- Em không quen cảnh sống lính tráng này đâu.

Thảo lắc đầu:

- Không phải không quen, nhưng em thấy anh tội quá.

- Trong chiến tranh mà được ở đây là nhất rồi. Khi đi lưu động thì phải nằm đất, nằm võng dưới mưa hàng tuần, hàng tháng với thứ mưa miền Trung, mưa Huế - Nguyên cười rồi nói: Em nằm nghỉ cho đỡ mệt, anh phải đi lo một ít việc.

Khi Nguyên trở vào lô cốt, Thảo đang ngồi trên giường vải, tay mân mê cuốn "And Quiet Flows the Don" và đang nghe Hà Thanh hát bản "Mấy Dặm Sơn Khê" từ chiếc radio nhỏ để ở bàn: *Anh như ngàn gió ham ngược xuôi, theo đường mây. Tóc tơi bời lộng gió bốn phương...*". Nguyên mỉm cười thấy nàng mở máy lại đúng lúc có bản nhạc lãng mạn của thời chinh chiến.

Nghe hết bài hát, Thảo tắt máy, rồi chỉ vào hộp mứt thập cẩm và gói trà sen trên bàn:

- Em đem cho anh ít quà tết để trả nợ giỏ cua Lăng Cô.

Nguyên cười, đặt tay lên vai Thảo:

- Phải chi được trả bằng thanh âm.

Thảo nói:

- Em đang tập một số bản mới, ngày mô anh về em trả nợ... Có cả bản anh thường hát, gọi là Hà Nhật... chi đó, tên tiếng Anh là "When will you be back?"

- À, đó là bản "Hà Nhật Quân Tái Lai". Khoảng năm 1952-53, có nhiều dịp đi tàu đêm từ Quảng Yên ra Hòn Gai và đảo Cát Bà, anh thường nghe người Tàu đứng trên boong tàu hát hay huýt gió bài đó, nên nhập tâm trở thành bài hát ruột của mình. Sau này vào Nam anh cũng nghe nhưng ít hơn – Chàng ngừng lại, vỗ nhẹ vào má Thảo hỏi: Mà sao em tìm ra bản đó?

- Biết mô mà tìm - Thảo đáp, rồi mỉm cười: Nhưng ngẫu nhiên... gặp trong tuyển tập nhạc Romance Piano của Đài Loan.

Nguyên buột miệng:

- Vậy thì cũng ngẫu nhiên như chủ nhà gặp..., rồi chợt ngừng lại, nhìn Thảo cười.

- Răng anh không nói hết?

- Không nói nữa. Nói hết có người lại phụng phịu bảo khi mô cũng trêu.

Thảo cười:

- Nói đi..., em không nói như rứa nữa mô.

Nguyên lắc đầu:

- Thôi, chờ khi nào trả xong món nợ thanh âm sẽ hay.

- Hết trêu lại làm khó - Thảo vừa nói vừa kéo tay Nguyên áp vào môi một lúc, rồi cầm cuốn sách để lại bàn:

- Đọc mấy câu giới thiệu trên bìa, em biết cuốn truyện ni được giải thưởng Nobel năm 1965. Thế nội dung tác phẩm viết về cái chi anh?

Nguyên nói:

- Đây là bộ truyện lớn nhất của Mikhail Sholokhov, nhà văn Nga Sô, nội dung viết về cuộc nội chiến ở Liên Xô giữa lực lượng Cộng Sản và không Cộng Sản. Ông ca ngợi Cộng Sản, nhưng cũng mô tả những sự thật trong cuộc chiến tranh đó.

Thảo nói:

- Tuần trước mạ bảo em xuống mở cửa phòng anh cho thoáng. Em thấy gia sản của anh toàn là loại sách pocket book, cả chục thùng.

Nguyên cười:

- Anh chẳng có gì ngoài mấy cuốn sách. Hơn một năm qua, anh đã đi thu thập ở khu chợ trời Đông Ba, sách từ mấy căn cứ Mỹ thải ra, thượng vàng hạ cám, bìa dính đầy bơ và dầu. Nhưng nhờ đó mà anh kiếm được nhiều sách hay. Gần một phần ba số sách đó là sách của thế giới Cộng Sản: Liên Xô, Đông Âu, Trung Cộng và cả Bắc Việt.

Thảo nói:

- Em thấy trong mấy thùng, sách còn ẩm, nên đã xếp hết ra ngoài.

- Cám ơn em đã để ý giúp anh việc đó – Nguyên nói rồi nhìn Thảo: Thôi bỏ qua chuyện sách vở. Bây giờ trở lại chuyện của em.

Nghe Nguyên nói, Thảo lặng đi một lúc, rồi nhìn chàng:

- Sau khi em nói với mạ và viết thư như anh chỉ thì em biết thực sự anh Châu không chủ động việc ni mà là gia đình anh ấy. Vì ba anh Châu đang bệnh và đã quá yếu, nên gia đình tính việc hỏi rồi sẽ làm đám cưới sớm.

- Thế còn mạ?

Thảo nói:

- Việc em không bằng lòng lễ hỏi đã làm bấn loạn cả gia đình. Mạ nói là gia đình Châu đã coi em là con dâu từ mấy năm nay, thành ra không biết làm răng. Gần cả tháng họ hàng nhà em, ông chú, bà thím, ông cậu, bà cô đã như đổ thêm dầu vô lửa. Họ bảo em là mấy năm nay tại răng không nói với Châu, tới chừ lại tự nhiên giở chứng - Thảo ngừng lại một lúc để thở: Các ông bà ấy nói là thời buổi chiến tranh, gặp được một gia đình nề nếp, gặp được Châu học hành, ngoan ngoãn như rứa là phúc mấy đời, còn kén chọn chi nữa - Tới đây Thảo nghẹn lời, nàng cúi xuống, rồi nói như khóc: Cả tháng ni, lúc nào nhà cũng như có đám tang, mạ khóc lóc còn các em thì rầu rĩ.

- Thế bây giờ em định thế nào?

Thảo nói:

- Gia đình Châu định tháng giêng sẽ làm lễ hỏi và sau đó mấy tháng sẽ cưới. Còn mạ thì năn nỉ em nhận lời. Mạ nói là để gia đình không thất hứa và không có lỗi với ba – Nàng ngừng lại một lúc nhìn Nguyên chăm chăm: Em định cho mạ biết chuyện, nhưng em sợ mạ sẽ ngăn cấm em và không cho anh ở nhà nữa. Vì thế, em đã tìm cách ra đây với anh, rồi về sẽ cho mạ biết để chấm dứt mọi chuyện ép buộc.

Nghe Thảo nói, Nguyên bàng hoàng, tay run lên và chàng phải chống bàn tay lên đùi. Hai người nhìn nhau một lúc lâu, rồi Nguyên nói:

- Gia đình đúng ở lý, còn em đúng ở tình. Gia đình không thể hiểu được thứ tình này. Em có thể quyết định đời mình theo tình, nhưng đừng bắt bà cụ phải chịu một vết thương quá lớn. Anh cũng không muốn vì giữ tình mà em phải chịu sự hy sinh quá nặng nề giữa đời sống có nhiều tương giao và dư luận. Em còn là học sinh, Thảo ạ.

Nguyên với tay rót ly nước, uống một hơi, rồi rót ly khác đẩy về phía Thảo:

- Trước đây điều anh bảo em chỉ là để mua thời gian đối với một hoàn cảnh bình thường. Bây giờ đã tới chân tường mà em đã quyết định như thế thì làm cách khác. Châu quá khó nói trong chuyện này và không thể quyết định được. Vì thế em phải viết thư cho gia đình Châu thưa là bao lâu nay em chỉ coi Châu như một người anh. Em không yêu Châu, nên không thể tiến tới hôn nhân. Em cám ơn cha mẹ Châu đã yêu thương tin cậy em, nhưng xin tạ lỗi, vì em phải sống theo tình cảm của mình. Còn với mạ, em cho bà biết việc viết thư tạ lỗi cha mẹ Châu và cho bà biết chuyện của chúng ta. Đây là cách dứt khoát kết thúc mọi mối ràng buộc, sẽ có nhiều buồn giận, nhưng không tạo ra những vết thương – Chàng ngừng lại một lát, rồi tiếp: Việc em ra đây, nói hay không thì gia đình cũng sẽ biết. Vì thế khi về, em nói với mạ là cầu sập, em đã tìm cách ra Lăng Cô, hy vọng có xe đi Đà Nẵng. Nhưng mãi tới gần tối mới tới Lăng Cô, nên em đã phải ở lại chỗ anh.

Nguyên bước tới ôm đầu Thảo, vuốt theo mái tóc phủ đầy lưng. Chàng nâng mặt Thảo lên, vuốt vào hai má xuống đến cằm, rồi tát khẽ vào một bên má:

- Liều lĩnh! Tinh nghịch thì được, chớ không được liều lĩnh, nghe không cô.

Thảo choàng tay ôm Nguyên và dụi mặt vào ngực chàng. Mái tóc dài đen nhánh phủ hết hai bờ vai Thảo và xõa trên ngực Nguyên. Chàng nghe tiếng sóng và gió ào ào ở dưới vịnh, tiếng binh sĩ đổi gác ở đầu cầu và tiếng đại liên nổ rền trên đèo Phú Gia. Nguyên đặt Thảo nằm xuống giường, rũ chiếc mền nylon rằn ri của binh sĩ Mỹ đắp cho nàng. Nhìn hai môi Thảo đỏ mọng trên khuôn cổ cao, mịn như trái nho, chàng bỗng nổi gai ốc. Nguyên tránh đôi môi, vì biết rằng nếu chạm vào đó sẽ bị cuốn trôi, nên đã đặt môi mình vào trán Thảo một lúc, rồi nói trong ánh mắt lung linh của nàng:

- Ngủ đi nhé, khuya rồi.

Chàng đứng dậy buông mùng, vặn nhỏ đèn, với tay lấy chiếc võng nylon, rồi đi ra.

Bước vào hầm truyền tin, Nguyên hỏi người lính đang nằm trên võng:

- Đây còn chỗ treo võng không cậu?

Người lính truyền tin ngồi dậy nói:

- Thiếu úy nằm võng của ông Song cũng được. Võng có sẵn mùng. Ông ấy đi phép chưa về.

- Vậy thì tốt – Chàng vừa nói vừa bước tới góc hầm thì một tiếng nổ trên đường làm rung chuyển hầm truyền tin, liền đó là tiếng nổ ở phía cầu.

- Pháo kích thiếu úy – Âm thoại viên nói nhanh – Non Nước nghe Một trả lời...

- Thiếu úy, Một bảo nó đặt cối ở khoảng đầu khúc quành đường rầy.

Thấy súng cối của mình đã phản pháo, Nguyên bước ra ngoài nói lớn:

- Bắn vào một điểm C thôi, ông Linh.

Quay vào, Nguyên bảo truyền tin:

- Gọi Nhật Tảo.

- Nhật Tảo, Nhật Tảo, Non Nước gọi trả lời...

Âm thoại viên đưa ống liên hợp cho Nguyên:

- Nhật Tảo, cho tôi gặp thẩm quyền.

- Nhật Tảo, Non Nước gọi... Chào đại bàng. Nó đang pháo tôi bằng 82. Xin đại bàng cho chụp ít trái lên điểm số 3...

Nguyên trả ống liên hợp và bảo truyền tin:

- Nói với Một chú ý chân cầu gần bờ, rồi đem máy ra ngoài.

Nguyên chụp chiếc nón sắt lên đầu, bước ra khỏi hầm trong tiếng đạn nổ trên đường cùng với những tia lửa vọt lên của đạn phản pháo. Đến bên cạnh ụ súng cối 81, Nguyên nói:

- Ngừng đi ông Linh. Để pháo binh giải quyết.

Mấy người lính vũ khí nặng vừa bỏ trái đạn xuống thì những tia lửa dài như ánh chớp cùng với tiếng nổ như xé không gian bùng lên ở phía triền núi.

- Nhật Tảo, Nhật Tảo... Hướng đó, gần lại 300...

Tiếng nổ thứ hai bùng lên gần hơn.

- Nhật Tảo, Nhật Tảo... 5 trên 5, cám ơn đại bàng.

Nhìn những tia lửa lóe sáng cùng với những tiếng nổ như sét đánh ở bờ vịnh bên kia, Nguyên nhớ lại lần thoát chết khi mới ra trường được ít tháng ở căn cứ Lương Mai. Đêm ấy, khi căn cứ bị địch tấn công và tràn ngập, chàng đã nằm giả chết giữa hai binh sĩ đã chết ở giao thông hào trong tiếng hô xung phong và ánh lửa lựu đạn địch ném vào các hầm. Nhưng ngay lúc đó chàng nhào dậy lợi dụng bóng tối theo chân địch ra khỏi căn cứ, vì nhớ lời ông đại đội trưởng nói một lần là khi căn cứ thất thủ, mất liên lạc, pháo binh sẽ bắn đạn nổ chụp lên căn cứ để tiêu diệt địch. Vừa thoát ra khỏi hàng rào khoảng hơn trăm mét thì pháo binh bắn tới và Nguyên đã bò theo một bờ đất cao, cỏ rậm ra xa tầm đạn, nằm nhìn những tia lửa bao phủ căn cứ.

Bên triền núi, những tia lửa đã tắt và âm vang của tiếng nổ như đang trải dài vào sâu trong núi rồi mất hút. Trung sĩ Linh lên tiếng:

- Năm hết, tết đến rồi mà bắn phá khắp nơi. Chúng bắn mấy chục trái, được mấy trái rơi trên đường, còn bao nhiêu xuống nước hết.

- Mục đích của nó là bắn để phá rối – Nguyên nói, rồi quay sang truyền tin:

- Báo chi khu là mình vô sự, còn kết quả pháo binh để ngày mai.

Vừa lúc đó thấy hai ông trung đội trưởng đi tới, Nguyên nói:

- Tôi đang định gọi thì các anh đã tới.

Chuẩn úy Ngô hỏi:

- Có việc chi thiếu úy?

- Sáng mai chúng ta đi lục soát khu vực bên kia xem có dấu vết gì không. Hai anh cho con cái sẵn sàng trước 6 giờ, chờ tôi qua.

Nguyên đứng dậy:

- Chúng ta đi ngủ thôi, mai còn dậy sớm.

Nguyên vừa bước vào lô cốt thì Thảo ôm chầm lấy, hôn lên mặt, lên cổ, rồi gục mặt vào ngực chàng. Chàng ôm đầu Thảo một lúc, rồi đặt nàng xuống ghế bố.

- Em sợ không?

Thảo lắc đầu và chỉ vào hai lỗ châu mai:

- Qua đây, em thấy đạn nổ gần cầu và đạn pháo binh ở sát núi.

Nguyên cười:

- Anh sợ em đang ngồi run, chớ như thế thì thành lính chiến rồi.

Nhìn mái tóc Thảo xõa phủ một bên ngực trên lụa mỏng với ánh mắt đen lung linh dưới đôi mày biếc cong, Nguyên bước đến lấy hai ngón tay đè lên hai mu mắt:

- Hai con mắt này! Thôi ngủ đi nhé, đôi mắt.

Nguyên bước ra khỏi lô cốt, đi dọc theo cầu. Mưa đã tạnh. Rặng núi Hải Vân nổi lên như một trường thành lẩn vào mây đêm. Gió hú từng cơn qua cầu và ở bãi biển bên kia vọng lại tiếng sóng ào ào bất tận. Chàng bước xuống một vọng gác ở chân cầu, hỏi người lính gác:

- Cậu thấy đạn nổ bao xa?

- Dạ, cách cầu chừng mươi, hai mươi thước.

Nguyên trầm ngâm trước hàng chân cầu có vòng dây thép gai bao quanh. Ánh điện soi sáng những con cá lớn bằng bàn tay bơi lượn lên sát mặt nước, rồi mất hút theo những làn sóng xanh cuồn cuộn qua chân cầu. Nhìn người lính ôm súng ngồi bên chân cầu dưới ánh điện, chàng nghĩ đến những chiếc cầu dài 5, 10 mét chìm trong đêm tối trên những quận lộ gập ghềnh, nửa nhựa, nửa đất đá, chạy qua những đồng ruộng, thôn làng, kênh rạch mà hai năm qua đại đội Nguyên đã phải trấn giữ với nhiều tổn thất. Vì thế, khi đại đội được về giữ một cây cầu huyết mạch có ánh sáng điện, lại ở một vị trí địch khó xâm nhập, nên Nguyên thấy yên lòng, thảnh thơi với những thú vui như câu cá dưới chân cầu, đi bắt cua với lính khi nước ròng, chạy ca nô trong vịnh để tìm luồng cá đối. Có lần chỉ hai trái lựu đạn M26 quăng xuống chặn đầu luồng và cuối luồng mà lính đã vớt lên cả trăm con, mỗi con nặng cả ký. Nhưng hơn nửa tháng nay thì tình thế đã thay đổi, vì mìn đã nổ mấy lần trên đoạn đường từ Lăng Cô lên đèo Phú Gia và Phước Tượng. Hai trung đội nghĩa quân của Lăng Cô đã không thể giữ yên cho cái xã ven biển này và đại đội Nguyên đã phải biệt phái cho xã một trung đội để giữ an ninh phía đồi cát ven quốc lộ. Cái vui được về nơi yên ổn đã hết. Rồi trong vài tháng nữa, đại đội sẽ trở lại với những cây cầu chìm trong đêm tối với thôn làng đầy mìn bẫy... Nghĩ đến Thảo, chàng sợ và thương sự liều lĩnh của nàng.

Tiếng đại liên lại nổ rền trên đèo Phú Gia. Nguyên nhìn theo mấy trái hỏa châu vật vờ bay về hướng núi.

7.

Nhìn những toán hành khách lũ lượt đi vào mấy quán nước và những chiếc xe hàng đậu nối đuôi nhau chờ giờ xuống đèo, Nguyên nói:

- Huế, Đà Nẵng chỉ cách nhau hơn trăm cây số, nhưng do đèo Hải Vân mà phải đi mất một ngày.

Thảo cười:

- Đường đèo nhỏ quá. Em ngồi sát cửa xe, nhiều lúc rờn rợn như xe đi ra ngoài khoảng không ở mấy khúc quành.

Nguyên hỏi:

- Trước đây em đi Đà Nẵng thường không?

Thảo lắc đầu:

- Không anh. Đây là lần thứ ba. Lần đầu đi với ba vô thăm gia đình ông bác thời còn nhỏ. Năm tê, đi với mạ thăm anh Khuê, khi anh mới được bổ làm việc ở Đà Nẵng một thời gian.

Nguyên xoay xoay ly cà phê, nhìn cánh áo dài màu vàng thẫm Thảo mặc nổi bật dưới chiếc áo len đen. Từ ngày biết Thảo, hôm nay Nguyên mới thấy nàng mặc áo dài màu. Vì thế, lúc nàng bước ra khỏi lô cốt, chàng có cảm tưởng Thảo là một bông hoa nở rực giữa trời nắng nhẹ với màu xanh trùng trùng của biển và núi.

Thảo nói:

- Lần trước đi qua Lăng Cô, em chỉ vô quán ngồi đợi giờ xe lên đèo, nên không thấy chi. Lần ni mới thấy được sự ngoạn mục. Khi bước ra khỏi lô cốt, em ngợp trước màu xanh biếc của biển, núi và trời. Nhìn anh đứng tựa thành cầu hút thuốc trong màu xanh đó, em thấy anh không có nét chi là nét của một người lính tác chiến.

Nguyên bật cười:

- Thế lính tác chiến không được đứng tựa thành cầu?

- Không phải... Em không biết nói răng, nhưng có lẽ do kiểu anh đứng hút thuốc.

Nguyên cười, rồi nói:

- Vịnh Lăng Cô ngoạn mục do núi cao bao quanh. Ở dưới nhìn lên thì núi đụng mây. Ở trên đèo nhìn xuống thì mênh mông trời biển. Còn đèo Hải Vân là một kỳ quan nên vua Lê Thánh Tông khi dừng quân ở đây đã ban cho danh hiệu là Thiên Hạ Đệ Nhất Hùng Quan. Từ ngày ra đây, anh thường lên đèo uống cà phê, nên có nhiều dịp thấy cảnh Lăng Cô thay đổi: Sáng xanh, trưa rực rỡ và chiều tím.

Thảo hỏi:

- Anh đi một mình hay đi với mấy ông trong đại đội?

Nguyên cười:

- Một mình thôi. Các ông ấy ngại xa, chê trên đèo buồn. Trong xóm chợ Lăng Cô có các cô vui hơn.

- Rứa anh lên đèo bằng chi?

- Có khi theo xe khách, có khi đi bằng Honda của mấy ông hậu cứ. Đèo Hải Vân cũng đi theo đường vòng nhiều tầng gần nhau như đèo Ngoạn Mục ở Đà Lạt, chỉ khác Ngoạn Mục là Hải Vân ở cạnh biển và ít hoa dại. Đèo Ngoạn Mục nhìn xuống nhiều tầng thung lũng với những tầng đầy hoa trắng, hoa tím, nhưng đặc biệt là loài hoa dã quỳ. Có những đoạn, rừng dã quỳ vàng rực cả một sườn đồi.

Thảo hỏi:

- Dã quỳ là hoa chi?

- Hoa quỳ màu vàng, còn gọi là huỳnh hoa có hai loại: dã quỳ mọc bên núi rừng, hoa nhỏ và chỉ có một lớp cánh, còn hoa quỳ vườn do người trồng, hoa lớn, có nhiều lớp. Hoa quỳ luôn hướng về phía mặt trời nên còn có tên là hoa hướng dương. Ở Huế hình như không có. Anh đã đi nhiều nơi, nhưng chưa thấy loại hoa này. Dã quỳ mọc thành rừng ở Đà Lạt hay những vùng cao nguyên từ Lâm Viên xuống đến Lâm Đồng đã tô điểm cho những con đường, sườn đồi và thung lũng với màu vàng như màu áo của em.

Nguyên ngừng lại nhìn Thảo mỉm cười:

- Khi nào có dịp vào Đà Lạt, em nhớ lấy một ít hạt hoa quỳ đem về gieo trên đèo Hải Vân.

Thảo hỏi:

- Răng anh không làm mà lại bảo em?

Nguyên đáp:

- Em là người Thuận Hóa, phải nhớ lời chúa Nguyễn dặn con cháu làm đẹp miền đất dựng nghiệp trên đường Nam tiến, còn anh chỉ là người đi theo thì kể chi.

Thảo cúi xuống, bưng mặt để giữ tiếng cười khiến hai vai rung lên, một lát ngước lên:

- Anh nói em không biết đường mô. Răng là Thuận Hóa, răng là đi theo mà biết ai theo ai?

- Anh theo em, nên đã bị cột ở dưới cái giếng Cồn Hến – Vỹ Dạ.

Thảo cúi xuống cười, Nguyên cười theo, rồi nói:

- Hoa quỳ có một đặc tính là hướng về mặt trời nên trở thành biểu tượng của người thục nữ. Năm đệ tam, học Chinh Phụ Ngâm Khúc, anh còn nhớ hai câu thơ Hán nói về biểu tượng của hoa quỳ:

Huỳnh hoa linh lạc vô nhân khán

Độc tự khuynh tâm hướng thái dương.

Rồi hỏi:

- Em cũng theo ban C, khi học Chinh Phụ Ngâm có biết hai câu này không?

Thảo cười:

- Thơ Việt còn nhớ không đủ để làm luận, nói chi thơ Hán. Thế nghĩa hai câu đó là răng?

Nguyên đáp:

- Nghĩa là: Hoa vàng rụng không người đoái hoài, nhưng chỉ một lòng hướng về ánh mặt trời. Trong Chinh Phụ Ngâm diễn rõ ý này ở đoạn:

Hướng dương lòng thiếp như hoa
Lòng chàng lẩn thẩn e tà bóng dương
Bóng dương để hoa vàng chẳng đoái
Hoa để vàng bởi tại bóng dương
Hoa vàng hoa rụng quanh tường
Trải xem hoa rụng đêm sương mấy lần.

Thảo gật đầu:

- Đoạn ni em nhớ.

Nguyên hỏi:

- Trong ba tác phẩm Chinh Phụ, Cung Oán và Kiều, Em thích cuốn nào?

- Chinh Phụ Ngâm, anh ạ.

Nguyên cười:

- Tại sao?

- Em thích nhạc điệu của thơ và tình ý của văn. Tình ý trong Chinh Phụ hợp với em hơn, chẳng hạn đoạn- *Hướng dương lòng thiếp như hoa* – là nói về tâm trạng chờ đợi, nhưng điều làm tỏ lộ được của thời gian chờ đợi mỏi mòn là sự giận hờn của người chinh phụ, vì nhớ thương đến chóng mặt, quay đầu thì biến thành giận hờn.

Nàng ngừng lại một lát nhìn Nguyên với ánh mắt buồn, rồi tiếp:

- Ngoài văn tài và tình ý, nói chung em thích Chinh Phụ Ngâm có lẽ nó gần với hoàn cảnh chiến tranh ngày nay. Vì tiếng than và nỗi đau của người chinh phụ cũng là tiếng than và nỗi đau của biết bao phụ nữ quanh ta. Em nghĩ rằng những người đang mang nặng nỗi đau này sẽ rất thấm thía với câu: *Liễu dương biết thiếp đoạn trường này chăng?*

Thấy Thảo lấy tâm trạng của chinh phụ để vận vào mình, Nguyên ân hận là đã vô tình đi từ chuyện vui của hoa quỳ sang chuyện chinh phụ trong khung cảnh đưa tiễn trên đỉnh đèo heo hút này, nên chàng nắm tay Thảo một lúc, rồi hỏi:

- Hôm nào em về?

- Còn xem anh Khuê bệnh ra răng, nhưng lâu nhất cũng chỉ hai hoặc ba ngày.

Nguyên nói:

- Từ nay tới tết, anh không thể đi Huế được. Sau tết anh sẽ về nói chuyện với mạ. Gia đình sẽ buồn em và giận anh. Nhưng buồn giận gì rồi cũng sẽ qua. Em nhớ lời anh dặn và cứ thi xong vào sư phạm rồi mình sẽ tính – Nhìn ra đường thấy hành khách lác đác trở lại xe, Nguyên đứng dậy, đi trả tiền, rồi bảo Thảo: Em ra xe, không lát nữa đầy người khó lên.

Khi bước xuống thềm quán, Thảo nói:

- Anh ở lại đây, để em đi một mình.

Thấy mắt Thảo chớm chớp, Nguyên cầm tay nàng:

- Đừng khóc... Đi bình an, qua tết anh về.

Thảo cúi xuống một lúc, rồi nói:

- Em đi, anh.

Nàng cúi đầu bước ra đường và mấy giọt nước mắt lăn nhanh xuống hai má. Đường đèo xế chiều không còn nắng như đi vào khoảng không theo những làn mây trắng đục phủ kín sườn núi phía dốc xuống. Thảo dừng lại đưa khăn tay lên mặt và tà áo dài theo gió vờn lên như một cánh bướm vàng bên vách núi xám, ùn ùn khí núi bốc lên mù mịt dưới vực thẳm.

8.

Nguyên đã đi gần khắp các gian phòng đầy người lánh nạn tại trường trung học Kiểu Mẫu, nhưng không tìm thấy gia đình Thảo. Chàng đang ngơ ngẩn đứng trước một cửa sổ ở dãy cuối thì thấy Thanh Chi ngồi ủ rũ bên cạnh bà Phán và Trung đang nằm. Nguyên bước nhanh vào phòng, cùng lúc Thanh Chi cũng vừa nhìn thấy chàng, mắt mở lớn đứng dậy.

- Thảo đâu?

Chi bật khóc: Chị Thảo chết rồi!

Nguyên nhìn sững, mắt hoa lên. Chàng tựa vào tường rồi ngồi sụp trên nền nhà. Nguyên nhắm mắt lại và nghe tiếng khóc của bà Phán cùng những tiếng ồn ào vây quanh. Một lúc sau chàng mở mắt, lê tới cầm tay bà Phán. Bà đang cúi đầu nức nở trên chiếc chiếu rách, còn Trung ngồi yên nhìn Nguyên với con mắt thất thần. Nguyên cúi xuống nhắm mắt lại một lúc nữa, rồi đứng dậy kéo Thanh Chi và Trung ra ngoài.

Ngồi xuống bậc thềm, Nguyên hỏi:

- Việc xảy ra như thế nào, em?

Chi lấy vạt áo lau nước mắt, đáp:

- Nhà chạy theo người ta để thoát khu vực Việt Cộng chiếm, tới Đập Đá thì chị Thảo bị trúng đạn, đưa được tới trường Kiểu Mẫu thì chết – Chi ngừng một lúc, rồi nhìn Nguyên: Em ngồi vực chị, nghe chị gọi anh lúc chị nấc.

- Vậy mai táng chị ở đâu?

- Ở bờ sông, gần đây.

Nguyên ngồi lặng đi một lúc, rồi đứng dậy nói:

- Các em đưa anh ra chỗ chị.

Nguyên bước theo Chi và Trung, len qua những đám đông, đây đó những dải khăn sô làm trắng sân trường. Chàng dừng lại mua một thẻ nhang để trong chiếc rổ của cô bé bán nhang dạo và nhốt ruột trước cảnh mua nhang tấp nập trên hè đường trước cổng trường.

Thanh Chi, nước mắt dàn dụa, chỉ vào một nấm đất lởm chởm những tảng đất mới lẫn với cỏ. Nguyên đứng lặng nhìn nấm đất đã có những lá cỏ mới mọc màu vàng úa. Gần một tháng, từ mồng 2 tết, qua đài VOA và BBC, Nguyên đã theo dõi từng ngày tình hình chiến sự trong thời gian Cộng quân chiếm Huế. Sáng nay, trên đường về Huế, Nguyên đã hình dung đến lúc gặp ánh mắt và nụ cười chờ đợi của Thảo. Bây giờ, ánh mắt và nụ cười ấy đã biến mất dưới nấm đất cỏ úa kia... Nguyên bật diêm đốt thẻ nhang, cắm lên một tảng đất, rồi ngồi bệt xuống bên cạnh. Chàng ngồi nhìn khói nhang như thiếp đi, chợt tỉnh khi nghe tiếng Thanh Chi gọi:

- Anh Nguyên.

Nguyên đứng dậy nhìn Chi:

- Sáng nay trước khi tới trường anh đã về nhà. Nhà không bị hư hại, nhưng đồ đạc thì ngổn ngang khắp nơi. Một vài ngày nữa hai em nên về thu dọn lại nhà và bảo mạ về, càng sớm càng tốt. Anh thấy nhiều người cũng đã về - Chàng cầm tay Chi và Trung, nhìn về phía Cồn Hến, miệng lẩm bẩm: Thảo... chỉ còn các em... Nguyên định thần nhìn sự đổ nát bên kia sông, rồi lấy chiếc phong bì trong áo *jacket* đưa cho Chi:

- Em đem về cho mạ. Bây giờ anh phải trở lại Lăng Cô. Anh không vào trong đó nữa, vì thấy anh bà lại khóc – Chàng ngừng lại nhìn nấm mộ một lát, rồi tiếp: Em nói với mạ là việc dời mộ để anh lo.

Nguyên nhìn những làn khói nhang bay vật vờ trên nấm đất, bên cạnh dòng sông đục trôi nhanh, cúi đầu nói:

- Anh đi đây Thảo. Ít ngày nữa anh sẽ về đưa em tới một chỗ khác.

*

Những tiếng khóc nhỏ dần rồi mất hút cùng với những người đi đưa đám tản mác dưới chân triền dốc, để lại ngôi mộ chơ vơ cùng những dấu chân trên đất ướt. Nguyên đứng lặng nhìn bầu trời sũng nước, lác đác những hạt mưa với những đám mây bay thấp trên đồi, rồi ngồi xuống một tảng đá trước mộ. Chàng đã đem Thảo đến đây để nàng được yên nghỉ với ba nàng trên một triền đồi vùng Dương Xuân Thượng mà mấy tháng trước Nguyên đã cùng gia đình lên đây trong ngày giỗ ba Thảo.

Thảo đã nằm dưới kia và sẽ tan biến trong lòng đất, còn chàng ở lại đây chơ vơ giữa cuộc đời đầy giông tố. Ngày mai chàng về đâu và tìm ai? Cánh áo dài trắng cuốn chân Nguyên chợt bay lên với tiếng nói "Từ nay có em" như văng vẳng đâu đây. Nguyên nhìn qua sông, chùa Thiên Mụ ẩn hiện trong những làn mây xám, và gió thổi ào ào qua mấy bụi cây trên đồi. Nguyên nhìn xuống ngôi mộ, bật khóc. Chàng bưng mặt, cúi gập người bên mộ Thảo, hai vai rung lên trong cơn mưa đang đổ xuống.

Việt Dương

Khánh Trường,
từ thuở *"Có Yêu Em Không"*
đến buổi *"Tịch Dương"*
NGUYỄN VY KHANH

Khánh Trường từ khi xuất hiện trên làng báo và làng văn hải ngoại từ năm 1987 đã sớm thành công và anh đã như phá vỡ "truyền thống" làm báo, viết văn, "tài tử" nhưng hết mình, tận tụy, khi chủ trương *Hợp Lưu* đồng phổ biến sáng tác của những cây bút sống trong nước. Với người làm báo, viết văn "chính thống" hay phân biệt chiếu trên chiếu dưới thì Khánh Trường ban đầu bị xem là "tài tử", "người ngoài", "nhảy dù", thì nay phải nhìn nhận ông là người tận tụy và trung thành với đường lối khai phóng tự vạch cũng như văn học nghệ thuật nói chung – chứ không phải của phe nhóm hay chế độ chính trị nào! Chúng tôi thiển nghĩ Khánh Trường là trường hợp làm văn học chung dòng hải ngoại nhưng "tách riêng" không vì phản kháng cũng không đồng tình, đồng thuận!

Chiến tranh Việt-Nam đã chính thức chấm dứt ngày 30-4-1975 khi Cộng quân tràn vào thủ đô miền Nam bỏ ngỏ và ở những quốc gia đã mở cửa đón nhận người Việt tị nạn / mất Tổ quốc, thì sau ngày đó, dần dà hình thành các khu phố rồi cộng đồng Việt-Nam. Sự có mặt sinh động của cộng đồng này đã là nguồn cảm hứng cho giới sáng tác văn học cũng như ca nhạc, kịch nghệ. Trong số có những truyện ngắn của Khánh Trường, đã ghi lại, một cách sống động, tả thực đến khó tin những thân phận bất toàn, tang chứng của chiến tranh ở quê nhà cũng như trên đất người. Chiến tranh thời vừa qua, những cuộc hành quân, đụng độ,... được nhắc nhở dưới nhiều tần số khác nhau, nhưng luôn xa gần hiện diện trong truyện Khánh Trường: anh hùng có, nhát sợ cũng có, cùng những chuyện vượt biển hãi hùng,.. Ngày cũ được đưa trở lại để tiếc nuối, biện minh hoặc đã nằm trong "tiểu sử" của các nhân vật, hoặc như hội chứng sinh ra những hành xử, thái độ, lựa chọn của hôm nay, ở xứ người... Khánh Trường qua các tập truyện *Có Yêu Em Không?* (Tân Thư 1990; bản dịch của Phan Huy Đường *Est-ce que tu m'aimes?,* 1997), *Chỗ Tiếp Giáp Với Cánh Đồng* (Tân Thư & Thời Văn 1991), *Chung Cuộc* (Tân Thư 1997) – 3 tập này năm 2016 được nhà Nhân Ảnh tái bản thành 2 tập *Truyện Ngắn Khánh Trường*, thật vậy đã đưa người đọc đến với thế giới người Việt thời đầu, thuở **giao thời, thời tranh tối tranh sáng của ghetto Việt-Nam.**

Nhân vật của Khánh Trường có kẻ hết thời, sống bám đàn bà, … như "người đàn ông" hết bay nhảy vì bệnh tật sinh lý, không chịu được nhục vợ theo trai tìm thỏa mãn thiếu thốn, đã dùng súng giết bà trong Đọc Thấy Trong Mục Xe Cán Chó, như người từng có "dĩ vãng vàng son" của một thời lẫy lừng trước năm 1975, trách móc "xứ sở vô tình bạc bẽo này" chỉ vì bất tài, vợ con phải bỏ đi, trong Chắp Vá,... Nhiều nhân vật nam cũng như nữ của Khánh Trường sau khổ ải ở quê nhà hay sóng gió vượt biên, đến được bến bờ Âu Mỹ như cá gặp nước, chạy theo dục vọng với bất kể là ai (danh mục rộng và mở trong một xã hội nhà ai nấy ở!), lén lút và công khai. Có lúc suy nghĩ, muốn thay đổi nhưng hoàn cảnh đã dĩ lỡ hoặc *"Nhiều nhất chừng một hai tháng, rồi ngựa quen đường cũ, chàng lại lao vào cuộc chơi mới, dâm loạn hơn, ham hố hơn, miệt mài hơn. Những lúc như thế, chàng thường tự trấn an, một ngày nào mình mỏi mệt, tự động đâu sẽ vào đó, cưỡng lại làm gì cho khổ thân, sống được bao nhiêu năm nữa trên cuộc đời này mà cứ khư khư đạo đức với luân lý. Mình chẳng qua cũng chỉ là một xác thịt hèn mọn, nào thần thánh siêu nhân gì. Suy nghĩ đó, ban đầu, chỉ để tự trấn an, lâu dần, trở thành cứu cánh, lâu hơn nữa, từ bao giờ chẳng biết, đã biến thành chân lý. Và chàng cảm thấy lương tâm tương đối an ổn"* (CYEK tr. 106) như anh chàng trong Căn Nhà Chàng Đã Thuê.

Và cũng có những phụ nữ *"qua được xứ này bỗng nhiên biến tính"*, thiêu thân, sống chết vì ham hố giao hoan (dì thích cháu ngay trong nhà gần 20 năm sau thích bố mà không nỡ trong Cây Xăng Bên Kia Đường, hay mẹ và con gái cùng chú Luận trong Vết Roi Đầu Tiên), hoặc vì tham vọng, như Kh. trong Chỗ Trở Về: *"Tôi là hạng đàn bà có quá nhiều tham vọng. Chính tham vọng đó đã đẩy tôi ra khỏi nước, chính tham vọng đó đã giúp tôi xóa quên, hay tạm quên dễ dàng mọi thảm kịch, và cũng chính tham vọng đó đã trấn áp không cho tôi dừng lại ở bất cứ một điểm mốc tương đối nào"*, cho nên *"Những ngày địa ngục, tôi chưa quên, không thể nào quên, nhưng vết thương nào chẳng lành, tai nạn đã đến, đã đi, tiết hạnh đâu còn là điều ghê gớm để phải mãi mãi cưu mang. Vậy cái gì đã khiến tôi nên nỗi? Đã biến tôi thành một hình nhân loay hoay tháng ngày với vật dục chung quanh. Quần là áo lượt, phấn son, những bữa ăn thặng dư dinh dưỡng, những mối tình thừa mứa dục lạc. Từ bao giờ tôi đã đánh mất cái tôi quê mùa ngây vụng? Từ bao giờ tôi đã biến hình thay dạng để trở thành một sinh vật thuần chất bản năng?*

Hỏi, chỉ là một hình thức chạy trốn. Hỏi, chỉ là một cách trấn an (...) những loại đàn bà như tôi, những loại đàn bà thả mồi bắt bóng, tham lam, ích kỷ, đua đòi, sẽ cuối cùng chỉ bêu riếu chính mình, sẽ làm đồ chơi cho lũ đàn ông cũng ích kỷ, cũng tham lam, cũng thả mồi bắt bóng". Chính vì "sớm" nhận chân sai lầm của mình *"trong thẳm sâu con người tôi, vẫn thiết tha muốn hướng về cái toàn thiện, dù tương đối, mà mỗi một chúng ta, khi sinh ra làm người, buộc phải cố giữ lấy, bằng bất cứ giá nào, kể cả cái giá đắt nhất: hơi thở của chính mình!"* (CYEK tr. 63, 65) mà Kh. sau một cuộc xô xát với vợ người đàn ông của… nàng, đã say rượu lái xe đâm vào gốc cây chết tại chỗ, khi tuổi đời mới 26 cái xuân. Chết tức đã có một chỗ trở về!

Vai vế vợ chồng đảo ngược ở xứ người: *"Quan hệ giữa mẹ và bố bỗng đổi khác từ ngày sống trên xứ người. Là đàn bà, lại có nhan sắc, mẹ dễ dàng và nhanh chóng hội nhập vào đời sống mới, bà bước qua một giai cấp khác lúc nào không hay. Trong khi mẹ mỗi ngày mỗi tiến nhanh về phía trước thì bố - ngược lại - cứ đứng mãi một vị trí, trở nên lạc hậu và có cơ nguy bị đào thải. Mẹ đi từ chỗ khó chịu về bố đến xem thường, cuối cùng là ngang ngược, hỗn hào. Ban đầu bố có phản ứng, nhưng dần dà có lẽ ông nhận thấy quyền hạn làm chồng đã mất, sự nể trọng không còn, phản ứng càng dữ dội bao nhiêu khoảng cách giữa ông với mẹ càng xa rời bấy nhiêu. Ông đành cắn răng đầu hàng. Cứ thế, ông trở nên một người đàn ông nhu nhược, sợ vợ và dĩ nhiên vô cùng cô đơn"* (Chỗ Tiếp Giáp Với Cánh Đồng, *Truyện Ngắn Khánh Trường*, 2, tr. 169).

Phụ nữ cũng đi làm, cũng trăm bề phải hội nhập, đối phó, và những lúc khác, cũng đi đêm đi ngày, nay có đông người tị nạn thì "tình đồng hương bỗng ngùn ngụt bùng cháy" cũng "ta về ta tắm ao ta" sau thời gian hôn nhân dị chủng (chủ nhiệm báo, vợ sau của Mr. Trần),... thiếu nữ trẻ luôn có lợi khí đối với người đàn ông "nhạy cảm sinh lý thái quá" trong Căn Nhà Chàng Đã Thuê,... khiến xảy ra những chuyện khôi hài "cộng đồng" - như bà chủ báo sao cuốn nhật ký của cô nhân tình của chồng phát cho tai mắt cộng đồng trong bữa tiệc *"bất hạnh cho tôi, mà cũng may mắn cho tôi, qua tập nhật ký quý vị sắp được đọc, tôi đã có cơ hội nhìn ra chân tướng của một số quý vị, của ông nhà tôi, những người đang đại diện cho cả một thế hệ lưu vong, những chiến sĩ can trường cuối cùng trên tuyến đầu chống lại bạo lực hà khắc tại quê hương. Giờ này, tôi không còn biết nói gì hơn, chỉ mong quý vị, cũng như nhà tôi, xin hãy thôi đi, đừng nói, đừng bàn, đừng làm việc lớn nữa"* (Cuốn Nhật Ký, *TNKT*, 2, tr. 57).

Thế giới văn của Khánh Trường là một thế giới văn nhiều ám ảnh, mặc cảm nhưng ông tự tin, can đảm khi nói đến những "cấm kị" của tập thể. Những nhân vật của Khánh Trường sống cho bản năng - "làm vừa lòng xác thịt", bất kể luân thường đạo lý thứ mà nay không còn chỗ tựa/căn bản/thể thống để có thể phê phán. Không truyện nào mà không có chuyện sex. Dù vậy, trong không gian ẩm ướt thu hẹp đó vẫn có những chuyện tình đẹp, như tình yêu với Trâm, người thiếu nữ bất hạnh mất một chân và cả gia đình vì chiến cuộc trong Tình Yêu - cũng là đoạn sau của đời chàng học sinh được bà chủ trọ nhập môn làm tình đến suy kiệt sức trai!

Các tập truyện *Có Yêu Em Không?* và *Chung Cuộc* của Khánh Trường gồm những truyện ngắn phần lớn viết về đời sống mới của những người đến từ một quá khứ, những thương phế binh, những con người cần trao đổi xác thịt như cần hơi thở, những dịch vụ share phòng, những cuộc rượu, những chia ly, tái ngộ, những cuộc tình không trơn tru, éo le về tuổi tác hoặc nhu cầu, đáp ứng ăn khớp và so le. Với người đồng chủng và dị chủng.

Những Vòng Tròn Không Đồng Tâm có thể vì cảm giác hơn 20 năm trước có thể đã không còn nữa khi phải đối đầu với hiện thực: Quỳnh Thư, sau khi hôn nhân đổ vỡ, tình cờ tái ngộ đã muốn chọn, trao gửi tình yêu thời con gái cho Huân, người họa sĩ với đôi chân tật nguyền. Cuộc kiếm tìm tưởng sẽ là hạnh phúc và định mệnh bất phân ly cho tái ngộ, cuối cùng chỉ là vô vọng: *"Huân vẫn dịu dàng, câm lặng, chịu đựng. Nhưng tôi hiểu hơn ai hết, tôi không thể tiếp tục đánh lừa mình. Tôi vẫn là tôi của những năm mười tám, hai mươi, vẫn muốn đi tìm sự hoàn hảo ở một người đàn ông. Hoàn hảo ở cả thể xác lẫn tâm hồn. Tôi biết, sẽ chẳng bao tôi tìm ra mẫu người lý tưởng đó"* (CC, tr. 131).

Có Yêu Em Không? là chuyện tình cảm của lính tráng, của một thiếu úy Nhảy dù: những lần về phép là trác táng, chửi tục, nhưng bạn nhậu Kh. bất ngờ chết trận: *"Kh. đứng trên gò đất cao, hét khản giọng: Thằng Toàn mang cây M60 qua góc trái... Rồi, bắn vào chỗ bụi cây kia cho tao... Không phải, bụi cây lớn sau đám tranh kia kìa... Đụ mẹ ngu như con bò. Tao bảo bụi cây sau đám tranh. Mầy không thấy lửa khạc ra chỗ đó sao? Tiếng đại liên nổ thành chuỗi giòn giã, lá cây tung tóe, những chiếc nón tai bèo phóng chạy như biến vào góc rừng. Tiểu đội khinh binh đâu? Theo tao. Kh. nhảy xuống gò đất, khoát tay ra lệnh cho bọn lính, miệng không ngớt: Lên, lên... lên mau... Tôi chạy lúp xúp sau Kh., một thằng lính vượt qua mặt tôi, nó hét: Chuẩn úy cúi thấp cái đầu xuống, coi chừng không có chỗ đội nón... Tôi chưa kịp nhìn xem thằng lính là ai thì hắn bỗng bật ngửa ra sau, giãy đành đạch, cái nón sắt văng khỏi đầu, lăn long lóc vào đám cỏ cao, cánh tay trái của hắn bung lên, đập vào ngực tôi, rơi xuống chân, co giật liên hồi. Tôi điếng người, vội nhủi vào một gốc cây, úp mặt sau lớp vỏ sần sùi, tay chân tôi run bắn, cây súng trên tay chực muốn rớt. (...) Nửa đêm, một trái pháo vu vơ rơi ngay hầm chỉ huy. Kh. chia ba với thằng tà lọt và tên lính truyền tin quả đạn. Khi đào hầm lên, phải cố gắng lắm bọn lính mới gom được một đống thịt xương trộn lẫn cùng đất cát. Phần Kh., tôi chỉ nhận ra hắn nhờ chiếc thẻ bài và hai cái hoa mai trên cổ áo. Cái chết đúng như lời một bài hát, chết thật tình cờ... Chết thật tình cờ! Phải, nhưng nhất định không nằm chết như mơ! (...)*

Đụ mẹ, bảy năm trong một đơn vị tác chiến thực thụ, tôi chưa bao giờ nhìn thấy một cái chết như mơ! Chỉ có chết tan xương nát thịt, như Kh., chết cụt đầu cụt tay, chết cháy đen giống cây than hầm, chết banh ngực lòi phèo lòi phổi, chết phơi bụng đổ ruột cứt dái lòng thòng... như bao nhiêu thằng lính lớn lính nhỏ. Chết như mơ. Đụ mẹ, nói phét cũng vừa thôi. (Có Yêu Em Không?, tr. 178-180)

Kh. tử trận, nhà đang tụng kinh thì ở căn gác trên, anh bạn thiếu úy dụ dỗ Lệ, cô em vợ bạn: *"Tôi tuột chiếc quần mỹ a xuống sâu, co chân kẹp đáy quần kéo ra. Nửa thân thể con nhỏ phơi trần dưới mắt tôi, vòng hông con nhỏ đầy đặn, mu no tròn phơn phớt vàng sẫm. Con nhỏ mười bảy tuổi. Mười bảy. Tuổi dậy thì, tuổi mộng mơ, tuổi thèm khát vuốt ve mê đắm. Bàn tay tôi úp giữa háng con nhỏ, xoa nắn. Con nhỏ lại rùng mình liên tiếp, da gà nổi khắp người nham nhám. Điệp khúc đừng anh vẫn lặp lại đều đều, nhưng yếu hẳn, và đứt quãng giữa những tiếng thở gấp.*

"Anh yêu em thật không?... Thật chứ?" Con nhỏ bỗng hỏi nữa.

"Thật mà, anh yêu em mà". Tôi trả lời như máy."

"Có yêu em không?" đã là câu hỏi kiếp người, trở thành "lãng mạn" không cần thiết ở lúc da thịt cận chiến như lúc này. Lệ biên thư, báo tin có thai. Anh chàng không muốn và vẫn luôn nghĩ *"làm chồng Lệ, điều đó quả quá sức tôi. Chẳng bao giờ, không đời nào. Tôi thà biến thành tên sát nhân còn hơn phải chấp nhận cái giá kinh khủng này. (...) Không thể được, tôi tự nhủ. Trong tôi, niềm ân hận mỗi lúc một lớn, nó giày vò hành hạ tôi đến đau quặn buồng ngực. Nhưng không thể được. Cuối cùng tôi quyết định tiếp tục im lặng. Tôi chọn thái độ của một tên sở khanh. Đành vậy. Tôi thì thầm, với Lệ, mà như với chính mình. Xin lỗi, anh xin lỗi em"* (tr. 199). Chàng ta lấy vợ đẹp và quên dĩ vãng. Nhưng ngày 30-4, anh bị đi "học tập", vợ đã vượt biên với người khác; anh trở về, nghiện xì-ke, vá sửa xe đạp. Một ngày kia tình cờ gặp lại Lệ với thằng con trai bên người chồng đủ để cho anh ta thêm hối hận và mặc cảm.

Mưa Đêm là câu chuyện siêu-thực của cô gái điếm giang hồ và tên lính bại trận ngay sau ngày 30-4-1975. Tên lính bị thương, hết chỗ để về, đành sống trong căn chòi trong bãi tha ma với "con đĩ" thường làm nơi tiếp khách mua dâm: *"Con đĩ từ hai năm nay trở nên rạc rài thân tàn ma dại. Vốn xấu, càng xấu đau xấu đớn, người ngợm toát ra mùi hôi thối muốn lộn mửa, bởi con nhỏ bệnh tật cùng mình, lại lười tắm hơn hủi. Thuốc men không có, ăn uống kham khổ bữa đói bữa no, con đĩ xuống dốc nhanh chóng. Tôi cũng nào hơn gì, khắp người, vảy cá nổi lên sần sùi, háng lở loét tươm chảy nước vàng tanh tưởi. Tôi biết mình đang mang trong người căn bệnh bất trị, căn bệnh không biết do ai. Có thể do tôi, hậu quả những năm lính tráng sống bạt mạng giang hồ, cũng có thể từ con đĩ truyền sang, thứ điếm thối như nó, làm sao có được khách sộp, chỉ rặt toàn bọn ăn xin bụi đời đầu đường xó chợ, không bệnh tật sao được"* (CYEK, tr. 47)

Một cuộc sống như đã chết, nơi tận cùng địa ngục, với những màn ẩu đả từ chết tới bị thương giữa người với người, với ma, với thần chết,... Và những cơn mưa tầm tã kéo theo những cơn gió lốc mãnh liệt. Và chờ đợi vô vọng của tên lính: *"Con đĩ bao giờ mới về? Trời đang mưa lớn thế kia, con đĩ làm thế nào về? Nếu nó đi suốt đêm, nếu nó bắt được mối ngủ đêm, nếu xe bộ đội cán nó dập đầu? Cũng dám lắm chứ! Suốt ngày nay hai đứa nào đã có một hột cơm bỏ bụng, chính đó là nguyên nhân con đĩ giở chứng với tôi. Đói, mệt, mưa tầm tã, con đĩ đi đứng lạng quạng dám đâm đầu vào xe lắm chứ! Tôi cố hết sức bò ra khỏi cửa. Có cách gì đến được hương lộ thì mới hy vọng gặp người lạ cầu cứu nhờ đưa tới nhà thương. Nhưng bán thân đã bất toại, hai tay tôi lại quá yếu, không cách nào lê nổi tấm thân, dù chỉ một hai thước. Tôi tuyệt vọng gục xuống. Cơn đau lại dội lên như muốn vỡ tung đầu óc.*

Đành chịu chết sao? Tôi lầm thầm cầu trời khấn Phật mong sao cho con đĩ xuất hiện.

... Gió lại thốc vào. Luồng gió quá mạnh. Cánh cửa bỗng bật tung, ngã sầm lên người. Tôi giẫy giụa tuyệt vọng, cánh cửa quá nặng so với sức lực tôi hiện tại, miếng tôn chỗ phần trên cánh cửa bung ra, cửa ngay cổ, tôi muốn rướn người thoát ra nhưng chỉ nhúc nhích được cái đầu chút đỉnh, càng đau thêm. Màn sương trắng chờn vờn ngang mắt, tôi biết mình lại sắp ngất. Thêm một luồng gió nữa thốc vào, cánh cửa chồm lên phập phồng, miếng tôn cứa ngọt chỗ yết hầu. Miếng tôn tiếp tục kéo cứa theo từng luồng gió thốc. Tôi chẳng biết mình có hét được tiếng nào trước khi chìm vào hôn mê?"

Con đĩ trở về cùng thằng ăn mày để nhìn gã lính *"miệng há hốc, chiếc lưỡi thè ra dài ngoằng, chỗ yết hầu, cạnh sắc của miếng tôn ngập sâu, lầy nhầy một vết cắt toang hoác, dòng máu ứa ra, chảy xuống, đọng vũng trên nền đất"* (tr. 49, 50).

Khung cảnh và không khí truyện Mưa Đêm gợi người đọc truyện Ba Con Cáo của Bình-Nguyên Lộc. Ở Ba Con Cáo, nhân vật là một cô gái ăn sương (hồ ly), một tên trộm cắp (Sáu Sửu) và một con cáo. Sống trên mồ mả, cả ba "con cáo" khi cần nhau thì tỏ ra có tình có nghĩa trước sau coi cho được nhưng cũng dễ *"cạn hết chất người"* phản nhau khi bản năng sinh tồn buộc phải ra tay. Một cõi nhân gian của Sài-Gòn vào những năm 1950 ở Sài-Gòn! Trong khi nhân vật bạo lực, mất nhân tính của Mưa Đêm sống vào thời chiến tranh đã trở nên khốc liệt, tồi tệ và dưới ngòi bút phản kháng của Khánh Trường, mọi sự đã không còn có thể cứu vãn được nữa!

Biến Cố Trong Rừng Tràm: nhân một buổi tiệc cuối năm nơi xứ người, những người bạn gặp lại nhau, có người từ ngày vượt biên. Chuyến đi thất bại, họ trốn chạy công an và lạc giữa rừng tràm. Đói khát, bản năng sống còn đã mạnh hơn lương tâm con người: *"cái đói đã làm đầu óc tôi mù lòa. Tôi cũng chồm tới, vớ một tảng thịt, đưa lên miệng. Tôi cố không suy nghĩ gì hết. Tôi cố tìm lý do bào chữa cho hành động của mình: Phải, đứa bé đằng nào cũng chết, và xét cho cùng, thịt gì cũng là thịt... Không ăn, làm sao sống? Nếu tôi kiệt lực, họ có thể hành xử tôi như đã hành xử đứa bé. Chỉ một ý nghĩ đó cũng đủ khiến tôi run lên, cũng đủ biến thành động lực mạnh mẽ giúp tôi vượt qua sự nhờm tởm. (...) Hiện tại, chỉ có một điều duy nhất tôi quan tâm: Đó là sự sống còn của bản thân. Tất cả đều là vô nghĩa, tất cả đều cỏ rác".* (...) *Tôi vội vã bước nhanh, đồng thời hình dung phía sau, bên cạnh ngọn lửa oan nghiệt, là đôi mắt của thiếu nữ, đôi mắt như hai ngọn đèn pha, chiếu rọi chói chang vào lương tri tối ám nhầy nhụa của tôi. Đôi mắt chắc chắn sẽ ám ảnh tôi suốt đời.*

"Xê ra, cút đi, tôi không muốn nhìn thấy anh... Đồ súc vật...".

Tôi đứng dậy. Không cảm thấy xấu hổ vì lời nguyền rủa của thiếu phụ, mà trong tôi, một nỗi chán chường buồn bã tràn ứ. Mười năm trời đã trôi qua. Thiên đường ước mơ tôi đã đạt chân đến. Cái thiên đường hàng triệu người, cũng như tôi, đã tới, đã sống. Cái thiên đường còn bao nhiêu triệu người nữa đang thiết tha muốn đến. Họ cũng sẽ sẵn sàng hy sinh tất cả, chà đạp lên tất cả. Họ cũng sẽ sẵn sàng biến thành những kẻ lừa đảo, gian trá, tàn bạo, thậm chí giết nhau, ghê khiếp hơn, ăn thịt nhau, để thực hiện bằng được ước mơ. Cái giá phải trả cho khát vọng đó đắt hay rẻ? Xứng đáng hay phí phạm? Tôi không biết. Nhìn bề ngoài, điển hình như thiếu phụ, từ một cô gái quê mùa, nhan sắc khiêm nhường, giờ đây đã biến thành một mệnh phụ đẹp sắc sang cả! Và như tôi, từ một anh học trò vừa qua khỏi trung học, ngày nay đã là một kỹ sư nhà cao cửa rộng, vợ đẹp con khôn, thì cái giá đã trả xem ra xứng đáng đấy chứ! Nhưng phía sau bề mặt có vẻ bình thường hợp lẽ đó, tôi vẫn thấy có một điều gì không được trôi chảy, thuận dòng. Một điều gì... đêm đêm vẫn khiến tôi giật mình hoảng hốt. Một điều gì... hình như tất cả chúng ta đều cảm thấy mà không thể lý giải cụ thể".*

Người thiếu nữ ngày nào, nay là một mệnh phụ đã sống dở chết dở, trải qua ba đời chồng luôn bất an sau biến cố trong rừng tràm "... *Thì ra biến cố trong rừng tràm đã biến Thu thành một người lãnh cảm. Thu sợ đàn ông, sợ chăn gối. Nỗi sợ ám ảnh nàng không rời, ngay cả khi nằm trong tay chồng. Nỗi sợ đôi khi biến thành phản ứng điên khùng như hôm ở nhà Huân".* Cuối cùng, Thu cũng tìm được chốn tạm ổn, *"Mười năm nay, tôi cứ suy nghĩ mãi về cái lẽ hỗ tương mâu thuẫn giữa thiện và ác, giữa khổ đau và sung sướng. Anh biết không, nếu các anh không... làm thịt đứa bé, nếu không nhờ đám khói và mùi thơm... thì đám săn chim đâu có phát hiện ra chúng tôi? Có lúc tôi căm thù, ghê tởm các anh, nhưng cũng có lúc tôi thầm cảm ơn các anh. Vậy đó, đời sống như một cõi sương mù mịt mà chúng ta thì cứ mãi quờ quạng bước đi, chẳng thể hiểu nổi đường nào sai, lối nào đúng..."* (TNKT, 2 tr. 145, 149, 152)

Những Mảnh Đạn thêm một lần đưa người đọc đến với những tan hoang tàn độc của chiến tranh và những hậu quả không thể tránh: *"Thuận nhớ quặn xót cảnh đời cũ, cảnh đời trong đó tôi và nàng đã đắm chìm hạnh phúc, cảnh đời mở ra một thế giới rất riêng giữa hai người. Thịt da và cảm xúc. Yêu thương và dâng hiến. Cho và nhận. Tìm kiếm và bổ sung. (...) Tính tình Thuận dần thay đổi, trở nên cau có, ủ dột, dễ nóng giận. Phần nữ tính trong nàng bị bào mòn. Thuận đi chùa, nàng hy vọng đức tin sẽ làm dịu đi những lượn sóng vỡ bờ ngày đêm ùa đập. Thuận tập thể dục, chạy bộ mỗi chiều, ngoài mục đích giữ lâu nét cân đối, nàng còn hy vọng sinh lực sẽ tiêu hao bớt...".* Nhưng thân xác cần quân bằng, Thuận đến với Alex, nghĩ rằng *"Em sắp đặt tất cả, em đang sử dụng anh ấy như một phương tiện".*

Những mảnh đạn đã và đang tiếp tục tàn phá con người toàn diện, thân xác và tư tưởng, tâm hồn, không tha thứ, không nhượng bộ, đình chiến,... *"Trí óc con người có khả năng lưu giữ tất cả mọi sự việc đã qua, ngay từ lúc vừa chào đời. Thường thì chúng vĩnh viễn chìm xuống đáy sâu tiềm thức, nhưng cũng có khi một hai sự việc trồi lên bề mặt ý thức, do bởi biến cố mãnh liệt nào đó".* Nhưng người bị thương thường sống với hy vọng: *"Chẳng nguy hiểm gì. Cơ thể con người dị ứng với những vật lạ. Em thấy đó, trong đầu anh cũng còn ít nhất sáu mảnh đạn. Thỉnh thoảng một cái bị đẩy ra ngoài".* Nếu không thì *"rắc rối đấy"*, vì *"Chiến tranh. Chiến tranh kỳ cục."*

"Nhưng chiến tranh cũng dạy cho con người nhiều điều. Một cách nào đó, anh rất cảm ơn những kinh nghiệm máu xương. Nó làm mình lớn lên."

"Bộ bao nhiêu người chưa từng trải qua kinh nghiệm đó đều là trẻ con cả ư?"

"Họ vẫn trưởng thành đấy chứ, có điều trưởng thành một cách khác. Tất cả chúng ta đều yêu cuộc sống này, nhưng những người không có kinh nghiệm gì với máu xương thường vị kỷ, hẹp hòi. Anh cho, chỉ khi nào trực diện với cái sống cái chết, con người mới đủ bao dung để nhìn cuộc đời một cách khách quan."

"Chừng nào thì nó trồi ra hở anh? Nó có trồi ra không?"

"Trồi chứ. Anh đã nói rồi mà, cơ thể của chúng ta dị ứng với những vật lạ. Nếu nó không trồi ra thì cơ thể sẽ tạo thêm một lớp mỡ để giấu nó đi, quên nó đi."

"Ước gì đầu óc con người cũng có khả năng giấu đi, quên đi mọi chuyện đã qua như thể xác anh nhỉ." (tr. 46, 47).

Những mảnh đạn *"chết tiệt"* đó: *"Tôi nghĩ, đến một lúc nào đó Thuận và Alex sẽ phải hiểu được điều giản dị này: tôi đã là một cái xác mục, một dĩ vãng cần lãng quên. Tôi cầu mong như thế"* (tr. 53).

Truyện đã kể, người đọc phải theo dõi kỹ mới hiểu, mới thấm; và đã để lại "vết thẹo" như những tàn tích chiến tranh.

Chỗ Tiếp Giáp Với Cánh Đồng: Cô gái ngồi xe lăn như "một món đồ hư hỏng chiếm quá nhiều diện tích làm vướng chân vướng cẳng mọi người", một "nhân dạng" không toàn vẹn, "như một cái giằm ghim sâu vào da thịt, nhổ ra chẳng đặng, để đó thì nhức nhối triền miên",... Tật nguyền, cô cũng có khát vọng yêu thương, có những *"ước muốn tôi không dám triển khai. Nó cũng què quặt và bất toàn như chính con người tôi"*, … Nhưng người mẹ vẫn tàn nhẫn với đứa con do mình sinh ra, luôn đánh đập, nguyền rủa *"Rắn độc cắn chết mày đi, đồ oan gia nghiệt súc"*. Thật ra, cô chỉ là cái cớ để bà nguyền rủa người đàn ông bố của cô, đã đến với bà,... Và người bố dượng thì ngược lại, như bóng mát, như bờ vai, như đối tượng khao khát mà ngồi trước khung cửa sổ hàng ngày phải chứng kiến người và thú làm tình khiến xác thịt không tránh được *"sần sượng tê dại"*: *"Tôi xấu, phải. Tôi bất toàn, phải. Nhưng tôi cũng là đàn bà. Đàn bà, đàn bà... Chứ sao? Tôi có cái quyến rũ của một con cái, một con cái trong mùa động cỡn, người ngợm tôi chắc phải tiết ra mùi vị nào đó, mà bọn đàn ông, kể cả bố, cũng phải ngửi thấy chứ?"* (TNKT, 2, tr. 174). Chỉ là một nơi tiếp giáp như vậy, vì cô ta vẫn sống với *"một cái đầu đậm đặc những ảnh tượng tật nguyền"*!

Chung Cuộc là chuyện gặp gỡ nơi xứ người rồi sống chung của một cựu "quân nhân, bị pháo kích, cụt chân, giải ngũ" và một bà đã có hai con lớn: *"Cuộc đời hắn, hiện tại, chỉ xoay quanh hai mục tiêu: chiếc giường và những chai rượu. Chiếc giường, bao giờ hắn cũng ở trong tư thế ứng chiến. Rượu, li bì từ sáng tinh mơ đến già nửa đêm. Càng uống, càng lầm lì trầm mặc. Càng uống, càng chứng tỏ khả năng vô giới hạn của một sinh vật thuộc giống đực. Người đàn bà ghét hắn, ghét cay ghét đắng, nhưng vẫn bị hắn khuất phục, một cách lặng lẽ, vô ngôn, mà đầy hiệu quả. Hắn có "khứu giác" tinh nhạy của loài chó, "ngửi" được ý muốn của người đàn bà, để tùy lúc, đưa bà ta đến những miền xứ lầy lội, tê ngắt, sượng sần, chết lịm. Hình như hắn cũng "ngửi" được sự mâu thuẫn trong nội tâm người đàn bà. Khi tỉnh táo, bà ta tìm đủ mọi lý do để bóng gió xa xôi hay rủa sả trắng trợn, với mục đích chứng minh cái vị thế nạn nhân của mình, đồng thời quy mọi tội lỗi cho hắn. Hắn, con vật nửa người nửa ngợm. Hắn,* thằng hình nhân bất toàn dâm đãng. Phần hắn, vẫn vậy, một khúc gỗ đã được bào nhẵn, chẳng gai góc, dễ trơn trượt, vô nhiễm. Có lẽ hắn thừa hiểu, sẽ không lâu, khi màn đêm chụp xuống, khi thân xác và sự trống vắng trỗi dậy, người đàn bà lại sẽ mò vào với hắn, để rồi trong cơn đồng nhập, lại sẽ buông lỏng bản năng một cách mù quáng, như sợ hắn sẽ tan biến vào hư vô, như thể sẽ không bao giờ nữa, bà ta hưởng được cảm giác điếng ngất ấy thêm một lần nào. Giữa lý trí và thể xác, bao giờ thể xác cũng chiếm ưu thế. Nói chung, người đàn bà không hy vọng thắng được tiếng gào kêu man rợ của những cơ bắp thắt bóp nằm ở phần hạ thể.*" (CC, tr. 77-79).

"*... Xuyên qua cái giống, hắn và người đàn bà cuống cuồng tìm kiếm lạc thú, thứ lạc thú vừa tỉnh táo vừa mù lòa, thứ lạc thú của những kẻ mang bệnh khổ dâm. Thứ lạc thú đau đớn, bệnh hoạn*" (CC, tr. 91). Nhưng rồi hắn bị tai nạn, bà vẫn đón về như để chứng minh rằng – "*Những sinh vật khốn khổ thường có khuynh hướng chối bỏ nhau tuy vẫn cứ phải dựa vào nhau*". Một chung cuộc … nhân bản!

Những truyện ngắn khác, trích từ *Truyện Ngắn Khánh Trường*, như Thảm Cỏ Nát Trong Khu Rừng Hoang qua chuyện "chú Giản" nghệ nhân đa tài và đa tình, được cha "tôi" cho ở trong căn nhà cuối vườn, nơi bao cô gái trong làng đã qua tay ông, cả mẹ của nhân vật "tôi" 12 tuổi. Vì "tôi" chạy tìm Cô Tâm báo động mà sau đó đời sống gia đình "tôi" trở thành địa ngục. "*Cha mẹ tôi không bỏ nhau. Luân lý, phong tục, con cái... không cho phép họ làm điều đó. Nhưng cũng bởi những hệ lụy ràng buộc kia, họ đã biến thành những con thú khốn quẫn nhất, tồi tệ nhất. Mẹ tôi hốc hác rạc rài hẳn ra, chẳng hiểu vì hối hận, vì nhớ thương người tình giang hồ tài hoa hay vì những đòn thù của cha tôi. Cha tôi, người đàn ông trầm tĩnh, chừng mực, nghiêm khắc, đã không quên được mối nhục. Ông dai dẳng trả thù người vợ tội lỗi bằng cái cách bề ngoài xem ra rất... nhẹ nhàng nhưng lại hết sức tàn độc. Tôi từng nhìn thấy, nhiều lần, rất nhiều lần cách trả thù vô cùng hiệu quả của ông.*

Thỉnh thoảng, vào buổi sáng, khi mẹ tôi dọn lên bàn phần ăn sáng của cha tôi, ông giữ bà lại:

"Đứng đó, tui biểu."

Đã đoán trước việc gì sắp xảy ra, mặt mẹ tôi trở nên nhăn nhúm thất đảm. Cha tôi chậm rãi móc túi vất lên bàn tờ giấy bạc 10 đồng, hất hàm:

"Đó, trả công tối qua."

Mẹ tôi đứng chết lặng như một tượng gỗ. Cha tôi vừa kéo phần ăn sáng về phía mình, vừa thản nhiên nhắc: "Cầm đi, còn chờ gì nữa? Tui trả đúng giá đó, loại đĩ nhỡ thì như cô, giá rứa phải chăng lắm rồi. Tui đi chơi bời bên ngoài có khi còn rẻ hơn"" (TNKT, 2, tr. 316-317)

Người mẹ bỏ đi và chết trôi sông. Vài năm sau, người cha cũng chết đuối té sông vì rượu. Bỏ đi hoang, sống giang hồ, "tôi" cứ bị ám ảnh và đâm ra nghi ngờ ai là cha ruột: "Lại nữa, năm tháng qua đi, tuổi đời chồng chất, tôi càng thấy rõ hơn điều này: Ngoại trừ những thánh nhân - nếu quả thật có thánh nhân - tất cả chúng ta, những con người bình thường, đều mãi mịt mù trầm luân trong điều phải lẽ trái.

Quả thật rất khó khăn khi muốn phân định rạch ròi đâu là biên giới giữa thiện và ác. (...) Xét cho cùng, mỗi người sinh ra đều gắn liền với một định mệnh. Chú Giản, mẹ tôi, cha tôi, và cả tôi nữa đều là những quân cờ nhỏ nhoi trên một bàn cờ nghiệt ngã mang tên định mệnh.

Nhưng tại sao tôi cứ mãi tìm cách biện minh, bênh vực chú Giản? Phải chăng trong huyết quản tôi, dòng máu của chú Giản đang cuồn cuộn chảy? Phải chăng sợi dây vô hình nhưng thiêng liêng của huyết thống đã trói buộc hai chúng tôi lại với nhau, đã khiến tôi không thể nào nghĩ về chú Giản như nghĩ về một kẻ thù đã từng gây ra bao nhiêu biến cố tai ương?" (tr. 323-324).

*

Trong lời tựa lần tái bản *Có Yêu Em Không*, ông quan niệm *"nhà văn không thể và cũng không có khả năng cải tạo xã hội, hắn chỉ có thể làm được công việc hết sức khiêm nhường là phản ánh trung thực môi trường hắn đang sống (...) mỗi nhà văn tự chọn cho mình một cách thế biểu hiện. Nhà văn, tuy không làm nổi công việc cải tạo xã hội. Nhưng mãi mãi sẽ là những sứ giả tận tụy, không ngừng sống chết với những ước mơ. Tôi là một nhà văn, tôi cũng đang cống hiến cho cuộc đời những ước mơ..."* (tr. I, II).

Và trong cuộc phỏng vấn của Nguyễn Mạnh Trinh, Khánh Trường cho biết: *"Tôi chỉ thực sự cầm bút khi định cư ở Mỹ, vì "bực" những mặt hàng giả quá nhiều trong văn chương hải ngoại, phát sinh từ não trạng chật hẹp "ta, địch, bạn, thù", và thói đạo đức giả. Tôi viết, tôi "phản kháng". Một trong những vũ khí tôi dùng để chống lại các định chế, định kiến ấy, là tình dục. Bởi nghiệm cho cùng, có vẻ như mọi cơ sự xảy ra trong cõi trần ai này đều phát sinh từ tính dục (nếu anh bảo tôi ăn phải bả của Freud, cũng được). Dục tính chi phối con người, chi phối xã hội. Dục tính làm nên văn chương, nghệ thuật. Dục tính tạo ra hận thù, chiến tranh... Tôi viết về tính dục, tôi khai thác tính dục, tôi trưng bày, tôi soi ngắm mọi khía cạnh của tính dục, từ thánh thiện thanh cao nhất đến bỉ ổi thối tha nhất, không phải để khích động thú tính của con người, mà là để, từ đó, ta nhìn rõ ta hơn, "thấy" ta triệt để hơn. "Nhìn" và "thấy" là chức năng và bổn phận của nghệ sĩ. Giải quyết vấn đề thế nào là chức năng và bổn phận của các nhà xã hội học, đạo đức học..."* (Trích từ *Chung Cuộc*, tr. 201-202)

*

Đọc Khánh Trường không dễ. Con chữ sắc bén như cứa hoài không thôi hoặc *"như con dao hai lưỡi, nó cứa vào thịt da kẻ khác và cứa ngay trên trái tim mình, buốt nhức"*, những tâm tư, dồn nén, những cơn bệnh kinh niên hoặc theo thời tiết không thể chữa trị, ... Các nhân vật của Khánh Trường gần như tất cả nếu không tàn phế thì cũng bệnh tật, luôn "có vấn đề", *"nhức nhối triền miên"*,... Giữa lòng xã hội thời ở quê nhà hoặc nay xứ người thì không đi đứng như đa số, mà phải chửi tục đầu môi, đấm đá, trốn chạy, lừa đảo,... Làm "chuyện ấy" thì bất kể đâu, bất kể với ai – mà thường là với người có vấn đề (khát tình, không thỏa mãn, góa bụa, dở dang, dễ dãi,...),... Và những cơn mưa, như đến từ cõi âm, từ đêm tối: *"Văng vẳng từ cõi mịt mù, tiếng mưa rơi rào rào rất nhẹ trên mái tôn. Tiếng mưa như một điệp khúc lê thê không thay đổi âm độ ru tôi chìm hẳn vào giấc ngủ, dù ở chỗ tối tăm nào đó trong khối óc mù lòa, tôi vẫn cảm nhận được cái lạnh đang thấm dần vào da thịt, có lẽ do nước mưa từ chái hiên nhỏ xuống, mang theo bùn đất văng tung tóe khắp thân thể"* (Chỗ Tiếp Giáp Với Cánh Đồng), …

*

Thế giới truyện của Khánh Trường nhìn lại rõ là của "hôm nay" - thời của các sáng tác này, một cái hôm nay bất toàn, vì ám ảnh, nợ nần của quá khứ cứ chực chờ đòi nợ, đòi giải quyết, một cái hôm nay xa lạ nhiều hơn thân quen, một cái quá khứ không ánh sáng của ngày mai, không đủ tin tưởng để hy-vọng... Tưởng dễ tìm cảm giác mạnh, gấp sách lại mới thấy cuộc nhân sinh không chỉ đơn thuần là cảnh đẹp, hạnh phúc dễ tìm, dễ sống,... Mà còn là bạo lực, cuồng loạn, đảo điên. Một cuộc chiến tạm ngưng, một đời sống có mới để sống-còn hoặc cơ hội vươn lên, nhưng hậu quả, phế tích, đổ vỡ và nhiều vết thương chưa thành sẹo, vẫn nhức nhối nhắc nhở và còn phải sống-với, như những bãi mìn chưa gỡ kịp, những mảnh đạn chưa hoặc không thể mổ gắp ra,... Tàn độc, ác tính như ung thư bất trị, như ác tật lâu ngày không thể chữa, như mặc cảm, tâm bệnh chỉ muốn chết,... Khiến bạo lực, cuồng loạn, đảo điên – và bạo dâm, tính dục bất kể và không cả tương xứng,... Như thần Chết chưa thể buông tha, như phải hứng chịu, buông tay! Từ đó nảy sinh ở Khánh Trường một thứ "luân lý" mới, "luân lý" của sống-còn, của tận đáy địa ngục, của lò lửa, của chẳng-còn-gì-để-giữ,...

Nhiều truyện ngắn của Khánh Trường có nhiều tiềm năng thử nghiệm một văn cách trình bày đa chiều, miêu tả thắt chặt với tâm sinh lý sinh động của các nhân vật. Như một bức tranh bí hiểm, phải để tâm và dùng tưởng tượng mới tiếp cận được.

Lời một nhân vật trả lời một thiếu nữ độc giả hỏi chuyện viết có thật không, có thể cũng là Khánh Trường: *Kẻ làm văn giống tay thợ khéo, anh ta biết dùng các thứ chất liệu thô, nhám, rời rạc ấy trộn thành vôi vữa. Từ vôi vữa, qua bàn tay và thiên năng, tác phẩm hình thành. Những điều cháu đã đọc, hiểu theo nghĩa nào đó, rất thật, thế nhưng cũng chỉ là hư cấu. Thành công của một người làm văn chương, có lẽ, là hấp lực của từng con chữ anh ta ném xuống trang giấy; tạo nên cảm giác "thật" ở người đọc, dù có thể chính anh ta, kẻ sinh thành ra nó, đóng vai trò rất nhỏ, hoặc có khi hoàn toàn vắng bóng* (Mắt Phượng, *TNKT*, tr. 62).

*

Nhiều năm sau tạp chí *Hợp Lưu* và các truyện kể trên, Khánh Trường như yên lặng, không xuất hiện trong các sinh hoạt văn học nghệ thuật. Mãi đến năm 2018, ông xuất hiện trở lại và đầu năm 2020 này, ông đã làm người đọc ngạc nhiên với truyện dài **Tịch Dương** do

Mở Nguồn xuất bản. Trong Mở ở đầu sách, tác giả cho biết: *"Tác giả viết cuốn sách này như một hình thức vật lý trị liệu, nhằm chống trầm cảm và bệnh mất trí nhớ của người già. Vì thế nó không được đầu tư thấu đáo. Độc giả hãy đọc Tịch Dương trong tinh thần "vui thôi mà".*

Nhiều sự kiện trong sách là những trải nghiệm của tác giả, hoặc nghe kể lại, hoặc thoát thai từ tưởng tượng. Tuy nhiên dù thế nào, tác giả luôn trung thành với quy tắc: không thiên kiến, không tô son trét phấn. Tác giả muốn nhìn sự việc như nó "đã là, đang là", bình tĩnh và loại trừ cảm tính.

Tuy cuốn sách hình thành từ một phần sự thật song chủ yếu vẫn là sản phẩm của tưởng tượng.

Mọi kinh qua của bản thân cũng như mọi cảm nhận do cuộc đời mang lại, chả khác gì vôi vữa trong các công trình xây cất, nó kết dính những viên gạch, dựng lên những vách tường, làm thành ngôi nhà, khiêm nhường hay hoành tráng. Sự kiện có thể thật, có thể hư cấu, không quan trọng, điều quan trọng theo tác giả là từ chất liệu đó, ta sử dụng chúng như thế nào? Để làm gì?

Sự kiện chỉ là phương tiện" (tr. 11).

Sự kiện đối với nhà văn tự chúng không tốt cũng không xấu. Nhà văn không đóng vai nhà đạo đức hay phê phán xã hội. Nhà văn ở đây là nhân chứng vừa là nạn nhân, đã từng chứng kiến nhiều hoàn cảnh, sự kiện, con người của một thời chiến tranh và xã hội đi xuống.

"Mỗi phân đoạn sẽ bắt đầu bằng hình ảnh một ông già ngồi trên xe lăn, dưới bóng râm tàn cây. Truyện sẽ trải dài qua hồi tưởng của ông già, từ bình minh đến tịch dương. Như đời người, từ thanh xuân đến già nua, với chất chồng biến cố, đan xen, chợt đến, do liên tưởng bắt nguồn từ một yếu tố nào đó, không tuân theo quy trình thời gian" (tr. 12).

Như vậy, mỗi phân đoạn sẽ nhân một biến cố, hồi tưởng,... có thể nhỏ, không đáng kể với người khác, nhưng với tác giả, sẽ là cái cớ hay nguyên do, nuối tiếc, để nhớ nghĩ lại một kỷ niệm, một so đo với dĩ vãng, với cái đã mất, với người xưa, ... *Tịch Dương* mang tính *tự truyện* dưới hình thức *truyện dài* từ những truân chuyên, khổ ải và hạnh phúc trong đời sống của tác giả. Khánh Trường cho biết thêm: *"tác giả muốn thể nghiệm một hình thức dựng truyện phi truyền thống, không chương hồi, không diễn biến theo trình tự lớp lang. Chỉ chia ra làm nhiều phân đoạn. Bạn đọc hãy hình dung tác phẩm như một giá gỗ dài đóng nhiều cây đinh, mỗi cây đinh được móc một tấm thẻ, người đọc hãy chọn và đọc bất cứ tấm thẻ nào, tùy thích. Mỗi tấm thẻ sẽ là một phân đoạn, có thể xem như một truyện ngắn độc lập. Song khi ghép những "mảnh" này lại, nó sẽ mang vóc dáng một truyện dài"*.

Trong phân đoạn 1, tác giả định vị: *"Khoảng sân rộng, bao bọc một hàng rào thấp, bằng gỗ, sơn trắng. Khoảng sân nằm cuối ngọn đồi nhỏ, nhìn xuống phía dưới, nơi có freeway rộng, sáu làn xe, ngược, xuôi, như một dòng sông, xám đục, chảy mút tầm nhìn. Song song freeway, bên trái, là đường sắt. Một con tàu dài đang phun khói chạy về hướng Bắc. Xa hơn nữa, làm nền cho toàn cảnh là những ngọn núi chập chùng mờ, tỏ bao quanh. Bầu trời xám, không một gợn mây. Khác hẳn bầu trời trong trí nhớ ông, những ngày trai trẻ. Cũng trên ngọn đồi thấp, phía dưới là chân sóng lô xô tung bọt trắng xóa vào ghềnh đá trải dài bất tận. Trên cao, trời trong xanh, những dải mây trắng cuồn cuộn, như bông, chậm rãi thay đổi hình dạng. Đó là ngày cuối cùng ông còn nhìn thấy bầu trời quê nhà, trước khi ném mình vào cuộc đời. Một cuộc đời, cho đến hôm nay, trên chiếc xe lăn, ông già vẫn thường tự hỏi, phải chăng, kẻ đó, gã thiếu niên xưa kia, là ông, của hơn bảy mươi năm trước? ... Nắng đã dâng cao, tàn cây nghiêng bóng phủ lên nửa góc nhà. Dọc hàng rào những đóa cúc vàng ửng sáng trong nắng, rung nhẹ. Gió cuối thu se lạnh, ông già kéo chiếc chăn mỏng phủ kín hai vai. Một chiếc lá vàng rụng, chao nghiêng nhẹ đáp trên hai đùi ông già bất động trong lòng xe lăn. Ông cầm chiếc lá lên, nhìn. Một chiếc lá vàng..."* (tr. 13, 14). Hôm nay, một chiếc lá vàng sẽ đưa ông sống lùi lại thời quá vãng: chuyện "hắn" bỏ nhà đi hoang, nhập vào dòng đời cuốn hút, đẩy đưa, với những bài học và bản nháp đầu đời. Một cô gái trao thân cho hắn nhưng phải nhận lời cầu hôn của một trung sĩ Biệt động quân.

Phân đoạn 2 dẫn người đọc từ tờ *"Register News Daily thằng bé đưa báo vừa gài trên cửa sắt"* đưa tin cảnh sát địa phương vừa phá một ổ mại dâm người Á châu, "hắn" phiêu lưu đến Đà-Lạt, lọt vào "động của má Hai" - tức "chị Th.", người đã cho cậu ngủ chung và *"lần đầu tiên hắn nếm mùi tình dục ở tuổi mười bốn, với một người đàn bà dạn dày hơn hắn một con giáp".* "Chị Th." bị bắt, ở tù nhưng sống lâu trong ký ức của "hắn" và sẽ trở lại trong các phân đoạn sau. Ở Đà-Lạt, "hắn" *"khởi đầu chuyện vẽ vời kiếm ăn, sau này thành nghiệp"* với "chú Ph.", người thầy giáo cho tá túc trong nhà.

Phân đoạn tiếp theo, "ông già" nhìn đoàn xe lửa chở hàng vẫn chạy qua nơi ông ở, ông *"nhìn người nghĩ đến ta!"*, đến mảng đời đi lính *"ông đi lính tuyệt chẳng phải vì quê hương đất nước, chẳng phải vì chính nghĩa con khỉ con tiều gì đó, như cái loa tuyên truyền của các vị cầm chịch hai miền. Chỉ giản dị, trần trụi: đói".* "Hắn" vào Sài-Gòn, đăng lính, trở thành *"một tên lính tổng trừ bị, tác chiến thực thụ",* và *"sau hai năm trận mạc hắn chả thấy gì ngoài đau thương, sợ hãi, chết chóc và khổ ải triền miên, của đồng đội, của bản thân, của dân đen những vùng đất hắn đã đi qua. Hắn biết mình không hợp với bộ quân phục, với chiến tranh và bạo lực. Hắn vẫn mơ trở thành họa sĩ. Nhưng hắn hiểu không bao giờ ước mơ trên trở thành hiện thực nếu khói lửa vẫn tồn tại. Nhiều đêm nằm co trên võng hay ôm súng dưới hố cá nhân trong khuya sâu, giữa núi rừng âm u, hắn buồn trào nước mắt. Những ước mơ càng ngày càng trở nên xa vời, hư ảo như chuyện giả tưởng!"* (tr. 64).

Phần 4, nhân nhận cuốn sách qua bưu điện, tác giả là người đã từng báo sẽ kể chuyện tình của mình, khiến "ông già" tự hỏi *"Thời trẻ. Ông có mối tình nào đẹp không nhỉ?"* và tìm về quá khứ nhận diện một chuyện tình, của L và T. Thời chiến tranh, xã hội đổ nát mọi giá trị, gia cảnh tan hoang, đã đẩy đưa một số thanh thiếu niên vùng duyên hải miền Trung Việt – như "hắn", như L., H. vào con đường ly khai gia đình, đi hoang; đứa nhập băng đảng, đứa tự lập nhắm tới tuổi nhập ngũ báo thù đời. L. giúp "hắn" chân vẽ truyền thần trong bar lính Mỹ đầy dollar, và đóng cặp với "Liên sàng": *"Suốt cuộc truy hoan, L. luôn làm chủ, nàng biết cách nương đẩy, nhanh chậm để đối tác kéo dài được lâu và viên mãn. Ngược lại nàng cũng không quên tự giúp mình tận hưởng khoái lạc. Khi sắp tới đỉnh nàng hối hả gia tăng động tác rồi bất ngờ đổ ập xuống, ôm cứng hắn, hổn hển,*

"Cưng ơi... cưng ơi... L. tới..."

Những cơ vòng co thắt, khép mở liên hồi như mang cá lóc. Hắn không thể không so sánh, ngón nghề ân ái của L., chị Th." (tr. 74-75).

G., "tình địch" của "hắn", gây sự muốn giành "L. Sàng", nên "hắn" phải đưa L. Và băng đảng ra PR: "*Cách ly là an tâm nhất. Nó mê L. sàng, muốn sở hữu độc quyền.*

Một thời gian dài, dễ chừng gần 20 năm, hắn không gặp L. sàng nữa. Cuộc tình tuy ngắn nhưng đã hằn trong đầu hắn những kỷ niệm khó quên".

Phân đoạn 5, khởi từ cuốn hồi ký của một ông tướng miền Nam, "ông già" hồi tưởng đoạn đường chiến binh đánh Việt cộng, có lúc đọc những *Nhật Ký* của Anne Frank, *Ví dụ ta yêu nhau, Bản chúc thư trên ngọn đỉnh trời* và những nhu cầu tâm sinh lý của những người lính như "hắn".

Phần tiếp đưa "ông già" đến cuộc triển lãm tranh của một họa sĩ trẻ – như một cái cớ để nhà văn thả hồn về với đam mê cả đời của mình ngày cũ ở Sài Gòn: "*Để ổn định cuộc sống, hắn xin vào làm việc cho một công ty quảng cáo. Chuyên trách của hắn là thiết kế những mẫu quảng cáo cho các cơ sở kinh doanh, giải trí, phim ảnh...*". Quen LTTT, một cô sinh viên đại học Văn khoa, cặp bồ và chuẩn bị một cuộc "*triển lãm đầu tiên, thành quả của gần một năm miệt mài*".

Chuyện LTTT nối dài trong phân đoạn kế tiếp. Nàng làm người mẫu cho "hắn" đến hoàn thành một "*Bức tranh có màu xanh đen chủ đạo, những vũng sáng màu cam thay đổi sắc độ, tương phản sinh động. Khí hậu lãng đãng trùm phủ cả mặt tranh tạo cảm giác nửa thực nửa mộng. Tranh tuyệt không gợi cảm xúc dung tục, dù hai đồi vú cao, núm vú sưng mọng vênh vểnh*" (tr. 113).

Phần 8, tin tức "*Máy bay không người lái bị bắn rơi bởi hệ thống tên lửa phòng không của Iran*" đưa hồi ức "ông già" trở lại một thời chiến tranh và bạo tàn ở quê nhà.

Đoạn 9, vẫn ngồi đó, "*giữa tàn lá rậm, đôi chim bồ câu tỉa lông cho nhau, ra chiều âu yếm, ông già nhìn, khẽ mỉm cười*", chạnh nhớ LTTT, "*người vợ không cưới hỏi, không hôn thơ hôn thú*" và thời sống chung với mưu kế mang thai và quả lựu đạn dọa gia đình nàng.

Chiến sự vùng Trung đông đưa "ông già" trở về trận đánh Hạ Lào, sau đó, "hắn" được "*giải ngũ, hắn còn trẻ, chưa qua khỏi tuổi 25, bảy năm chinh chiến quá đủ để hắn hiểu thế nào là chiến tranh, cùng những hệ lụy tan thương. Thời gian rất dài phía trước, những ước mơ, hoài bão sẽ được thực hiện. Hắn vui*". "Hắn" đến với thế giới văn chương và … "tuột quần" một bà chị khác - *Một điều lạ, tất cả những đối tượng từng quan hệ tình cảm với hắn, đều thuộc đàn chị, hơn hắn, ít, vài ba tuổi, nhiều, có khi hai con số. Từ năm 14 với chị Th, rồi L Sàng, và bây giờ…*".

Phân đoạn 11, được con gái cho bánh Trung thu, *"Ông già nghĩ, thấm thoát đã bốn mươi bốn năm. Non nửa thế kỷ. Bao nhiêu biến thiên. Đứa con trai đầu chào đời năm Bảy lăm giờ đã là trung niên, vợ con đầm đìa. Ông già đã thành ông nội, ông ngoại từ lâu. Chúng nó, những đứa con của ông, đứa ở Pháp, đứa ở Canada, đứa ở Nhật… Công ăn việc làm đẩy chúng mỗi đứa một phương. Cũng may, tất cả đều ngoan, hiền, thành đạt. Ông nghĩ đến công lao của nàng…*".

Lịch sử sang trang và cuộc sống sau ngày 30-4-1975, thất nghiệp rồi việc tạm, việc tưởng bền,… và hai cậu con trai (Tùng, cu B.) rồi thêm cô út, làm tăng dân số gia đình. Những việc làm bên lề hội họa (vẽ thiệp Tết, in lụa, khắc con dấu giả,…) cũng giúp sống qua ngày tháng, có lúc phải dọn vào nhà trong *"xóm Nghĩa Địa, nằm xen kẽ giữa những rặng tre gai, những lùm bụi um tùm và những mả hoang không ai cải táng"*. Bị công an bắt vì làm con dấu cho một tổ chức kháng chiến, bị 3 tháng tù.

Chuyển sang nghề vẽ chân dung người chết và sống, có tiền, *"hắn lại lao vào các trận tình ngoài luồng, để rồi lại đối diện với lương tri. Háo thắng, ích kỷ và lý trí luôn giằng co, hắn như con chim sa bẫy, càng vẫy vùng càng bị vòng lưới siết chặt"*. Chỉ đến khi vợ và 3 con sang Pháp đoàn tụ gia đình bên vợ, "hắn" dù sống chung 10 năm nhưng nay mới nhận ra yêu vợ thực tình. Buồn, lang thang, gặp lại L., lại trải qua một đêm sôi nổi, nhưng nay đã có cô con gái 8 tuổi và có chồng công an.

Phân đoạn 15, "ông già" nghĩ đến cái chết tất nhiên và "sinh mệnh". "Hắn" gặp lại Tr., cô giáo nhưng nay "mất dạy"; đã quen ở một "tụ điểm bia", bèn chắp nối lại: *"Có Tr, đam mê sáng tạo trỗi dậy. Theo nghiên cứu, người ta cho rằng hóc môn tình dục liên quan mật thiết đến nhu cầu sáng tạo. Quả thực sau khi gối chăn, hắn ham vẽ hơn, ý tưởng đến dễ dàng hơn"* (tr. 263). Định mệnh vì Tr. có con với "hắn" đang chờ vợ bảo lãnh sang Pháp. Và D., người con gái của phân đoạn 1, đã có con với "hắn" 12 năm trước, nay tìm ra "hắn" và giao con gái tên D. nhờ chăm sóc.

Sắp bị bắt, L. báo cho "hắn" biết và khuyên nên đi chui. Đi trót lọt và được sang Mỹ, cùng đứa con Tr. sanh trên đất Mã Lai. Thời gian ở trại tị nạn, *"chỉ ngót ba tháng hắn hoàn tất 40 bức sơn dầu, chủ đề Quê hương yêu dấu (Beloved homeland). Sang trại chuyển tiếp ở Philippines hắn lại vẽ 40 bức nữa chủ đề Quê hương trong ký ức (Homeland in Memory) và cũng triển lãm. Tranh vừa tặng vừa bán hết cho nhân viên văn phòng, nhân viên cao ủy, thầy dạy Anh văn, khách tham quan... ở cả hai nơi"*.

Được một gia đình mục sư Tin Lành bảo lãnh, gia đình "hắn" làm lại cuộc đời ở tiểu bang California nắng ấm. "Hắn" hội nhập nhanh, làm đủ việc có được. Tình cờ gặp một nhà đang làm báo rủ về làm chung. Làm báo, nhậu nhẹt nhiều, *"Khó ai uống rượu qua mặt hắn. Nhiều tay trong giới cầm bút là những cao thủ nhậu, nhưng xem chừng "chưa biết mèo nào cắn miễu nào" khi đụng độ với hắn. Khổ thay, cái giá phải trả: 20 năm ngồi xe lăn! Nhưng ngày đó hắn nào có biết, mà dẫu biết cũng bất cần. Chưa thấy quan tài chưa đổ lệ. Làm báo, nhiều chuyện với độc giả tưởng nghiêm túc, nhưng với dân trong giới, như đùa"*. Lý do: *"Ngay những ngày đầu ở Mỹ, hắn đã làm báo. Đầu tiên là báo chợ, còn gọi là báo lá cải, không bán, free, nhưng thu nhập rất khá. Muốn thành công tờ báo phải "hay", nhiều người tìm đọc. Nhờ vậy, thân chủ quảng cáo sẽ tìm đến. Quảng cáo càng nhiều, lợi tức càng cao. Muốn tờ báo "hay" các chủ báo phải tìm ra một vài anh thợ viết giỏi. Hắn không giỏi nhưng thuộc loại... thập bát bang võ nghệ. Cái gì làm cũng được, layout, vẽ minh họa nhăng nhít, viết lách lẩm cẩm... nên được các chủ báo chiếu cố. Để giúp tờ báo "hay", hắn thường chế ra nhiều mục vớ vẩn cốt mua vui cho độc giả"* (tr. 317).

"Hắn" cứ thế đi tới trong nghề làm báo và xuất bản một tờ tạp chí khi cộng đồng khí thế chống Cộng đang lên cao điểm: *"Giữa khí thế đấu tranh hào hùng "thà chết chớ không hề lui" đó, hắn điếc không sợ súng, ra một tờ báo có chủ trương giao lưu với nội địa! Không ngày nào, tuần nào tên hắn không bị bêu riếu, bỉ thử, thậm chí vợ con cũng bị vạ lây, cũng trở thành quân đón gió trở cờ, "ăn cơm quốc gia thờ ma cộng sản""*. Bị chống đối, hết vốn, "hắn" xoay qua viết "dâm thư": *"Một tháng hắn viết ngày viết đêm cho xong món "nợ". Làm đầy 300 trang chữ và 40 phụ bản không khó, cái khó là trang nào cũng... mây mưa, thử tưởng tượng ba trăm lần cụp lạc, cứ trên dưới một kiểu, chán kể gì! Nhưng viết thế nào để đừng bị lặp lại. Hắn vật lộn khổ sở vì chuyện này. Hắn phải chế ra nhiều kiểu trên thực tế không cách gì thực hiện được. Một cậu làm thơ trẻ gặp hắn, nói, "anh xúi dại, em suýt gãy súng vì làm theo cách anh bày!" Nhưng cuối cùng cũng xong".* Có tiền, tạp chí chủ trương hợp lưu sống mạnh làm gai mắt nhiều người và *"dù bị chửi, ném đá te tua, nhưng các nhà văn, nhà biên khảo tên tuổi trong ngoài đều tham gia, góp mặt và độc giả khắp nơi trên thế giới đặt mua dài hạn đông đảo. Tờ báo qua cơn bĩ cực, đều đều ra đúng hạn kỳ, mỗi ngày mỗi cải thiện, từ hình thức đến nội dung. Trong thư tòa soạn số ra mắt, và rải rác trong nhiều số báo, hắn vẫn lặp đi lặp lại mục đích của tờ báo: hãy "bước qua lời nguyền", hãy xóa bỏ lằn ranh "vĩ tuyến 17" trong lòng mỗi chúng ta, để cùng tiến về phía trước, bởi chưng mọi thể chế chính trị rồi sẽ qua đi, hay bị xóa sổ, nhưng văn học Việt Nam, nếu là văn học đích thực, sẽ mãi còn đó"* (tr. 326, 327).

Bé N., nay là cô cử nhân 22 tuổi, ra trường, sang châu Phi làm việc và trở về quê nhà thăm mẹ. Và lập gia đình với Kh., trở về Việt Nam. Cô chị N. sinh cho vợ chồng "hắn" đứa cháu ngoại, Nathan, trong khi Ng., cậu con trai, theo ngành luật, ra trường lấy vợ gốc Ý và có con. "Hắn" cháu nội ngoại có đầy đủ.

"Một đời người bảy tám mươi năm tưởng dài, đến cuối đời, nhìn lại, mới thấy chỉ thoáng chốc. Những đứa con ngày nào còn ôm vú mẹ, nay đã trưởng thành, có đứa đã chồng vợ, một thế hệ mới, và rồi một thế hệ nữa (...) Những chiếc lá xanh, những chiếc lá vàng, như đời người, trẻ thơ mơn mởn, thiếu niên xanh nõn, trung niên cứng cáp, và lão niên vàng úa để rồi mục rã, tan nhòa trong đất.

Từ chuyến tàu suốt khởi hành ở một thành phố nhỏ tinh mơ một ngày hè, đến vùng cao giá buốt, rồi miền Nam, trôi nổi, có lúc lên voi, có khi xuống chó, rồi vợ con, chia lìa, lưu lạc xứ lạ. Những cuộc tình, những người vợ, những đứa con khác mẹ, và bây giờ một thế hệ mới nữa. Dòng đời vẫn thản nhiên trôi, tre già măng mọc" (tr. 365). "Ông già" *"thường nhớ lại hành trình ông đã đi qua trong cõi đời này. Quả thực không ai có thể biết trước được những gì sẽ xảy ra trong tương lai (...) cuộc đời lại đẩy xô ông già về hướng khác, mãi mãi chia lìa người vợ thủy chung.*

Giờ đây, sau hơn nửa thế kỷ, ông già đã thực sự trở thành món hàng phế thải, có cũng được, không cũng chả sao. Chỉ mong những đứa con của ông sẽ có được một cuộc sống êm đềm, không lên ghềnh xuống thác" (tr. 377, 378).

"Ông già" nay an phận với cuộc sống vô thường "sinh, lão, bệnh, tử". Ông vẫn miệt mài với cọ sơn, có hẳn studio trong garage: *"Hắn đang thực hiện 40 bức sơn dầu như hoạch định. Đây là dự án hắn đã thai nghén nhiều năm nay. Hắn muốn vẽ một loạt tranh theo phong cách tân cổ điển, đẩy hiện thực lên tầng cao, không dừng lại ở mức "giống như thật". Hắn có tham vọng, xuyên qua hiện thực, phả vào đấy những tư duy siêu hình nhưng có khả năng khơi mở những trầm tích đã chìm khuất trong tâm hồn mỗi chúng ta. Đây là một thách đố với chính hắn, khó song hào hứng. Cá tính của hắn, nói theo ngôn ngữ bình dân, là liều mạng".* Riêng các con ông có lúc có những sóng gió bất ngờ, như N. ly dị Kh. vì ngoại tình khi cô về Việt Nam chăm lo mẹ và em. Ông cũng vậy, vợ ông mất vì tai nạn giao thông, còn ông khi nghe tin cũng bị tai biến *"Một mạch máu trên bán cầu não bị đứt. Kết quả: hắn bán thân bất toại"*, và phải về ở với con gái.

22 phần đời và ký ức của ông nay đã già, tất cả khởi từ nơi khoảnh vườn nhỏ, bên chú chó *"đầu xù, lông vàng óng, Léonberger, trông giống đầu sư tử thật"*, con xa lộ phía dưới, đường xe hỏa không xa tầm nhìn, và nhiều phần đời người với hoài niệm nặng nhẹ, mờ tỏ. Truyện được Khánh Trường "khép" lại: *"Nathan xong trung học, nhờ đậu cao, một Đại học y khoa ở New York nhận và cấp học bổng toàn phần, Nathan lên ở nội trú tại trường. Nhà chỉ còn hai cha con. N. đi làm, ông già một mình mỗi sáng lăn xe đến gốc cây vườn sau, nhìn xuống freeway, nhìn trời đất mênh mông và hồi tưởng quá khứ, từ lúc rạng đông đến khi tắt nắng. Tịch dương"* (tr. 415).

Khép lại *Tịch Dương*, người đọc có cảm tưởng vừa xem một tập hồi-ký được văn chương hóa - như Khánh Trường đã báo trước, tác phẩm được hình thành với phương tiện các sự-kiện và "một phần sự thật" qua "ngòi bút" của một họa-sĩ-đồng-thời (trong Mở, ông đã cho biết có ý tưởng viết khi *"nghĩ đến những bức tranh ghép từng xem,* từng vẽ. *Mỗi tấm ghép là một sáng tạo hoàn chỉnh từ màu sắc, phong cách, đường nét đến chủ đề. Người ta có thể treo các mảnh ghép này như những họa phẩm riêng lẻ. Nhưng khi gộp chung, theo trật tự đã định hướng, ta sẽ có được bức tranh lớn, với đủ mọi yếu tố làm thành một tổng thể thuần nhất"*). Như vậy, đây là một *hồi-ký rời* tập hợp những mảnh ký-ức những sự-kiện từng xảy ra, tác giả chúng nay có tuổi nhưng có những hồi tưởng muốn chia sẻ và nhắn nhủ. Bạn đọc từng quen với những truyện ngắn Khánh Trường trên *Hợp Lưu* và qua các tập truyện đã xuất bản mà chúng tôi đã nhận định ở phần đầu bài viết, sẽ nhận ra có những chuyện kể và sự kiện của hồi ký đã được tác giả viết ra, văn chương hơn với kết cấu chặt chẽ hơn; khía cạnh tính dục nay mang tính "ngôn tình" hơn là hiện thực, náo động.

Tịch Dương gần với những tiểu thuyết hậu-hiện-đại đang thịnh hành đối với văn giới hải ngoại, như một bức tranh khổ lớn về sinh-lão-bệnh-tử hay xuân-hạ-thu-đông. Khác với hội họa, văn viết dễ bao gồm liên-tưởng, hiện-thực-phóng-sự, v.v... Nhìn chung, *Tịch Dương* là một "tác phẩm" với những ý nghĩa, yếu tố và ngôn ngữ đặc thù, rất Khánh Trường!

Nguyễn Vy Khanh
Toronto, 31-1-2020.

Chuyện Trò Cùng Anh Kiến,
Chị Dơi Và Chú Muỗi

PHƯƠNG TẤN

Chim đừng gọi dù một lời rất khẽ
Mây đừng kêu dù một sớm mai hồng
Cho ta đậu bên hiên đời quạnh quẽ
Cho tình ta vãi nhẹ ở hư không.

.

Này anh Kiến, chị Dơi và chú Muỗi
Thịt ta thơm cứ cắn chút làm duyên
Xin đừng hỏi sao ta cùi cũi
Sao lòng ta quạnh vắng đến vô biên.

.

Thơ ta giã, ướp cùng sương khói
Ướp xương da và máu ở hai miền
Nhắp một ngụm nghe lòng đỡ đói
Nhắp cho qua thời buổi đảo điên.

.

Ta bẻ kiếm khi quanh thành lửa cháy
Khi cần lao mất cả ruộng vườn
Bom đạn đã nhiều hơn thóc lúa
Hận thù nhiều hơn cả tình thương.

Này anh Kiến, chị Dơi và chú Muỗi
Thịt ta thơm xin cắn chút làm duyên
Cắn như đạn như bom như lửa dữ
Như xác anh em như máu hai miền.

Cắn như bão từ phương Bắc lại
Cuồn cuộn phù vinh ngậm lấy chân ai
Chút chí khí cũng lọt tầm tay với
Lọt chén cơm tí nghĩa sẻ chia cùng.

Ta bẻ kiếm khi quanh thành lửa cháy
Và ngả lưng trên một dòng sông
Một cây cầu một tổ tiên mang hai dòng sống
Cho tình ta vãi nhẹ ở hư không.

Hai Bàn Tay Níu
Dòng Sông Lời Thề
HUỲNH LIỄU NGẠN

thôi em trăng nước dặm trường
tới đây hái mộng mù sương đất người
cũng đành như kiếp rong chơi
với thân bèo bọt với đời hẩm hiu

sầu dâng hoài bóng mây chiều
đưa con nhạn lạc bầy kêu cuối trời
ai về ngõ hẹp buông lơi
cho tôi tìm lại trùng khơi con đường

trăm năm gió thoảng vô thường
cũng thôi tình đó dặm trường em qua
tiếng buồn rớt tự ngàn hoa
bóng em nghiêng vạt nắng nhòa hư không

chiều nay nước lại xa dòng
áo vàng hoa đã ngập lòng anh đây
tiễn nhau một ánh trăng đầy
chút sương sa cũng heo may nẻo về

với nhau đời quá lê thê
thôi hoang vu đã não nề vọng âm
xin em gởi lại chút thầm
cho hương tóc dậy trăng rằm thủy chung

cho đêm sáng nẻo cố cùng
hai bàn tay níu dòng sông lời thề
không thôi chẳng kịp tìm về
đi đâu đi biệt lời thề cũng đi

thôi em hoài vọng có khi
tìm đâu thấy để in ghi vào lòng
nếu em qua hết dòng sông
là chìm sâu mãi hư không cuộc đời.

5/1/2020

Bò Và Người
PHẠM CAO HOÀNG

không rõ kiếp trước chúng tôi là gì
không biết kiếp trước các bạn là gì
nhưng kiếp này các bạn may mắn hơn chúng tôi
vì các bạn là người
còn chúng tôi là bò

các bạn nhốt chúng tôi trong chuồng
tước đoạt tự do của chúng tôi
xỏ mũi chúng tôi
buộc chúng tôi phải tuân phục
quất vào lưng chúng tôi
những lằn roi rướm máu
bắt chúng tôi kéo xe kéo cày
mệt lả
vắt sữa chúng tôi
cạn kiệt
lột da chúng tôi làm giày để đi làm áo để mặc làm ghế để
ngồi làm trống để gõ
xẻ thịt chúng tôi
để ăn

đêm, chúng tôi nằm trong chuồng
nhìn những lằn roi rướm máu trên lưng mình
mà ứa nước mắt
đêm, chúng tôi nằm trong chuồng
mơ cùng nhau giấc mơ tự do

mơ về những đám mây trắng, những đồng cỏ xanh, những thảo
nguyên bát ngát
mơ để mà mơ
ôi, những giấc mơ chưa bao giờ trở thành hiện thưc

cứ như vậy chúng tôi sống trong sự quản lý của các bạn
sống hiền lành chơn chất và chịu đựng sự tàn bạo của các bạn
sống thật thà ngay thẳng dù biết các bạn là những kẻ gian lận
dối trá tham lam

chúng tôi chỉ đem lợi ích đến cho các bạn
hoàn toàn không phiền hà gì các bạn
không tin, các bạn cứ mở cửa chuồng
thả chúng tôi ra
chúng tôi sẽ an nhiên tự tại ra đi mà không đòi hỏi gì ở các bạn
chúng tôi trở về với thiên nhiên
chúng tôi trở về với bao la trời đất
chúng tôi trở về với thế giới của chúng tôi

chúng tôi, những con bò Việt Nam
chỉ đem lợi ích đến cho các bạn
thế nhưng các bạn không biết ơn chúng tôi
lại còn độc ác với chúng tôi
trước khi giết chúng tôi để xẻ thịt
các bạn hành hạ tra tấn chúng tôi bằng cách bơm nước vào cơ
thể chúng tôi cho đến khi nào chúng tôi vật vã
các bạn lấy búa đập mạnh vào đầu chúng tôi
thực hiện bản án tử hình cho kẻ đã từng giúp các bạn

chúng tôi đem lợi ích đến cho các bạn
nhưng mỗi khi tức ai các bạn lại chửi: ngu như bò
các bạn đọc những dòng dưới đây rồi sẽ biết bò có ngu không
sau khi bị giết, chúng tôi trở thành xác chết
các bạn ăn thịt chúng tôi có nghĩa là các bạn ăn xác chết
chúng tôi, những kẻ chay tịnh chỉ biết ăn cỏ ăn rơm ăn rạ
các bạn, những kẻ ăn xác chết
ai mới đáng gọi là ngu?

Gọi Mùa Xưa Cũ
BIỂN CÁT

Chờ ai về giữa mênh mông
Tháng tư một đóa phượng hồng mong manh
Treo trên sợi nhớ long lanh
Thả chùm dĩ vãng vào xanh màu trời.

Bâng khuâng đôi mắt trông vời
Lá rơi lắc rắc bời bời như mưa
Bàn tay góp những nhặt thưa
Ôm lòng chao chát ngỡ chưa qua mùa.

Còn nghe từng ngọn gió lùa
Vương trên sợi tóc ai đùa xôn xao
Áo người trắng đến chênh chao
Ngàn sau còn dấy nỗi đau ngậm ngùi.

Loang vào hạ những bồi hồi
Hàng cây ngăn ngắt chảy trôi nắng vàng
Một màu phượng thắm mênh mang
Chùn chân buốt tiếng ve ran rã rời.

Chờ ai trên đỉnh sầu phôi
Chiều hoang hoải gió dạt lời phù vân
Nhớ gì phượng thắp lưng chừng
Gọi mùa xưa cũ mịt mùng âm hao.

Bàn Chân Nào
NGUYÊN BÌNH

Bước lên mùa xanh khắc bóng thời gian
vệt cỏ úa nép mình vào vô thức
con kiến vàng bò quanh thân gỗ mục
quá khứ dừng chân trên một vũng lầy...

Em chưa về từ cuộc tỉnh say
cả cơn mưa cũng ngả nghiêng chờ đợi
cầu vồng hắt bảy màu xua thiên thần cứu rỗi
ta bàng hoàng nuốt ực cơn đau ...

Phố xá thênh thang đục khoét sắc màu
ai tựa cửa nhẩm từng cung thiên mệnh
thềm đá cũ trượt chân ngã lên số phận
nhánh điêu tàn cháy rực đuốc phù hoa...

Thế giới trắng đen quay lại kỷ băng hà
đêm ngưng thở khóc ngàn cây trụi lá
ta trở dậy thả mình trên phiến đá
nằm chơi cùng đám cỏ úa thời gian.

Bó Hoa Ly Biệt

ĐỖ KH

Noam Chomsky kể trong "A Visit to Laos" (1970), là ông thấy có quảng cáo tại trong khách sạn ông ở một buổi trình diễn vở "Rosencrantz and Guildenstern Are Dead" (Rosencrantz và Guildenstern chết rồi) của Tom Stoppard. Đây là một vở kịch lúc đó mới (1966), hiện sinh và phi lý như "Bà ca sĩ hói đầu" (The Bald Soprano) hay "Trong khi chờ đợi Godot" và dài hai tiếng rưỡi. Kịch bi hài này kể về hai nhân vật phụ và không cần thiết, loại nhân vật mà có cũng như không của tuồng "Hamlet". Tuồng diễn này ở đây thì ai coi, tuy vẫn biết Kilômét 6 có 2.000 người Mỹ.

Màn hạ thì đại tá Lực lượng Đặc biệt Mỹ Bull Simons đứng dậy vỗ tay nhiệt liệt để tán thưởng. Ông đứng dậy, súng giắt trong bụng rơi xuống đất mà ông không biết vì nó là súng hãm thanh, không rơi cái cạch mà rơi rất nhẹ nhàng. Ông say sưa theo dõi nên quên mất cả thì giờ! Nhìn đồng hồ, ông bèn vội chạy ra ngoài leo lên trực thăng! Và như thế, chiến dịch giải thoát tù binh Mỹ ở Sơn Tây (1970) bị chậm trễ, biệt kích Mỹ đến nơi thì tù binh đã chuyển trại kịp đúng một tiếng trước rồi! Phải vở này một tiếng rưỡi, thì lịch sử đã thay đổi.

Tôi không rõ lúc đó Chomsky ở tại khách sạn nào tại Viên Chăn và vở này diễn ở đâu. Ông chỉ kể là ông có thấy cái áp-phích. Nhưng việc nó hiện diện ở Viên Chăn vào năm đó cũng đã là một hiện tượng hiện sinh và phi lý rồi. Vở "Chồng em và cô bạn gái chết rồi" của Léni thì hiện sinh, hiện sinh dục luôn, nhưng chẳng có gì là phi lý, mà là sinh lý, cũng như vở "Cô bạn gái Lào hói mu".

Tôi ăn mì gói khuya do Léni nấu.

Chị bếp lăng xăng thái rau thái thịt làm màu được mời trở về nhà dưới để cho đôi trẻ được tự do tìm hiểu. Nhà Léni là một biệt thự nhỏ, chỉ có hai phòng ngủ với một dãy nhà phụ mái tôn dành cho người giúp việc. Khi xe về đến nhà và anh gác-dan ra mở cổng, anh đã đứng nhìn tôi trâng trâng rồi lại còn gọi vợ ra để xem mặt. Chị này theo vào nhà trên giả vờ lấy cốc lấy chén nhưng cốt ý là theo dõi tình hình mới này một cách lộ liễu. Tôi không rõ căn nhà này có phải là nơi từng xảy ra sự cố, có phải là những người giúp việc này từng chứng kiến màn "Như trong phim X" sóng gió của gia đình. Camus bảo trong "Huyền thoại Sisyphus", đời chỉ bi thảm trong những lúc hiếm hoi khi nó trở thành ý thức. Trong khi Léni vắng mặt, chồng cô và bạn gái vẫn thực tập lăn hòn đá lên đỉnh núi. Nó lăn xuống thì ta lại lăn lên đỉnh, có sao đâu, nó chỉ bi thảm khi bị vợ phát hiện.

Hai bạn giúp việc này trông thấy tôi thì hiếu kỳ ra mặt, nhưng họ đâu phải là diễn viên hiện sinh. Họ là khán giả hiện sinh, đang xem tuồng hiện sinh "Cô dẫn bạn về nhà và cả hai còn sống". Đây là tuồng trước của tuồng "Trong khi chờ đợi ông chủ mới".

Léni biết chứ. Cô bảo anh thấy chưa, người làm nhà em trố mắt ra nhìn. Từ khi ly hôn, em đâu có ai, đây là lần đầu em có bạn mang về nhà. Ở công ty em cũng vậy, họ ngạc nhiên là phải. Ở quán rượu, một tuần em đến vài ba bận, các bạn tối nay cũng ngạc nhiên vì chẳng bao giờ em đi với ai. Từ khi ly hôn, em mới gặp anh là người đầu tiên.

Thì hẳn thế. Nhưng tôi nghĩ có lẽ anh chồng cũ của cô mới là người ngạc nhiên nhất, khi thấy nàng phóng xong phi tiêu thì ngả đầu vào bờ vai tôi. Mà tôi gặp Léni chỉ mới có, để coi nào, mới có nửa ngày, nghĩa là 12 tiếng.

Léni lấy album ảnh ra cho tôi xem. Hình bố hình mẹ, hình đứa em cùng mẹ khác cha, hình ông bộ trưởng là dượng ghẻ, hình bên Đức bên Lào, hình chồng cũ lúc anh còn dày mái tóc, hình du lịch Hong Kong, Nhật Bản.

- Em thích biển, nàng nói, nhưng nước Lào này không có.

Ngày nghỉ thì Léni đi long nhong khu vực Phuket, Langkawi, Pattaya. Pattaya thì bẩn chết.

- Em thích nhất là Hua Hin, biển đẹp. Nó ở gần, cuối tuần cũng đi được. Bali là quá xa, Denpasar.

Vào ngày đó các chuyến bay gần, các chuyến bay trong vùng, các chuyến bay địa phương còn chưa có nhiều. Sao thì cũng phải Viên Chăn-Bangkok, sau đó tới Hua Hin là thêm 3 hay 4 tiếng đường xe. Léni cho tôi xem hình của cô áo tắm, hình của cô sóng vỗ vào mông đì độp. Tôi nhận ra khách sạn Sofitel Hua Hin, là nơi cảnh được dùng thay cho Nam Vang trong bộ phim "The Killing Fields".

- Em chưa bao giờ đi… Việt Nam, cô ngước nhìn tôi. Em nghe nói bên Việt Nam biển đẹp. China Beach.

Léni chờ đợi cái gì đó. Tôi hờ hững

- Việt Nam thì chán chết!

Nhưng chữ "Việt Nam" từ miệng của Léni làm tôi lâng lâng. Tôi thấy sơn hà và cờ bay trong gió, tôi thấy kiếm tuốt ra khỏi vỏ. Tôi thấy Chùa Một Cột và Lăng Cha Cả. Tôi chẳng làm gì cho đất nước, nhưng trong đôi mắt của cô gái Lào, cái từ "Việt Nam" này mềm mại, và cho tôi biết tôi là một biểu tượng xứng đáng của quốc gia.

Léni cặp tay tôi mà hãnh diện với từng ấy người như nàng đã kể, kẻ giúp việc trong nhà, cô bạn SIDA và anh Ba hàng thịt, thì cũng có ngược lại phần tôi.

Sáng ngày hôm sau, khi Léni chở tôi về Tàn Lọng Trắng để thay đồ thì đến lượt anh phục vụ Bar của khách sạn giật mình. Anh là người môi giới cho tôi bạn gái qua đêm trước đó nhưng tối qua không thấy tôi về phòng để mà giới thiệu thêm. Đến sáng lại thấy có cô nói tiếng Lào leo lẻo chở tôi về bằng xe con đỗ xịch trong sân khách sạn thì anh bị mất hoa hồng! Anh còn bị tôi giật le, anh thấy le không, thím tôi đi xích lô về nhà nè.

Người đọc chắc mang hình ảnh của một cô Đức lai Lào nhưng tôi xin nói lại là không có gì xa hơn thực tế. Léni nhỏ nhắn, 1m55, nhưng cái phần Đức của nàng là cái phần da má mông ngực. Da nàng trắng hơn người Lào và má nàng hồng. Phần mông, phần ngực Đức quốc khởi phải tả. Ngoài những thứ đó ra, Léni chẳng có gì là Đức hết. Ờ, thì mắt có nâu hơi nhạt và to hơn thường thấy. Khi nàng nói tiếng Lào thì tôi không có khả năng để thẩm định. Nói tiếng Anh thì nàng không có giọng hầu âm 3 ngấn của Marlène Dietrich khiến ta đoán được gốc Đức. Nhưng Léni cũng không phát âm tiếng Anh như người Lào hay người Thái Isan, thí dụ "fried rice" (cơm chiên) thì phát âm là "pl-ied l-ice" và dễ thương sao. Nhưng nhìn ngoài, nhìn thoáng hay ngay cả nhìn kỹ thì chẳng biết là nàng lai Âu. Tóm lại Léni Lào, Léni Lào thuần, ngay cả những gì kín đáo nhất.

Nếu nói về lông trên cơ thể, thì tiếng Lào tôi chỉ cần học đếm đến 10.

Mà ngập ngừng đếm đến 5 là cũng đủ.

Đây là ngày thứ ba của tôi ở Viên Chăn. Nếu chúng tôi đi Luang Prabang bằng trực thăng cũng chẳng kịp nữa. Mai tôi sẽ đi rồi, vào lúc trời sáng họp chợ Hôm.

Léni chở tôi xuống hướng Nam, qua khỏi chỗ cây cầu Hữu Nghị còn đang lên công trình. Nàng chạy miết những đường đá đường đất đường nhựa dọc con sông. Chúng tôi ăn tâm som, cá nướng ở một quán địa phương với những bàn ghế gỗ êm đềm. Chúng tôi ăn cá mới bắt ở sông lên ở giữa đồng không mông quạnh. Một cụ già, tôi nghĩ cũng chẳng phải ăn xin, nhưng râu dài cái bang đả cẩu mà lưng không đeo kiếm, ở đâu ra mà xuất hiện, nhìn chúng tôi tại nơi này hoang vắng. Tôi mặc kệ vì ông không nói gì cả, ông đứng đó mà nhìn lặng yên. Chẳng lẽ ông này cũng biết Léni và đứng lại vì mãi đến lần này mới thấy là cô có bạn. Léni đứng dậy cho ông một nắm tiền.

Chúng tôi bắt tỉnh lộ ngược lại về đường 13. Ở đằng xa thập thò những núi một màu lam.

Léni nói:

- Tuần tới, anh ở Thái thì em sang, mình đi ra Hua Hin tắm biển. Em đang tính mua luôn nhà nghỉ mát ở đó cho tiện.

Người lại ngạc nhiên nữa là anh xe Mercedes. Anh đến sớm để đưa tôi ra phi trường và đã ngồi đợi sẵn rồi khi Léni chở tôi về khách sạn để lấy hành lý. Tôi cám ơn anh, không báo được trước để anh khỏi đến vì có người tiễn tôi đi rồi. Anh cũng trợn mắt nhìn Léni trong khi giúp tôi khiêng va- li ra xe nàng.

Đêm qua, Léni tâm sự

- Gần hai năm qua, em đâu có yêu ai. Em có một mình. Em làm tình bằng ngón tay.

- Ru mãi ngàn năm, từng ngón xuân nồng, tôi nói bằng tiếng Việt.

- Là sao vậy?

- Là thơ, ca từ tiếng Việt, không phải Hoelderlin và anh không biết dịch.

Léni thả tôi ở cửa vào trường bay, nàng nói em ra bãi đậu rồi trở vào, đợi em nhé, anh đừng lên tàu ngay. Tôi vào trong đăng ký xong xuôi, gặp ngay hôm Wattai tấp nập và ngược xuôi giòng người. Tôi đứng một chỗ khuất mà đợi để nhường đường cho thiên hạ lại qua hành lý.

Một thiếu phụ trẻ vội vã chạy vào trong sảnh. Nhan sắc cô như đập bốp vào mặt. Cô tóc nhuộm hung, dáng thanh lịch và hột xoàn lấp lánh. Cô nhìn quanh như tìm ai, ngực ôm một bó hoa. Cô quay phải quay trái, không tìm thấy và hốt hoảng dần dần hiện lên trên nét mặt. Cuộc đời phi lý, và nhắc lại Camus, bi thảm là ở phút hiếm hoi ta ý thức. Còn ngoài ra, ta phải tưởng tượng là Sisyphus hạnh phúc. Phút bi thảm của tôi là phút này, khi tôi thấy Léni mất sắc vì không tìm ra tôi trong sảnh Đi của trường bay Viên Chăn.

- Anh đây.

- Em tưởng anh đi rồi, em lo quá, và Léni thở hắt ra mừng

Léni đúng là người Lào. Người Đức tôi chưa thấy bao giờ hốt hoảng cả.

Kẻ ngạc nhiên cuối cùng là cô tiếp viên hàng không Thái. Khi đưa cho tôi bông lan bé xíu ở cửa tàu theo thông lệ của hãng này, cô nháy nháy, ông đã có một bó to đùng rồi.

Tuần sau đó, tôi không có ở Thái. Tôi không có ở Hua Hin. Tôi ở Paris.

Tôi gọi điện cho Evelyne để cám ơn.

- Chuyến ghé Lào là ngạc nhiên từ đầu đến đuôi. Sao Lyne lại làm thế, mình không ngờ là lại được Lyne đãi như vậy.

- Có gì đâu… Là… để cho anh có một chuyến vui thích thú và trọn vẹn, Lyne ngập ngừng khúc khích.

Tôi bảo:

- Thì niềm vui trọn vẹn. " Phải tưởng tượng ra là Sisyphus hạnh phúc chứ ". Lyne có rảnh thì mình đi ăn tối.

Đỗ Kh

Thông Báo:
Nxb Nhân Ảnh sẽ tái bản sưu tập Tác Giả Việt Nam
trong năm 2020, các bạn có tên trong sách này
và muốn cập nhật tiểu sử, xin liên lạc với: han.le3359@gmail.com

Tình Yêu
Của Một Thi Sĩ Ba Xu
NGUYỄN HÀN CHUNG

Em sợ người ta biết em yêu anh, anh yêu em nên không dám
like, còm hay em sợ người yêu em biết

Anh thì đếch ngán mường, mán, miên, lào ,chà, chệt.
không yêu vẫn nói yêu, yêu mà nói không yêu cho ai tin chết
thì chết|
(cũng có khi mình chết trước tiên)

Đi tìm rạc thơ cũng chẳng ra em

Em sợ mất tình nhân
đó là chuyện của em
Anh chỉ sợ anh đánh mất mình kia mới chán

Đời anh chỉ có dăm ba người bạn
từng chia sắn khoai (không ẩn dụ) lúc đói nghèo
và bây giờ đến tuổi treo niêu
anh vẫn có hồng nhan tri kỷ

Quý trọng nhau nhưng đều đều cãi lý
bất đồng nhau từng câu chữ văn chương
thiên hạ có cáp đôi, có mỉa mai cũng vẫn xem thường

Yêu quá cắn nhau đau mới thành tri bỉ

Anh không thèm sợ sệt mò mẫm đi đêm như ai kia mà ung
dung phơi thơ ngoài ánh sáng
ung dung yêu đến hết cuộc đời một thi sĩ ba xu

Yêu đến hết cuộc đời một thi sĩ ba xu.

5.2.2020

Tháng Tư Tình Nhân

HOÀI ZIANG DUY

Tháng Tư à. Em đến hả? Chào em
Đâu có hẹn
Sao bước vào vội vã
Trốn tìm nhau trò cút bắt dại khờ
Ngày mưa mù - Nắng ngoài hiên trốn chạy
Mặt dài ra - Nhân thế đất quay cuồng
Lúc hỗn độn tâm tình người bỏ mất
Vắng phương xa,
Gần lại tiếng nấc thầm
Hò xếng xang, đò ngang xoay ngược nước
Đâu ai buồn khăn chậm giọt tình câm

Tháng Tư à. Em đến hả?
Đâu ai mời
Thôi cứ tự hồn nhiên
Ngồi xuống đây
Ngó khăn tang,
Bạt ngàn trăng tỉnh giấc
Mộ huyệt sâu
Thăm tận rũ xương tàn
Gió gọi giùm
Tự tình xưa phong kín
Đất gọi hồn lay dậy oán hờn ai.

Tháng Tư à - Dẫu đến đi vội vã
Trong lòng người vết chém vẫn y nguyên
Mấy mươi năm qua - Trước sau
Đời nhau vẫn thế
Đói thêm nghèo, đất kiện cát thưa
Với kẻ sĩ chỉ làm tuồng sĩ khí
Bên đất khô nghe dế gáy quên đời
Đời nhiêu đó chỉ buồn nghe chừng đó
Dẫu quạnh hiu cũng lên tiếng
Phận người

Tháng Tư đến
Cô tình nhân không hẹn
Đã quen mùi, đâu rủ cũng chạy theo
Anh vẫn nhớ ngày sinh em vội vã
Cuộc thế trần
Khánh tận lúc mưa giăng
Như khoảnh khắc trời nghiêng bóng tận
Lỡ vận thời mệnh nước mang chung

Nên cứ phải
Tháng Tư à – Em đến hả
Lời phương xa đâu thấm giọng quê nhà
Đã kề bên nỗi niềm xưa gậm nhấm
Trách ở người rồi cũng giận lấy ta
Lúc đối mặt soi gương nhìn thấy lạ
Người là ai?
Thân ái chửi câu thầm.

Sở Hữu
TRẦN HẠ VI

Anh sở hữu một ngôi nhà
thật ra chỉ là bên trong
không thể cấm mọi người nhìn ngó
hình ảnh bị google earth thu nhỏ
và gõ cửa thi thoảng
mưa gió

Anh sở hữu một người đàn bà
chỉ là thịt da sau lớp quần áo
những giọt nước mắt buồn ảo não
phút mừng vui hớn hở cùng đi

Người đàn bà của anh thật sự nghĩ gì
Bao nhiêu căn phòng bí mật
Bao nhiêu lần bôi phấn trét son

Đêm đêm anh vẫn nằm mơ
Trong giấc mơ có một con đường nhỏ
Trên con đường có một chú thỏ
Cuối con đường có một ngôi nhà
Trong đó có một người đàn bà
Của anh
và không phải của anh.

Lục Bát Lam

NGUYỄN HẢI THẢO

. PHÙ PHIẾM

Phù phiếm anh
phù phiếm em
Ta xa nhau
giữa bập bềnh
phong lưu

Đôi khi sống
ngỡ mộng du
cố quên hiện thực
quá lu bu
buồn...

. NGỌ

Bôn ba
bôn ba
bôn ba
đã chùn chân mỏi
đã già vó câu

Một mai
dừng gót bên cầu
lặng soi bóng
thấm nỗi đau
cuối mùa...

. LIỆU PHÁP

Không vui ư?
vẽ vui ra
miễn sao nhìn thấy
cỏ hoa rạng ngời

Không tươi ư?
vén môi cười
là ta sẽ thấy
một trời
hạnh an...

. THẢ

Thả tình
theo gió - trăng - mây
ít ra
yêu cũng thực
vài trống canh

Vét hương
làm của để dành
phòng khi mưa rét
đỡ phong phanh
buồn...

Đêm Ở Ga Biên Hòa
NGUYỄN QUỐC HƯNG

Đêm giật mình thức giấc
Nghe còi tàu rền vang
Như tiếng ai gọi nhắc
Những ngày xưa mênh mang

Ta một thời trai trẻ
Thương mình ngày mê hoang
Uống cạn xị rượu đế
Thuốc ám tay ố vàng

Sáu năm tình chưa ấm
Đời ta đầy bão giông
Bao lần chiều xuống chậm
Tàu qua cầu trên sông

Tiếng còi tàu giục giã
Bánh nặng lăn rời ga
Tàu đi phương nào lạ?
Còi vọng từ nơi xa

Cũng hồi còi thuở trước
Ta mơ lần ra đi
Sao bây giờ trái ngược
Ta buồn đời chia ly!

Ai Ơi, Đừng Lay Ngọn Gió
ĐẶNG TƯỜNG VY

Có ai khâu giùm tuổi trẻ
Có ai nhuộm biếc mùa xanh
Để con quay về bên mẹ
Như ngày chân bước tập tành

Người ta nhuộm xanh mái tóc
Vụng về khâu vết chân chim
Thời gian chuyền nhanh chân sóc
Còn mẹ xin nhớ về tìm

Ngày kia vàng ươm chuối chín
Liêu xiêu dáng đứng mẹ già
Tuổi thơ tìm qua lăng kính
Nghẹn ngào nghĩa mẹ công cha

Ai ơi, đừng lay ngọn gió
Cuộc đời không rụng bên sân
Ai ơi, giữ giùm trăng tỏ
Cho mẹ tóc mãi màu xanh.

Mẹ Hiền
Như Ánh Trăng Rằm Tháng Bảy
XUÂN THAO

Trăng là mẹ hay chính mẹ là trăng?
Để đêm khuya dọi bóng xuống hôm rằm
Đêm tháng Bảy hiếm hoi, có vầng trăng lên chậm
Cũng đủ sáng soi đời bạc phước, tối tăm

Trăng rất hiền như đời mẹ hiền khô
Một nắng hai sương mẹ không quản sớt, bào
Mẹ vắt mồ hôi tưới trên ruộng cạn
Những mong con trở thành bậc anh hào

Một đời mẹ buồn và sầu thảm
Đành bất hiếu mẹ, cha từ thuở theo chồng
Mười năm, rồi hai mươi năm mẹ bận bịu với đàn con
Tay, chân mẹ có lúc nào ngơi nghỉ

Ở chốn phồn hoa có bao giờ mẹ ăn được miếng tốt
Mẹ chưa bao giờ diện được bộ đồ sang
Ăn với mặc mẹ không hề kén chọn
Dành hết cho con, gì qua quít cũng xong

Cho đến chết, cỗ áo quan mẹ cũng thường thường hàng mộc
Xe tang đưa đi cũng không phết, không sơn
Chẳng điếu văn, chẳng cờ liễn uy nghi
Chỉ có trời đổ một cơn mưa bụi!

Mẹ thầm lặng một đời cho đến hết
Mẹ giản đơn như cơm với muối dưa
Mẹ sống giữa đời mà như cái bóng
Rọi xuống đời con từng bước trong mưa...

Chùm Thơ Viết Khi Về Núi
TRẦN VẠN GIÃ

Gối sách

Sáng nay trời đã hết mưa
Ra rừng chặt ngọn lau thưa làm chòi
Dựng lên bốn trụ luân hồi
Trà sen gối sách mình tôi thả hồn

Một Ngày

Một ngày mà như trăm năm
Ngồi nghe tiếng núi thì thầm bên tai
Hình như có những ngày mai
Câu thơ còn đọng bóng ai trong đời.

Khói Rạ

Lơ lửng chiều nay
Ngọn khói rạ bay
Khói rạ ơi tôi về lại có ai hay
Con đường đất ven sông vỗ mềm tiếng sóng
Và thơ cũng lững lờ bay
Giữa trời khát vọng
Nên nghĩ thương cọng rạ ở ngoài đồng
Tôi bỏ làng đi nửa cuộc đời
Phiêu bạt
Nhưng lòng vẫn mang theo khói rạ quê nhà
Khói rạ ơi
Tôi trở về tìm người em đồng nội
Chưa hề chạm vai ai cái thuở ban đầu
Nên có chiều nay
Lời thơ cũ vô tình rưng rưng đọc
Khi biết là khói rạ
Bay qua sông.

Doha
SONG THAO

Doha ở nơi mô, nhiều người chắc sẽ khựng lại không biết hình dung ra sao. Thì đó là thủ đô của Qatar. Vậy thì Qatar ở nơi mô? Nói tới Dubai chắc sự thể sáng tỏ nhiều hơn. Bởi vì dân ta nhiều người biết tới Dubai, thủ phủ của Liên Hiệp Ả Rập Emirates hơn. Năm 1995, lần đầu về Việt Nam thăm gia đình, tôi dùng đường bay qua Pháp. Từ Montreal qua Paris bằng Air France nhưng từ Paris về Việt Nam bằng Vietnam Airlines. Máy bay phải ghé Dubai để đổ xăng. Vậy mới thấy Dubai là chốn… cũ. Từ Dubai, ngó qua eo biển Persian Gulf, sẽ thấy Doha. Cả hai đều nằm bên bờ biển, ngó nhau rất dễ. Chỉ cách nhau có 380 cây số, gần xịt.

Tôi tới Doha cũng vì máy bay. Đó là trạm ngừng của hãng máy bay Qatar trên đường qua Thái Lan. Thời gian bỏ ngỏ, tha hồ tiêu pha, lại chẳng phải chi thêm đồng bạc nào cho hãng máy bay, dại chi không thăm dân cho biết sự tình. Sự tình bắt đầu bằng sự cấn cái. Xuống máy bay, tới hàng rào nhập cảnh, hành khách chẳng nhiều, vậy mà ông an ninh chỉ đường bắt chúng tôi tới phía chẳng có ma nào ngồi xét giấy cả. Đứng chờ một hồi mới có hai mợ trùm khăn kín mít đủng đỉnh đi tới. Họ khoan thai bước vào trong lồng kính, chỗ miệng nói chuyện với nhau bất kể khách đứng xếp hàng đợi. Chuyện vãn, họ mới lôi ra các dụng cụ làm việc. Tưởng như vậy là họ bắt đầu, nhưng chưa. Họ kiếm mấy tờ giấy, chùi quanh chỗ làm, uống miếng nước xong mới hất tay gọi người xếp đầu hàng vào. Thủ tục rất lỉnh kỉnh, xét giấy, chụp hình, lăn tay. Cái máy lăn tay bằng điện tử phát ra ánh sáng đỏ rực làm dân ta ngại ngùng khi đút tay vô. Chắc cái máy điện tử này bị mù nên khó nhìn thấy vân tay. Phải ấn mạnh tay xuống nó mới chịu làm việc. Nhiều người yếu tay, ấn mãi không xong, mợ trùm đầu phải bước ra, đè ngón tay du khách xuống. Bực cái mình!

Không như lần ghé Dubai 24 năm trước, chỉ vài tiếng nơi phi trường, lần này tôi lưu lại Doha bốn ngày cho biết nơi sẽ tổ chức giải World Cup của FIFA vào năm 2022. World Cup thì ai chẳng biết. Dân ta ở hải ngoại cũng như ở ngay trên đất nước đều đã từng thức đêm thức hôm căng mắt ra theo dõi trái banh. Tổ chức World Cup ở nơi nóng cháy da, khí hậu sa mạc này là một ngạc nhiên. Tôi tới Doha vào đầu tháng 12 mà nhiệt độ ngày nào cũng khoảng gần 30 độ C. Giải bóng tròn thế giới thường tổ chức vào mùa hè, khoảng tháng 7, nóng tới thế nào chẳng biết. Tôi lần vào coi khí hậu Doha vào tháng 7 năm nay, 2019, xem khắc nghiệt tới cỡ nào. Thống kê ghi lại cho thấy là nhiệt độ trung bình ban ngày là 41 độ C, nóng và ẩm thấp kinh khủng. Cái nóng này kéo dài 11 tiếng mỗi ngày. Trong suốt tháng 7 không có một giọt mưa. Ban đêm nhiệt độ xuống thấp hơn, khoảng 29 độ! Vậy thì đá đấm chi, bộ chuyên đá đèn hay sao? Nhưng khi ứng cử để tổ chức, Doha đã tiên liệu trước những khó khăn này. Và họ tạo ra hai cái "đầu tiên". Đó là lần đầu tiên giải World Cup, thường được tổ chức vào tháng 6 hoặc tháng 7, nay được tổ chức vào tháng 11. Chính xác là từ ngày 21 tháng 11 tới ngày 18 tháng 12 năm 2022. Ngày bế mạc này là ngày quốc khánh của Qatar. Khéo chưa? Kỷ lục thứ hai là lần đầu tiên tất cả 8 vận động trường sử dụng cho World Cup đều được gắn máy lạnh! Trời đất, điện đâu mà chịu cho nổi. Tôi mang chuyện này hỏi anh gác cửa khách sạn nơi tôi ở, anh hãnh diện bảo đừng lo. Họ đã trù liệu hết. Mái các sân vận động được lợp bằng các tấm kim loại thâu sức nóng của mặt trời. Sức nóng này sẽ được biến đổi thành điện dùng để chạy máy lạnh. Họ cam đoan việc chạy máy lạnh sẽ không làm hại môi trường.

Cái nhất thứ ba là lần đầu tiên World Cup được tổ chức tại một nước Ả Rập và là lần thứ nhì giải được tổ chức hoàn toàn tại một nước trong khu vực Á châu. Lần thứ nhất là vào năm 2002 khi Nhật và Đại Hàn cùng nhau tổ chức. Tôi hơi ngạc nhiên khi Qatar được FIFA liệt vào các nước Á châu. Đúng ra đây là một nước Trung Đông. Nhưng có lẽ, theo sự phân chia khu vực của FIFA, thì Qatar lọt vào vùng Á châu.

Ngoài những cái đầu tiên kể trên, giải bóng tròn thế giới tại Qatar còn có một cái chót. Đó là lần chót giải gồm có 32 đội tham dự. Lần tới, vào năm 2026, được tổ chức tại Hoa Kỳ và Canada, số các đội tuyển tham dự sẽ tăng lên tới 48 đội.

Tháng 9 năm nay, ông Chủ Tịch FIFA Gianni Infantino đã tới thị sát tiến triển của việc tổ chức. Ông đã tới thăm công trình xây cất sân vận động chính Al Wakrah Stadium. Điều tôi chú ý là ông đã dùng xe điện ngầm đi từ trạm Doha Exhibition and Convention Center (DECC) đến trạm Al Wakrah. Như vậy là ông đã đi cọp, không mua vé, vì hệ thống metro tại Doha chỉ sẽ khai trương vào cuối năm nay.

Dự tính là vậy nhưng, không biết có phải họ biết có tôi tới Doha hay không, mà hệ thống metro tân tiến này đã được khánh thành sớm. Khi tôi tới thì metro đã mở cửa cho công chúng tuy chưa hoàn tất. Họ dự trù có ba đường metro, được gọi bằng màu sắc: đỏ, vàng và xanh. Cũng chơi màu như hệ thống metro ở Montreal chúng tôi. Đường vàng đã xong hoàn toàn, đường đỏ còn một trạm chót phía Bắc chưa đi vào sử dụng. Còn đường xanh còn đang xây cất. Ông Infantino đã đi trên đường đỏ, từ trạm DECC tới trạm Al Wakra là trạm chót phía Nam của đường này.

Trong bốn ngày lưu lại Doha, metro là phương tiện chuyên chở tôi dùng hàng ngày. Trạm metro ở ngay trước cửa khách sạn. Bước ra khỏi cửa là leo lên những con tầu hiện đại mới tinh, không người lái, muốn đi tới đâu cũng được. Metro ở Doha khác với các nơi khác trong cách điều hành.

Metro là một phương tiện di chuyển bình dân, đại chúng và phổ quát. Thường thì khi metro tới là chúng ta hè nhau leo lên, kiếm chỗ ngồi thoải mái, toa nào cũng được. Metro ở Doha khác. Có ba hạng toa: toa ngoại hạng gọi là gold, toa dành cho đàn ông gọi là standard, và toa dành cho đàn bà, con nít và các ông đi theo gia đình gọi là family. Chúng tôi thường lấy vé đi nguyên một ngày với giá 6 riel.

Nếu muốn sang thì đi hạng Gold giá tới 30 riel lận. Một riel khoảng 25 xu Canada. Có lần một nhân viên soát vé mở cửa từ toa Family sang toa Gold nên tôi nghía trộm được cái toa mà vé đắt gấp năm lần kia, coi nó sang trọng ra sao. Sang thiệt! Ghế bự tổ chảng như ghế salon trong phòng khách, trang trí đẹp như đền thánh. Tôi thấy một ông râu ria ngồi dang chân dang tay rất chi là quan cách. Vì phân hạng như vậy nên khách phải đứng đúng cửa lên. Ngăn cách tàu và chỗ đứng chờ tàu là một bức tường kính, có thể soi gương chỉnh lại nhan sắc được. Tường bao trùm kín mít không nhìn thấy xe metro đâu. Không như metro tại Montreal, chỗ đứng chờ trống hốc trống hoác không một ngăn cách. Mỗi cửa đều có ghi hàng chữ Gold, Standard hay Family. Khi metro tới, cửa mới mở cho hành khách lên. Nhìn cách phân hạng, tôi thắc mắc tại sao không có toa dành cho đàn bà. Nhưng suy ra mới biết là đàn bà ở Doha đâu có được ra đường một mình!

Muốn vào metro phải scan vé nơi cửa có thanh ngang chặn. Muốn rời metro cũng phải scan vé. Không hiểu sao khi ra cũng cần kiểm soát như vậy. Nhưng thắc mắc của tôi chỉ là chuyện nhỏ. Dù đã xét vé khi vào khi ra, vậy mà ngay khi đang ở trên các toa metro vẫn có những nhân viên đi soát vé từng người. Làm chi phải kỹ lưỡng như vậy? Bộ dân chúng có tính gian hay sao? Văn hóa các nước Ả Rập khác chúng ta nên tốt nhất là dẹp cái thắc mắc đi cho được việc nhà nước. Có một lần tôi chứng kiến nhân viên soát vé trên toa metro mời hai hành khách nam đi một mình mà vô toa Family phải quay về toa standard dành cho phái nam.

Nam nữ thụ thụ bất thân được thi hành triệt để. Toilet nam và nữ trong các trạm metro cũng như tại các nơi công cộng khác không kề vai sát cánh như tại Bắc Mỹ mà chia cách nhau một khoảng xa. Nam là nam, nữ là nữ, ngàn trùng xa cách. Nhưng với du khách, khi cần đi toilet, phải cẩn thận. Bảng phân biệt bên nam bên nữ chỉ vẽ hình người, không đề chữ chi cả. Ngặt một cái là hình người nam hay người nữ đều mặc áo choàng và trùm đầu như nhau, làm sao phân biệt? Sau vài lần kinh nghiệm, tôi mới tìm được cách phân biệt của họ. Nam áo trắng, nữ áo đen!

Thông thường trên bảng vẽ, bên nam cũng như bên nữ, đều có hai hình ngăn cách bằng một lằn kẻ. Một hình đứng và một hình quỳ. Chuyện chi vậy? Ngẫm ra mới biết là người đứng là đi vệ sinh, người quỳ là cầu nguyện. Nhà cầu và nơi cầu nguyện luôn dính vào nhau. Khi tới cửa, coi hình mới biết bên nào là nhà cầu, bên nào là nhà nguyện. Lớ ngớ dám đi lộn bên cầu bên nguyện lắm!

Vì phân biệt nam nữ kịch liệt như vậy nên khi chúng tôi đi tắm biển ở bãi tắm Katara, nhiều chuyện vui vui đã xảy ra. Bãi tắm toàn du khách, không thấy dân địa phương. Du khách thì thoải mái quen rồi. Hai anh vừa là nhân viên cứu cấp, vừa là an ninh giữ gìn trật tự, thì cứ việc công thi hành. Các ông thì dễ. Đừng mặc xi-líp tắm, cứ quần tắm dài xuống tới gần đầu gối là OK. Tôi đúng tiêu chuẩn ngay vì không xớn xác mặc chẽn khoe của. Có chi mà khoe! Các bà rắc rối hơn. Bikini hai mảnh thì bị lắc đầu ngay, khỏi phải ngôn. Áo tắm một mảnh nhưng phía dưới không xòe ra mà gắn chặt như si-líp là thua. Nhiều bà tức khí không thèm tắm nữa, thuê ghế và dù ngồi ngắm mấy anh an ninh tới rách mắt. Có bà mê biển quá đành chơi nguyên quần áo xuống nước vừa tắm vừa giặt! Anh an ninh chắc cũng hơi quê nên nói với tôi: "Ông thông cảm. Đây là một nước Ả Rập!".

Dân chúng trên đường phố chỉ vận có hai màu. Nam trắng nữ đen. Không có ngoại lệ. Đồng dạng như vậy chán chết. Vậy mà họ có rất nhiều shopping mall sang trọng, bán những áo quần loại đắt tiền, mác miếc đàng hoàng, mà toàn những mác thượng hạng ngoại hạng, để mặc lúc nào không biết. Đó là một bí ẩn khó hiểu. Tôi đã tới một shopping mall sang trọng như ở Las Vegas. Đó là Villagio Mall. Trần nhà là bầu trời có mây bay khiến khách đi dạo có cảm tưởng như đang ở ngoài trời. Tới khi thấy những con lạch có gondola chạy chở du khách thì trí nhớ mới mách bảo liền lập tức: y chang như The Venetian ở Las Vegas. Nhưng rộng lớn hơn The Venetian tới mấy lần. Đó là chỉ nói về khu shopping mall thôi. The Venetian còn có thêm sòng bài và khách sạn, hai thứ mà Villagio Mall không có. Villagio Mall có riêng một khu dành cho những cửa hàng xịn. Đủ mặt anh hùng chen vai thích cánh. Sang cỡ nào cũng có. Không biết có cần phải nói thêm là Villagio Mall này đã được liệt vào danh sách 10 shopping mall nổi tiếng nhất thế giới không.

Chen vai thích cánh trên đường phố là các tà áo choàng. Đàn ông đàn bà đều lượt thượt như nhau nhưng những chiếc áo choàng đen coi bộ lép vế hơn. Phụ nữ thì nơi nào cũng vậy, thích làm đẹp. Phụ nữ

Ả Rập cũng không ngoại lệ. Chiếc áo choàng đen tối tăm cho người đàn bà có ít cơ hội làm đẹp nhưng cũng được thêm thắt chút hoa lá cành. Có những cô, chắc còn trẻ, đó là tôi đoán vậy chứ có thấy mặt mũi chi đâu, điểm thêm ít cánh hoa đỏ sậm chạy dọc theo bên cạnh áo. Hoặc có những đường ren kín đáo chạy dài theo thân áo. Nhưng mặt mũi nhất thiết phải chôn trong làn vải kín cổng cao tường. Có người để hở hai con mắt nhưng cũng có người trùm thêm một tấm voan đen che luôn mắt. Mặt mũi chôn kín dưới làn vải thì ăn uống ra sao. Tôi có ý quan sát trong mấy ngày lưu lại Doha và thấy có hai… trường phái. Có những bà mang khăn trùm có chiếc móc ở phần giữa trán. Khi ăn họ tháo chiếc móc, vải che tụt xuống để hở miệng. Có những bà kín đáo hơn, họ đưa thức ăn từ phía dưới làn vải trùm lên miệng. Họ chỉ cần vén chút vải cho khỏi dính đồ ăn.

Tôi quan sát được chút tiểu tiết cho trí tò mò này tại một khu cổ kính nhất Doha: Souq Waqif. Souq có nghĩa là "chợ". Được thành lập hơn trăm năm trước, khu chợ này ngày nay vẫn còn là nơi có nhiều du khách tới nhất. Những con đường nhỏ hẹp, quanh co đầy những cửa hàng bán buôn. Phần lớn là những tiệm ăn nhỏ bán các thức ăn như hamburger, khoai chiên và các loại thức ăn Ả Rập mà tôi chưa dám thử. Nơi đây cũng có vài tiệm lớn với từng dãy bàn ghế bày lộ thiên. Đặc biệt là tại mỗi bàn của những tiệm này thường có những ống điếu shisha cho khách phun khói. Ngoài các tiệm ăn, khu chợ cổ này còn có những cửa hàng nho nhỏ bán các trang phục Ả Rập, vải thêu, hương liệu và các đồ kỷ niệm. Người đi qua, người đi lại, nơi đây có lẽ là nơi tấp nập nhất của Doha, một thủ đô chỉ có một triệu tám trăm ngàn dân. Con số khiêm nhường này vậy mà chiếm tới 80% dân số Qatar!

Ít người nhưng tài nguyên dầu hỏa nơi đây rất lớn. Dân chúng nơi đây rất giầu có. Khu nhà giầu Porto Arabia, được mệnh danh là hòn ngọc của Doha là một khu quy tụ những dân có máu mặt. Tôi tới nơi đây vào một buổi sáng chỉ để ngắm nhà cửa và nhất là du thuyền. Trên bến thuyền, tôi thấy có những chiếc du thuyền ít nơi trên thế giới này có. Chúng được làm bằng gỗ đánh véc-ni bóng loáng. Ngồi trên ghế đá ngắm du thuyền, tôi nghĩ họ phải bỏ biết bao nhiêu công lao để bảo trì chúng. Công lao đó đã có những công nhân tứ xứ đảm đương giùm họ.

Doha là nơi có nhiều công nhân ngoại quốc tới làm việc. Vừa xuống phi trường, vào khu chờ xe của khách sạn tới đón, tôi đã gặp một anh đón khách da đen, người Nigeria, còn độc thân. Anh tâm sự đã làm việc được gần chục năm. Tôi hỏi về đời sống tại một nơi cấm uống rượu, không có trà đình tửu điếm, ra sao. Anh nở nụ cười chịu đựng, nói: chuyện chi rồi cũng quen, miễn là kiếm được tiền. Anh gác cửa khách sạn tôi cư ngụ là một người đến từ Nepal. Anh có vợ con nhưng mỗi hai năm mới về thăm gia đình được một lần. Lái xe buýt là một anh người da đen tới từ Zambia. Đông nhất có lẽ là người Philippines. Chiều chiều, con đường trước khách sạn có những công nhân lũ lượt đi chợ. Trông họ rất vui vẻ, có lẽ vì họ được trả công hậu hĩnh. Những công nhân vệ sinh tại khu Porto Arabia toàn là người da đen không biết tới từ xứ sở nào. Họ làm rất tà tà, tụ họp nói chuyện dưới những bóng mát hiếm hoi của cây cối. Công nhân dọn phòng tại khách sạn đều là những người tới từ Phi châu, Đông Âu và Á châu. Thường thì mỗi sáng, tôi có để chút tiền cho người dọn phòng trước khi đi. Khi về, phòng đã được dọn dẹp đàng hoàng nhưng tiền vẫn còn nguyên trên bàn. Vài ngày như vậy, tôi mới suy ra chắc họ bị cấm không được phép lấy. Nhưng khi tôi gặp họ, cho tiền thì họ vội vàng cất, hình như sợ có người nhìn thấy. Có lẽ họ bị ép vào một kỷ luật khá chặt chẽ.

Sống tại một nơi khác văn hóa lại nhiều cấm ky, chắc họ phải chịu đựng cuộc sống. Nhưng khi cuộc sống bắt như vậy, họ làm chi có đường binh khác. Tôi không thấy các người địa phương làm việc. Chắc các đại gia dầu hỏa này chỉ ngự trong phòng lạnh sang trọng. Thấy chăng, tôi chỉ biết có những nhân viên di trú kiểm soát tại phi trường là người địa phương. Việc này chắc họ không giao cho các công nhân ngoại quốc được.

Sau bốn ngày lưu lại nơi đất nước trẻ trung với những tòa nhà kiến trúc rất lạ, ban đêm những tòa nhà này lên đèn rất lộng lẫy, những con đường rộng rãi, những lề đường lát gạch trơn tru, tôi lại ra phi trường hẹn gặp các cô gái trùm đầu nhiễu sự. Nhưng tôi đã ngạc nhiên khi người tôi gặp, cũng trùm kín mắt mũi, nhưng tươi cười vui vẻ. Trò chuyện tôi mới biết cô làm ca đêm, từ 9 giờ tối tới 6 giờ sáng hôm sau. Lúc cô làm thủ tục rời Doha cho tôi là 5 giờ rưỡi, chỉ còn nửa giờ nữa là cô hết ca. Thức cả đêm mà mặt mũi vẫn tươi tỉnh. Đưa thông hành lại cho tôi, cô chúc tôi bằng an và hy vọng tôi giữ được những kỷ niệm đẹp sau thời gian lưu lại Doha. Kể ra cũng là một kết thúc đẹp cho một cuộc phiêu lưu tới một thế giới khác!

Song Thao

Quốc kỳ Qatar.

Du thuyền bằng gỗ tại khu nhà giàu *Porto Arabica*.

Nhà chọc trời tại Doha ban đêm.

Bãi biển Katara.

Trong khu mua sắm Villagio Mall.

Gondola trong khu mua sắm Villagio Mall.

Bảng chỉ toilet và phòng cầu nguyện nữ.

Bảng chỉ toilet và phòng cầu nguyện nam.

Bản đồ vị trí Doha và Dubai

Trời Chưa Kịp Tối

HUỲNH DUY LỘC

Nhìn những dây tơ hồng, bà Tư cảm thấy khó chịu. Không hiểu sao ông chủ lại ưa thích loại dây này? Càng ngày nó càng mập phệu ra, trong khi cây nhãn ngày càng cằn cỗi, lá úa dần. Cầm con dao trên tay rồi lại bỏ xuống, bà tự nhủ: mình không thể thương tiếc cái giống này. Một thứ ký sinh, chỉ biết bám trên lưng kẻ khác mà sống. Tuy bản tính hiền từ, vốn yêu cây cỏ, nhưng bà buộc phải cắt đi sự sống của nó. Đưa tay quệt những giọt mồ hôi tươm ra trên trán, bà ngồi phịch dưới tán nhãn, thở phào nhẹ nhõm. Lòng bà dâng lên một niềm vui. Mỉm cười toại nguyện, bà mang thùng nước tưới đều lên gốc nhãn khô cằn. Những chiếc lá uống no nước dường như mấp máy cảm ơn chi đó.

Một hôm, ông chủ đứng bên ô cửa sổ nhìn ra vườn. Ông la toáng lên như đỉa phải vôi, khi thấy những dây tơ hồng không còn nữa. Điên tiết, ông không hề quan tâm cây nhãn đang dần xanh lá. Bắt đầu trổ hoa, phả ra mùi hương dễ chịu. Ông giận dữ gọi bà lên phòng khách, cật vấn:

- Sao bà lại vất đi những dây tơ hồng? Bà có biết tôi đã cất công đi tìm, mang nó về hay không? Người ta nuôi nó bám khắp trên những cây kiểng quý, thì sá gì mấy cây nhãn quỷ quái ấy?

Bà Tư nhìn ông chủ lo sợ, ấp úng:

- Dạ... dạ... dạ...

Rầm! Cơn giận dữ theo nắm đấm bàn tay ông đập mạnh xuống mặt bàn, khiến lọ hoa giật nẩy tung lên, rơi xuống đất vỡ tan tành. Bà Tư lom khom cúi nhặt mấy nhánh hồng, thu gom những mảnh thủy tinh văng tung tóe. Ông chủ vẫn chưa nguôi giận. Thẳng chân, ông đá phăng chiếc ghế đai gần đó, quơ mấy nhánh hồng bà vừa đặt lên bàn ném vù ra vuông cửa sổ. Bỗng ông xòe bàn tay ra, trừng mắt ngầu đỏ như xoáy sâu vào vệt máu đang từ từ rịn ra. Ông trút cơn cuồng nộ lên đầu bà :

- Bà là người ăn kẻ ở trong nhà. Bà không phải chủ, tại sao dám tự tiện làm những chuyện như thế ?

Bà Tư như được cởi oan khiên, thủng thỉnh nói:

-Dạ... dạ thưa ông, tôi có xin phép cô rồi.

Nghe nhắc tới vợ, ông có vẻ nguôi:

- Bà ấy nói sao?

- Dạ cô nói, tôi muốn làm gì thì làm. Cô cũng thấy rằng loại tơ hồng này chẳng ích lợi gì, ngược lại nó còn...

- Thôi! Bà ấy mà biết khỉ gì. Giờ, bà đi tìm dây khác cho tôi!

Bà Tư khúm núm, lễ phép:

- Thưa ông chuyện đó không khó. Tôi sẽ trồng đền ông lại vào chiều nay. Loại này thì dễ sống lắm mà. Khó khăn là loại cây cày sâu rễ vào đất để cho củ, cho trái cho bông kìa, vốn là dân quê nên tôi không chịu được thứ loài vô liêm sỉ đó. Bởi vì tôi sợ cây nhãn sẽ kiệt sức, chẳng những không đơm hoa kết trái mà còn chết khô trong nay mai thôi!

Nói xong, bà Tư cúi xuống nhặt nhạnh những mảnh vỡ vào lòng tay, đi thẳng ra vườn. Bỏ cả bữa cơm trưa, bà ngồi nhặt từng sợi dây tơ hồng thả đều khắp lên nhánh, cành cây nhãn. Mắt hoe đỏ, bà cố nuốt nước bọt hầu đẩy cơn nghẹn đang ứ nặng cổ. Tiếc thay bà không tài nào nuốt được cái uất nghẹn đó mà còn nghe miệng khô đắng thêm. Bà nhớ lại những lời sỉ vả của chủ rồi đâm buồn tủi thân.

Trước ngày lên phi cơ đi nước ngoài, ông bà chủ cũ đã gởi bà Tư cho người chủ mới của căn nhà này, để bà được tiếp tục làm thuê. Bà rượi buồn khi phải xa người chủ cũ. Bà băn khoăn không biết người chủ mới ra sao? Tuy nhiên bà tự an ủi: «Chủ nào chăng nữa, mình cũng chỉ là một kẻ làm thuê thôi. Bà mong chủ mới biết thương những người lao động nghèo khổ như mình.

Với chủ mới, hàng ngày bà vẫn làm công việc bình thường là đi chợ, nấu nướng, giặt giũ và ru con trẻ. Tuy xa chủ cũ bà có buồn đấy, song cũng may ở đây vẫn còn lại vườn cây và bầy bồ câu để bà chăm sóc, tâm tình. Ông chủ mới luôn bận bịu công việc. Ông không hề quan tâm tới bầy chim câu hay các cây nhãn trong vườn. Lúc nào ông cũng lên cơn sốt theo giá vàng và hối suất đô-la. Một hôm ông cho người đến hạ hết những cây nhãn mà bà Tư đã thêm một lần dọn sạch đám tơ hồng mập ú thối thây kia. Đồng thời những tay súng tài tử xa lạ đến nhà. Họ được phép vui vẻ, rình bắn những chú chim câu hiền hậu vô tội. Những nhát cưa phũ phàng cắt rời thân cây như ai đó đã khứa dao vào thân bà. Tiếng súng đì đùng nhức buốt màng tang, hạ gục những chú chim mình đầy máu. Ngực bà nhói lên, đau nhức như vừa trúng đạn. Khu vườn trở thành bãi đất hoang, lởm chởm những gốc với gốc. Nắng hè thiêu đốt mặt đất nứt nẻ. Căn phòng trở nên oi bức. Bụi cát có dịp theo gió tràn vào các cửa sổ. Bà Tư buồn bã ngồi nhìn những thân cây nằm ngổn ngang khô rụi trong nỗi bất lực của mình. Cái mái ấm xinh đẹp của các chú chim câu không còn nữa. Mà các chú chim có còn đâu để đòi hỏi kiếm tìm nơi trú ngụ?!...

Vài hôm sau, đột ngột bà nghe từ mái nhà bên kia. Ngoài tường rào khu vườn, có tiếng con chim câu đang gù, bà dõi mắt tìm kiếm. Mừng rỡ khi thấy ánh mắt hồn nhiên, dễ thương của nó dõi tìm bà. Đó là con chim câu sống sót của bầy chim nhà. Tội nghiệp, nó đơn lẻ biết chừng nào khi xa bầy cách bạn! Nó mừng rỡ, vỗ cánh bay, lượn lờ quanh bà như vuốt ve trìu mến. Sà đôi cánh nhỏ rà một đường, đáp nhẹ cạnh bà. Cổ nó phùng lên, miệng liên hồi gù. Bà đưa tay vuốt ve nó như đã từng ve vuốt trước kia, rải thóc cho nó ăn. Bà thủ thỉ những chuyện không đâu vào đâu như gặp một người bạn tâm đầu ý hợp. Bà ngùi thương nó mà cũng ngùi thương mình! Bà Tư thầm nhủ: «Dù cây trong vườn, mái ấm của nó không còn. Mặc dù người chủ vô tâm đã đuổi xô, bắn giết, nhưng nó vẫn quay về. Bà nghĩ nó còn biết thương mái ấm, mảnh vườn, còn mình sao lại bỏ quê ra đi? Lần quần trong nhà, bà cảm thấy tù túng, khó chịu, còn ra đường âm thanh ồn ào cùng bụi, khói cay nồng nặc, chưa nói đến tai nạn giao thông, trộm cướp. Cuộc sống xô bồ mất hết tình người càng khiến bà thêm khốn khổ. Hàng ngày đi chợ không biết nơi đâu mà lần, tìm mua những thực phẩm, thịt, cá, rau, củ không có chất thuốc gây nhiễm độc. Bà thở dài, hai hàng nước mắt già nua rưng khóe. Niềm vui bà có được hiện giờ, duy nhất chỉ có chú bồ câu sống sót này thôi. Bà Tư giấu biệt ông chủ chuyện con chim câu trở về. Bà nhịn ăn sáng để lấy tiền mua thóc cho nó. Cứ hai ba ngày con chim lại bay về, đậu trên nóc nhà gù không ngớt. Khi thấy không có ông chủ ở cạnh, nó mới nhẹ nhàng liệng xuống chiếc vai gầy gò của bà.

Một hôm bà đang cho nó ăn, đột nhiên con mèo từ bếp chạy ra thủ thế chực vồ. Nó không hề lo sợ. Bà nhanh tay cầm que củi xua con mèo đi. Trong sự an toàn đó của con câu, bà Tư đột nhiên kinh ngạc khi nghe tiếng đập cánh hốt hoảng. Bà còn đang ngẩn ra thì một giọng nói quen thuộc, lạnh như băng, đầy uy quyền từ sau lưng bà vang lên:

- Nhà cửa bộn bề, bà không lo dọn dẹp mà lại thảnh thơi cho chim ăn. Tiền đâu bà mua thóc cho nó? Bà ăn chặn tiền chợ hả ? Tôi không muốn thấy cảnh này xảy ra nữa. Nếu bà còn ngoan cố, tôi đuổi bà ngay.

Mắt rướm lệ, bà uể oải đứng lên đi vào nhà, mang giẻ lau lớp bụi bám trên kiếng cửa sổ. Sau ngày đó, mỗi chiều, bà thường ra sân vườn nhìn mái nhà bên tìm bóng con chim quen thuộc mất quê. Một hôm, đang lúi húi lo cơm nước, bà nghe một tiếng súng chát chúa vang lên từ phía khuôn cửa sổ. Sau đó là một tràng cười man dại. Bà tất tả chạy ra như nghe tin người thân mình chết trận. Mà thật vậy, "người thân" của bà vừa mới qua đời: con chim câu nằm co quắp với vết thương đỏ máu nơi ức. Đôi mắt nó mở trừng nhìn bà như muốn nói điều gì và như đang chờ bà vuốt mắt. Bà bước đến, ngồi xuống, run tay bế chú chim lên, úm xác nó vào lòng. Lặng lẽ ứa nước mắt, bà đưa bàn tay khô sần của mình vuốt nhẹ lên đôi con mắt thao láo, oan ức, tức tưởi kia. Lạ lùng thay mi mắt nó khép lại nhẹ nhàng. Lão chủ bước tới, chống nạnh:

- Bà Tư, bà còn chờ gì mà không mang nó vô nhà nhổ lông?

Ngồi đó mà khóc với những giọt nước mắt cá sấu, kỳ cục! Mấy người già thật khó hiểu!

Bà mang xác con chim vào bếp, bị buộc chính tay bà nhổ lông, làm thịt một người bạn thân quen. Chiều hôm đó ông chủ được một món ăn ngon. Còn bà Tư thì buồn đau xé lòng. Bà không nuốt nổi một hạt cơm nào. Bà nghĩ ở đây sao lại lạnh lùng vô cảm đến vậy! Bà phải đi thôi! Rời khỏi căn nhà này trước khi trời tối. Con chim câu đã chết như một lời cảnh cáo. Biết đâu... Bà rùng mình không dám nghĩ thêm. Bà cập rập từ biệt ông chủ, hấp tấp bước đi mà còn vẳng nghe tiếng lầm bầm của ông: "Mấy người già thật khó hiểu!".

Huỳnh Duy Lộc

ĐẶT MUA DÀI HẠN
Tạp chí NGÔN NGỮ
Phát hành 2 tháng 1 kỳ

Ở Hoa Kỳ:

$120 US/1 năm
$20 một số
Liên hệ: Lê Hân, han.le3359@gmail.com - tel: (408) 722-5626

Ở Canada:

$138 CAD/1 năm
$25 một số
Liên hệ: Tạ Trung Sơn, tatrungson@hotmail.com
tel: (514) 354-5338

Ở Pháp:

Mua qua www.amazon.fr

Ở Đức:

Mua qua www.amazon.de

Ở Việt Nam:

150.000 đ một số
Liên hệ: Nguyễn Thành, vanhocunescom@gmail.com
tel: (84) 0903385141

Ngày Về
NGUYÊN CẨN

Buổi chiều đầu tiên tôi ghé bệnh viện. Anh Hạnh gào lên, mắt long lên đỏ ngầu.

- Chú phải dịch lại hộ anh xấp hồ sơ này. Anh phải đến nước Mỹ. Nó phải xem anh là thượng khách của nó.

Tôi rùng mình, cảm thấy bất an, phần lo cho anh, phần lo cho mình, không nhận lời thì khó xử, mà nhận lời không làm được thì anh ấy lại trách cứ mình. Rõ phiền! Tôi nghe cậu em của anh từ Hà Nội vào nói là anh đã thuê người ta dịch mấy năm nay gửi nhiều nơi. Tôi nhìn kỹ gương mặt rất đàn ông của anh, cằm bạnh, mặt vuông, gân guốc, khắc khổ, nhưng có đôi mắt thì hình như đã lạc thần, không còn tinh anh như ngày xưa.

Tôi nhớ cái ngày đầu tiên anh vào nhà tôi theo bác Phát dễ chừng có đến hơn bốn mươi năm rồi. Vẻ ngoài cương nghị có phần lạnh lùng của anh làm ba tôi chú ý. Anh vào nhà ngồi lầm lì không nói nhưng cặp mắt anh khiến người ta sợ vì không chỉ sáng mà còn toát lên vẻ dò xét xoáy vào người đối diện. Ngày ấy, anh là một trung úy bộ đội hồi chánh còn bác Phát là một quan chức thuộc Bộ Chiêu hồi, sau khi tiếp nhận anh từ Ty Chiêu hồi Vũng Tàu đã cảm nhận được khí phách của gã hồi chánh viên này nên cảm mến và nâng đỡ. Tuy anh học Đại học thể dục thể thao, là kiện tướng điền kinh nhưng rất mê triết học. Anh mê Trần Đức Thảo, và anh nói anh thất vọng khi ông bị kết án vì dính líu đến phong trào Nhân văn Giai phẩm. Anh tranh luận suốt mấy tháng với bác Phát, vì anh nói dù hồi chánh nhưng anh tin Mác Lê là học thuyết của tương lai, đáng xem là lý tưởng… Bác Phát sẵn sàng đấu lý với anh vì ông cũng am tường Mác Lê. Hai bác cháu tranh luận ròng rã ngày này qua ngày khác. Mãi đến hai năm sau anh mới thú nhận ban đầu anh chỉ hồi chánh giả vờ để cài cắm vào hàng ngũ những kẻ đã phản bội lý tưởng. Nhưng anh đã cảm thấy tâm phục bác Phát khi ông sống tình nghĩa và yêu thương, cũng như thứ lý luận sắc bén của ông đã cảm hóa anh trong những cuộc tranh luận nảy lửa về học thuyết, nhất là khi ông chứng minh chủ nghĩa Mác không thể thực hiện ở Việt Nam và cả thế giới ít ra là trong thế kỷ này khi triệt tiêu động cơ cạnh tranh trong kinh tế và những người thực thi lạm sát những kẻ bất đồng chính kiến. Ông nhận định tác phẩm "Triết lý đi về đâu?" của Trần Đức Thảo, phân tích rạch ròi cái thiếu và cái yếu trong lý luận của triết gia lỗi lạc ấy. Và cuối cùng, anh hồi chánh thật! Khi quay lưng với tổ chức, anh đã biết mình không thể nào trở lại được.

Trước khi vào Nam, anh đã có một cô vợ sinh viên tên Nguyễn Thị Liên. Họ quen nhau trong Trường thể dục thể thao. May sao họ không có con với nhau nên khi anh đi B được báo về mất tích, cô Liên cũng đi lấy chồng khác.

Sau đó anh đã cưới Thoa, một cô gái hiện đại, con một thương gia quen với bác Phát. Nhà nàng làm xuất nhập khẩu nên Thoa như một bà hoàng, cung thượng tiếp hạ, kẻ ăn người ở quanh mình, không động móng tay tới việc gì. Quan điểm sống có phần trái nghịch nhưng vì nể bác Phát, anh đành nhẫn nhịn, vả chăng cô ấy cũng chỉ se sua thế thôi chứ tâm địa rộng rãi, không chấp nhặt chuyện vặt vãnh bao giờ. Họ có với nhau một cậu con trai kháu khỉnh tên bé Giác. Vì anh bảo nghe nhạc hiệu chiêu hồi qua bài Ngày về của Hoàng Giác nên luôn mang trong tâm trí tiếng vọng bài hát đó.

Sau ngày Thống nhất, gia đình Thoa bị đánh tư sản, mất gần hết cơ nghiệp, anh đưa vợ con về Tây Ninh, nhờ một anh bạn quen lúc trước ghi vào hộ khẩu, khai tên mới là Nguyễn Văn Liên. Thoa không chịu nổi cực khổ ở vùng đất khô cằn mới. Cô toan tính vượt biên, nhưng anh ngăn nàng lại và bảo "Hãy chia sẻ sự nghèo khó cùng nhau vì đi cả ba người thì không đủ tiền". Anh loay hoay xin được một chân trong Ban văn thể Xã. Được phân công làm phó ban, lại từng là kiện tướng điền kinh nên anh phải trổ tài để thuyết phục mọi người. Anh luôn về đầu trong các cuộc thi điền kinh cấp huyện. Nhưng như cụ Nguyễn Tiên Điền đã viết "Càng cao danh vọng càng nhiều gian nan".

Một ngày nọ Tỉnh tổ chức thi Hội Thao cấp liên huyện. Anh thoái thác lấy cớ đau chân nhưng đích thân ông Chủ tịch Huyện đến nhà vừa năn nỉ, vừa cưỡng ép anh tham dự vì đó là danh dự và uy tín của huyện nhà. Linh cảm điều chẳng lành, nhưng anh nghĩ giờ này có ai biết Nguyễn Văn Liên là thằng nào. Vả chăng ở cái xứ giáp biên giới Campuchia này ai đến đây xem Hội thao làm gì nên anh mạnh dạn ra đi và tung hết sức để đoạt huy chương. Và cái đường đua oan nghiệt 1500 mét ấy là tai họa của anh. Anh chạy về nhất toàn khu vực liên tỉnh miền Đông. Anh chìm ngập trong hoa và cờ và những lời chúc tụng. Anh hãnh diện đi giữa những người hâm mộ và các phóng viên báo chí tỉnh nhà và có cả báo đài Trung ương. Bất chợt, có người hỏi anh:

- Này anh, anh tên gì nhỉ?

- Liên, Nguyễn Văn Liên. Hạnh dõng dạc trả lời.

Giọng nói kia tiếp tục:

- Anh Liên cho tôi hỏi câu này nhé?

Giật mình, nhưng cố trấn tĩnh, anh quay lại. Một gã phóng viên rậm râu cặp mắt ti hí soi mói nhìn anh. Gã nói giọng trầm xuống:

- Có phải anh là Trần Vũ Hạnh, kiện tướng điền kinh Hà Nội không?

Anh thấy hai chân bủn rủn, anh nói thật nhanh:

- Không, tôi là Nguyễn Văn Liên. Anh nhìn nhầm người rồi!

Lúc ấy, anh cảm thấy tấm huy chương quanh cổ nặng như một cái gông trì xuống. Gã phóng viên biến mất. Nhưng anh không phải đợi lâu. Ngay trong chiều ấy, một đoàn gồm cả gã phóng viên ấy, đi cùng với chủ tịch xã, hai dân quân và hai công an đã đến nhà anh lục soát. Họ gằn giọng: "Anh mang quần áo theo chúng tôi về Ty công an làm việc".

Và sau đấy cái gì phải đến đã đến. Anh trải qua những ngày và cả những đêm căng đầu viết kiểm thảo trước khi bị đưa vào trại cải tạo cùng với những người đào ngũ khác. Ở đấy, anh bắt đầu đoạn đời 8 năm tù với tất cả sự nhục nhã của một kẻ phản bội. Tệ hơn cả những người được gọi là ngụy quân ngụy quyền vì họ không dành cho anh dù chỉ một chút kính trọng. Anh bị gọi lên bất kể giờ giấc để tường trình những hành vi chống phá cách mạng sau khi hồi chánh dù anh khai đi khai lại rất nhiều lần. Còn không được ai thăm nuôi trong suốt mấy năm đầu. Mãi đến năm thứ ba thì cô em từ Hà Nội vào, lấy tư cách một trung úy trong quân đội xin thăm anh trai. Câu đầu tiên anh hỏi cô ấy là:

- Chị đâu?

Cô em lí nhí:

- Anh đừng hỏi chị ấy nữa? Chị với thằng Giác vượt biên, đã định cư ở Úc rồi! Anh đừng hy vọng nữa vì em nghe nói sang bên chị gặp lại ông bồ cũ, ở chung với nhau luôn rồi!

Anh thở dài.

- Chóng vánh thật! Hạnh phúc mong manh như sương long lanh đầu cành nắng sớm. Ông nhạc sĩ nào bảo thế mà đúng! Hạnh nhớ thằng bạn xem tử vi cho anh có lần bảo "Cung thê mày thiên mã ngộ hồng đào, ba bảy hai mươi mốt ngày chia tay. Được mấy năm là phước mày lớn đấy!".

Rồi 8 năm sau anh ra tù, lang thang trong thành phố như một cách chim đã gẫy. Không việc làm, không nhà cửa, không hy vọng, không tương lai. Anh nương nhờ nhà thằng bạn ngày xưa lúc anh còn trong Ty chiêu hồi. Anh tạm nương náu ở đất Sài Gòn chứ không về Hà Nội theo cô em. Anh muốn quên hết rồi dù vẫn nhớ những ngày dạo quanh bờ Hồ một lần... Ngày ấy chiến tranh mà sao thơ mộng thế! Nhớ những con đường Đinh Lễ, Nguyễn Xí, Lý Thái Tổ, Ngô Quyền, Trần Nguyên Hãn, Lò Sũ, bát nước chè xanh, điếu thuốc lào vỉa hè. Anh nhớ nhưng không thể về... Hà Nội đã xa vời vợi trong anh. Mùi hoa sữa, mùi hương dạ lý tất cả chỉ còn trong khứu giác mơ hồ về thuở người chưa mang gươm vào đời với bao giấc mộng bây giờ kiếm gãy gươm cùn. Anh bơ vơ giữa chợ đời với mớ lý thuyết ngổn ngang. Có hay không một thiên đường như Marx vẽ? Có hay không?

Sau cùng thằng Bảo, bạn anh giúp anh vào làm giao nhận cho công ty xuất nhập khẩu của nó. Anh cắm đầu làm từ sáng đến tối mịt không buồn nhớ đến ngày tháng. Thằng Bảo làm trưởng phòng, béo tốt, đẫy đà, danh vọng đang lên nên đêm nào cũng tăng hai, tăng ba. Anh nhớ chính nó nói với anh:

- Cậu này, mình có cái phòng nhỏ tính làm phòng đọc sách, mà mình còn đọc mẹ gì nữa! "Sách vở ích gì cho buổi ấy" rồi nên giờ chỉ vui chơi thôi. Cậu vô tạm phòng ấy mà ở nhé!

Thế là anh về phòng đọc sách của Bảo. Quả thật ấm cúng, vừa vặn. Đúng là "buồn ngủ gặp chiếu manh". Sống bình yên như thế vài tháng.

Một đêm anh nghe tiếng gõ cửa. Thì ra là Nữ, vợ Bảo, bà chủ nhà. Thôi chết, anh thầm nghĩ, ở suốt mấy tháng mà không hỏi thăm người ta một câu. Thất lễ quá! Nữ có gương mặt ưa nhìn, ánh mắt sắc. Nàng mặc một đồ voan mỏng. Hạnh bối rối:

- Chào chị. Sao chị lại xuống dưới này? Thằng em chưa kịp cảm ơn chị cho ở nhờ.

Nữ cất tiếng giọng thổ khàn khàn:

- Sao anh nói vậy, tụi em là em út của anh thôi, đừng gọi chị nghe già quá, cứ gọi em thôi.

Hạnh bối rối. Nữ nhếch mép cười:

- Tính coi ông anh ngủ nghê ra sao? Có cần trang bị gì thêm không? Ai lại nằm đất ngủ lạnh chết! Mai em cho người mua giường với nệm cho anh nằm. Với lại anh cứ mở máy lạnh, đừng sợ tốn kém. Không bao nhiêu đâu.

Hạnh vội xua tay:

- Em để mặc anh đi. Ngủ bờ ngủ bụi quen rồi. Có phòng này là quá sang trọng rồi. Nữ gợi ý:

- Anh có mệt không? Tính rủ anh ngồi lai rai một chút vì có chai rượu thuốc ông bác cho. Anh uống em ngồi coi thôi cũng được. Ổng nói: "Rượu này ông uống bà khen mà ông xã em có thèm ngó ngàng gì đến em đâu mà khen anh ơi!"

Hạnh hơi chột dạ:

- Không Bảo tốt lắm. Không có vấn đề gì đâu!

Nữ đanh sắc mặt, gằn giọng:

- Anh khỏi bao che. Anh ấy đi đâu, ở với ai, làm gì, em đều biết nhưng vì lão toàn "bóc bánh trả tiền" nên em chưa xử thôi. Chứ con nào léng phéng vô cái nhà này tan xác với em.

Hạnh nghe lạnh ót! Quả là "Ở ăn thì nết cũng hay; Nói điều ràng buộc thì tay cũng già." (Kiều) Đáo để đấy!

- Thôi để hôm nào anh nói Bảo về sớm với em. Hạnh vớt vát.

Nữ lạnh lùng:

- Anh khỏi khuyên vì em đã có anh.

Hạnh hốt hoảng:

- Ấy chết! Anh chỉ ở nhờ thôi.

- Không, ý em là có anh bầu bạn cho vui mà. Anh sao mau giật mình quá! Nghe nói anh từng làm quân báo gì mà nhát như thỏ đế. Nữ khiêu khích.

Nàng ngồi sà xuống đất, móc trong túi ra chai rượu thuốc có chữ "sâm nhung hải mã" bên ngoài và mấy con mực nướng cùng bịch đậu phộng. Hạnh từ chối:

- Không được em ơi! Đêm nay anh mệt rồi không nhậu nổi đâu. Hôm khác đi nhé.

Nữ cầm tay anh, bàn tay nàng múp míp, đưa tay anh lên ngực mình và nói:

- Anh xem em như em gái anh đi. Đêm nay mình kết nghĩa.

Miệng nói nhưng nàng đưa tay anh vào giữa ngọn núi đôi hừng hực lửa tình. Hạnh nghe cám dỗ bốc lên từ trong ấy. Anh rung động vì cảm xúc một thằng đàn ông dồn nén lâu ngày trỗi dậy trong anh. Anh muốn vồ ngay vào cái thân hình mơn mởn ngồi bên anh sau lớp voan mỏng manh lồ lộ, muốn hôn lên cặp môi he hé mướt mọng đang chờ. Nhưng như các cụ nói người ta hơn nhau cái thiên lương còn sót lại trong mỗi con người. Cô ấy muốn trả thù chồng bằng cách "Ông ăn chả bà ăn nem". Anh không thể phản bội Bảo, kẻ đã giúp anh việc làm lại cho anh ở nhờ. Sao anh có thể làm việc đốn mạt ấy được! Hạnh ơi là Hạnh, mày có còn là con người không? Anh quay ngoắt lại nói thẳng, cố giữ vẻ lạnh lùng:

- Em đừng làm vậy. Anh không thể làm hoen ố tình bạn giữa anh với Bảo. Anh cảm ơn hai em. Em đi ngủ sớm đi. Anh hứa sẽ giữ kín chuyện này giữa hai ta thôi.

Mắt Nữ long lên:

- Giữ kín cái gì? Tôi chỉ thử xem anh là con người thế nào thôi? Anh tưởng ngủ với con này là dễ thế sao? Mai anh làm ơn cuốn xéo ra khỏi nhà tôi. Tôi không ưa loại đàn ông đạo đức giả.

Hạnh nổi nóng, nhưng những năm tháng thăng trầm đã bào mòn tự ái anh nhiều rồi, nên anh chỉ gật đầu "Anh sẽ đi", dù anh chưa biết sẽ đi đâu giữa thành phố rộng lớn này.

Hôm sau anh đến văn phòng gặp Bảo và nói:

- Mình cảm ơn cậu nhưng mình sẽ đi vì ở nhà cậu không tiện Bảo ạ!

Bảo nhìn anh, cười nhếch mép:

- Anh tán vợ tôi không được nên quê độ cuốn gói chứ gì? Cô ấy kể tôi nghe hết rồi. Thôi anh biến khỏi công ty luôn đi.

Hạnh đắng họng. Ôi tâm địa đàn bà! Nguy hiểm quá! Anh nhớ Kiều Phong và vợ Mã Trưởng lão trong Lục Mạch thần kiếm. Mình có khác gì? Anh hùng mạt lộ! Anh bước đi mà không biết đi đâu trên vỉa hè Sài gòn cho đến khi nhớ đến chị Nhỡ, người đàn bà có thời làm dân công hỏa tuyến, từng nhờ anh thu xếp chỗ ở khi họ mới vào Nam sau giải phóng. Anh men theo đường xe lửa về ga Sóng Thần, dọ hỏi mãi cũng ra. Chị mừng rỡ hỏi thăm anh và nói;

- Anh cứ ở đây đi. Hai cháu nó cũng đi làm sắp về.

Ở chung nhà với ba mẹ con đều là nữ, anh cũng ngại hỏi chị xem có chỗ nào mướn được không. Chị cười xởi lởi:

- Úi giào, cứ ở đi, có sao đâu. Nhà thiếu đàn ông có anh ở đây phụ việc lặt vặt mẹ con tôi cảm ơn không hết.

Nhưng rồi khi đăng ký tạm trú, anh công an khu vực kiên quyết không cho sau khi xem giấy tờ anh.

- Chị không chứa gã này được vì hắn là thành phần nguy hiểm đấy.

Đêm đó chị dúi vào tay anh hai chỉ vàng:

- Khổ thân anh, thôi kiếm chỗ nào xa xa vậy, Củ Chi hay Bình Chánh, đất rộng người thưa dễ nương náu. Ở đây họ khó quá!

Và anh lặn lội về miệt Bình Chánh tìm phòng trọ với hai chỉ vàng trong tay. Bắt đầu lại một cuộc đời. Anh mua một công đất trồng dứa. Thấy được anh đăng ký với xã xin mua thiếu. Họ gọi anh lên làm việc với Đội thanh niên xung phong, họ đang cần người khai hoang vì đất cần người khai khẩn rất nhiều, nên giao cho anh thêm hai mẫu nữa trồng dứa luôn. Cuộc sống cơ cực nhưng tạm ổn. Rồi sao đào hoa lại phủ bóng xuống đời anh lần nữa khi cô gái làm công cho anh, cô Hậu ngỏ ý ngủ lại cái lán sau nhà để tiện trông coi vườn tược. Cô này không xinh nhưng có duyên ngầm. Nước da đen giòn bánh mật. Cười rất tươi, lúng liếng lúm đồng tiền. Những ngày thu hoạch dứa vận chuyển ra xe. Những đêm khó ngủ. Họ cùng nhau tâm sự và anh được biết Hậu cũng có một đời chồng đi kinh tế mới bị sốt rét chết mấy năm rồi. May mà không có con nên cũng đỡ lo. Một đêm cô thở dài, nói:

- Em tên Hậu mà sao đời không có hậu gì hết!

Thế là anh nổi máu trượng phu dang tay ra cứu vớt. Anh nói:

- Anh sẽ lo phần hậu cho em!

Cô ấy lên nhà trên ở chung lo cơm nước cho anh. Cuộc sống cũng trôi qua êm đềm nếu không có cơn sốt đất vùng ven. Hậu giở chứng đòi bán miếng đất riêng của anh. Suốt ngày nàng cằn nhằn đay nghiến mãi nghe nhức đầu, anh đành phải bán công đất lấy 1 tỷ 5. Cô ta khuyên anh đừng gửi Ngân hàng vì rủi nó phá sản, đền bù có 75 triệu thôi. Mua vàng cất là hay nhất. Anh cũng ậm ừ đồng ý. Sau đó anh cất 42 cây vàng vào một cái túi để trong tủ, khóa cẩn thận. Nhưng rồi một buổi sáng anh thức dậy không thấy vợ đâu. Mở tủ thì vàng cũng bay xa. Hàng xóm nói thấy cô ta đã đi với một tay buôn thuốc lá lậu thường qua đây. Họ đi buôn hàng chuyến và không bao giờ trở lại với tất cả số vàng anh có.

Hạnh tuyệt vọng tìm rượu uống và chửi đời như Chí Phèo ngày xưa. Anh không biết mình hận ai, xã hội hay bạn bè, định mệnh hay trời đất vì nhìn đâu cũng xám ngoét. Trong lúc chén thù chén tạc, anh tâm sự về hoàn cảnh mình, có người góp ý:

- Trường hợp anh đi Mỹ được vì anh là tù chính trị mà! Anh làm bộ hồ sơ gửi Sứ Quán đi, thế nào cũng được phỏng vấn.

Trong cơn tuyệt vọng, tin lời họ, anh cũng làm không chỉ một bộ mà hàng chục bộ hồ sơ gửi từ Sứ quán Hoa Kỳ cho đến Bộ Ngoại giao Việt Nam, Cơ quan Di trú Quốc tế... cả Hội Chữ thập đỏ.

Suốt ngày anh thuê xe hết ghé những chỗ dịch thuê đường Lý Thái Tổ lại đến các cơ quan công quyền hỏi thăm tin tức. Đất đai được giao anh bỏ mặc không biết thu hoạch bao nhiêu nên kết quả lỗ mấy vụ liên tiếp. Sau ba năm có lệnh thu hồi đất vì anh làm không hiệu quả.

Buổi chiều lực lượng TNXP đến lấy đất lại, phá cái chòi của anh. May phước, căn nhà nhỏ của anh cất trên công đất riêng dù đã bán chung quanh vẫn còn, không bị phá. Anh uống rượu chửi toáng lên và lăn ra sùi bọt mép. Đám bạn nhậu hốt hoảng đưa anh nhập viện trong tình trạng sốc rượu. Anh gào la cả đêm. Họ phải chích thuốc an thần để anh bớt la. Sau một tháng nhập viện, giờ thì anh đang ngồi trước mặt tôi. Người ta tìm thấy số điện thoại của tôi trong cuốn sổ tay nhàu nát của anh. Số đó tôi cho anh khi tôi gặp anh cách đây 6 năm lúc ngồi uống café bên bờ kênh Nhiêu Lộc khi anh về ăn giỗ bác Phát.

Ông bác sĩ trưởng khoa gọi riêng tôi ra và hỏi:

- Anh là gì của anh Hạnh?

Tôi trả lời:

- Người quen của ông bác tôi.

Ông bác sĩ lại hỏi:

- Anh ấy không có ai là bà con sao?

- Có nhưng họ ở Hà Nội.

- Anh nhắn họ vào đi để có thể chuẩn bị hậu sự cho anh Hạnh vì anh ta đã bị ung thư tụy di căn vào não.

Chiều đó một phong thư từ sứ quán Mỹ gửi đến do cậu hàng xóm đem vào cho anh. Mắt anh long lên.

- Chú đọc anh nghe thử. Chừng nào họ cho đi?

Nói xong anh nằm lăn ra ngủ vì anh đã yếu lắm rồi, lại đau đớn nên họ chích morphine để giảm đau. Lát sau anh nói như trong mơ. "Họ viết gì? Chừng nào đi?".

Tôi cúi xuống nhìn giòng chữ tiếng Anh trên trang giấy.

"Kính gửi Ông Trần Vũ Hạnh

Hồ sơ tiếp nhận số XXXX

Sau khi nghiên cứu hồ sơ của ông, chúng tôi rất tiếc phải thông báo cho ông biết trường hợp của ông không nằm trong diện nhập cư hay ra đi theo chương trình ODP theo bất cứ điều khoản nào của Luật Di Trú Hợp Chủng Quốc Hoa Kỳ".

Anh chợt thức, ngước mắt nhìn lên trần nhà, rồi nhìn tôi, mắt lờ đờ: "Họ nói anh chừng nào đi?"

Tôi quay mặt đi không dám nhìn anh:

- Chắc vài ba tuần nữa mới sắp xếp xong.

- Sao lại vài tuần? Anh lẩm bẩm. Thôi kệ, cũng được. Và nhắm nghiền mắt lại.

Tôi kéo mền đắp cho anh rồi bước ra ngoài. Trời sắp Tết nên Sài Gòn se lạnh. Đường phố đã lên đèn từ lâu. Văng vẳng quán café bên đường vọng tiếng hát Thanh Long Bass với bài Ngày về:

Tung cánh chim tìm về tổ ấm
nơi sống bao ngày giờ đằm thắm
nhớ phút chia ly, ngại ngùng bước chân đi
luyến tiếc bao ngày xanh....
... Nghe tiếng chim chiều về gọi gió
như tiếng tơ lòng người bạc phước
nhắp chén men say còn vương bóng quê hương
dừng bước tha hương lòng đau.

Anh Hạnh đã ngủ say. Anh thấy gì trong mơ?

Nguyên Cẩn

Hòn Thủy - "Cố Nhân" Của Khách Lãng Du
NGUYỄN NHÃ TIÊN

Dường như những lối rêu xanh ấy vừa im lặng cất giấu một niềm bí mật, vừa hé mở tiếng nói tịch ngôn sâu thẳm của thời gian - một lý do vô tận luôn réo gọi sự khám phá của con người…

"Hái cúc ương lan hương bén áo. Tìm mai đạp nguyệt tuyết xâm khăn. Đàn cầm suối - trong tay dõi. Còn một non xanh là cố nhân".

Không cứ gì đi giữa Côn Sơn khói sương mới nghe ngàn năm bất tuyệt tiếng thơ của Ức Trai vang âm hưởng thăm thẳm, mà ngay trên Ngũ Hành Sơn, cụ thể là trên cái Hòn Thủy chon von đối diện với biển Đông này đây, bỗng dưng "cái non xanh… cố nhân" lồng lộng trong tâm hồn siêu việt của Ức Trai một thuở, như một thứ lửa truyền sinh ẩn tàng trong tầng vỉa của đất đá soi rọi từng bước chân vô thức, để rồi tôi ngẫu hứng véo von ngâm tràn cùng gió núi! Nếu như phố xá phía dưới xa kia, bầu không khí lúc nào cũng hừng hực tấp nập ầm vang sự náo động và reo vui của phố phường, thì trên đỉnh non cao này, gió và sóng biển rì rầm quanh tôi một thứ mật ngữ rao truyền về sự huyền nhiệm trước bao la non nước.

Đâu phải lúc nào ta cũng đều có thể đem cái kinh nghiệm vật lý nắm bắt hiện tượng thực tại để tìm ra câu trả lời của thế giới qua sự vận động của các giác quan. Ví như giữa trời quang mây tạnh, cái thị lực kém cỏi của tôi, nói theo mấy nhà dự báo thời tiết, cũng có thể nhìn xa trên mười kilômét. Nhưng… theo hướng của cái bàn tay thi sĩ Phạm Hầu một thuở xa xưa nào đó, từ chỗ đứng trong cái Vọng Hải đài này đây, thi sĩ đưa tay ra vẫy, thì quả không thể lấy cái tầm nhìn kinh nghiệm hữu hạn của mình mà soi rọi thấu chuyện nghìn năm. Cũng chính vì thế, những lối quanh co đá núi trên hòn Thủy này, luôn khơi gợi trong tôi một nỗi ham hố kỳ lạ. Dường như những lối rêu xanh ấy vừa im lặng cất giấu một niềm bí mật, vừa hé mở tiếng nói tịch ngôn sâu thẳm của thời gian, một lý do vô tận luôn réo gọi sự khám phá của con người.

"Ở vào thời hậu công nghiệp, du lịch là một nhu cầu không thể thiếu được, và người ta đến một nơi là để tìm cái mà người ta không thể tìm thấy ở nơi khác". Đáng lẽ ra, lúc lơ mơ tựa vào vách đá Vọng Hải đài nghe gió từng ngọn, từng luồng từ biển thổi vào, trỗi lên một thứ nhạc điệu vừa mơ hồ xa vắng, vừa rời rợi như réo gọi cảm xúc lên tiếng, thường những lúc như thế người ta hay ngẫu hứng bất chợt mà hát lên hoặc cảm khái ngâm nga đôi câu thơ nào đó. Nhưng anh bạn đồng hành tôi lại không như vậy, mà… đa đoan lý sự, và rồi lại phân bua: "- Không phải tớ nói đâu nhé, lời ấy là của một ông Phó Giáo sư Tiến sĩ ở Viện nghiên cứu Đông Nam Á nói đấy."

Suốt cả ngày nay tôi chở anh bạn "thi sĩ làng" của tôi dạy học đâu tít tận miền Tây-Nam bộ về thăm quê. Đã du nhàn khắp phố phường Đà Nẵng - Hội An, và bây giờ trên đường quay về Đà Nẵng, mặc dầu đã cuối chiều, anh đòi phải trèo lên cho được cái Hòn Thủy trên Ngũ Hành Sơn, cái chỗ mà ông Phạm Hầu thời xưa "Đưa tay ta vẫy ngoài vô tận" ấy, để chào thi sĩ "Vọng Hải đài" trước khi tạm biệt Đà Nẵng.

Cao hứng là vậy, tưởng anh vì cái máu nghệ sĩ hối thúc săn lùng cảm giác, ai dè bạn tôi như một nhà du lịch "sành điệu", đi tới đâu nói tới đó, hết chuyện xa lại tới chuyện gần. Tôi hiểu ý anh không hề khoa ngôn, cũng không hề kể chuyện Đông chuyện Tây nhằm "khoe" những chuyến đi nước ngoài của mình, mà quả thực đấy là tiếng lòng của một con dân yêu xứ sở của mình rất thực. "Không phải là một so sánh, văn hóa vùng miền nào cũng đều mang đậm dấu ấn đặc thù vùng miền đó, đấy là biên giới vô hình và thiêng liêng nữa, chính nó là sức mạnh để, như người ta thường nói, hòa nhập nhưng không hòa tan, ví như Paris nước Pháp...". Nghe anh nói đến đấy, tôi định ngăn anh có vẻ bốc quá lời, nhưng bạn tôi lặp lại: "Tớ đã nói không phải là một so sánh rồi mà. Cố nhiên là cái kinh đô vừa cổ kính vừa hiện đại vào hạng bậc nhất thế giới, với sự choáng ngợp của những cung điện, biệt điện, lâu đài, với bao nhiêu viện bảo tàng, mà mới chỉ mỗi cái Le Louvre đã khó mà có thể lội khắp xem cho hết được, và công viên, và tượng đài đến là cơ man xiết kể. Tại đấy du khách có thể trông thấy từ cái quan tài cổ Ai Cập xa xưa ơi là xa xưa, đâu tự thế kỷ thứ 15 trước Công Nguyên, cho đến pho tượng chiến thắng Samothrace của Hy Lạp. Người ta có thể viếng thăm ngôi nhà của Descartes hoặc thăm mộ phần của thi sĩ Apollinaire... Cả thế giới xưa - nay trên hành tinh này tưởng chừng như tất cả đều hội ngộ đông đủ ở kinh đô nước Pháp. Nhưng nói thật lòng, tớ xúc động đến ứa nước mắt khi bắt gặp cái làng quê cổ Việt Nam thấp thoáng trong cái kinh đô ánh sáng này. Chum nước, bụi chuối, bức hoành phi, tấm liếp cửa, cái bình vôi, bóng dừa xanh... Nhân loại còn lưu giữ một góc quê nhà cho ta, đấy không hề là cách làm kiểu sức đâu, mà là tinh thần nhân văn, là bản lĩnh văn hóa. Chúng ta đang sống giữa những năm tháng mà Unesco luôn kỳ vọng và khuyến khích: Văn hóa là cội nguồn trực tiếp của mọi phát triển xã hội. Phát triển du lịch lại càng phải xem niềm kỳ vọng ấy như là linh hồn của mình. Thấy quê hương mở mang ai chẳng mừng, dù vậy niềm ưu tư với tôi vẫn thường hằng như mẹ ta từng canh cánh: Sông biển cạn lòng ta không cạn. Núi lở non mòn tình nghĩa không quên...". Vâng, tôi hiểu cái niềm ưu tư ấy của bạn tôi, không riêng gì anh mà tất cả những ai nặng lòng với xứ sở quê hương đều khôn nguôi cái nỗi niềm biển dâu đang từng ngày lở bồi hiện ra trước mắt.

Vẫn theo lời anh bạn tôi, cái mà người ta không tìm thấy ở những nơi khác, thì Năm ngọn núi Ngũ Hành Sơn của Đà Nẵng là đất truyền thuyết, đất từng vang danh là địa linh, nơi "núi thấp hơn hết mà danh cao hơn hết" (thơ cổ - Nguyễn Văn Xuân dịch). Tên núi Ngũ Hành Sơn này là do vua Minh Mạng đặt, xưa núi có tên là Non

Nước. Cũng chính vua Minh Mạng đã đứng trên đỉnh núi Ngũ Hành Sơn quan sát hình sông thế núi mà phác họa nên bản đồ lập ra thành phố Đà Nẵng. Con đường xuyên Á hiện đại chạy qua Đà Nẵng bây giờ là sự nối tiếp vào con đường lịch sử giao thương với các nước vùng Đông Nam Á ngày xưa.

Cố nhiên là phải hiểu vị thế Ngũ Hành Sơn như một điểm nhấn, một biểu tượng nổi bật trên nền một vùng núi non sông biển đan xen hòa quyện nên thành một diện mạo độc đáo mà không dễ ở đâu có được. Đứng trên hòn Thủy, vị trí gần biển nhất, có thể nghe rõ tiếng chạm trổ khắc mài cưa đục của dân làng nghề đá Non Nước ở quanh dưới chân núi. Một làng nghề điêu khắc đá có tuổi đời hơn bốn trăm năm, chính sức sống bền bỉ đó và sóng biển ì ầm vỗ ngoài kia cũng là một thứ tha lực khắc vào vách thời gian tiếng nói của sự trường tồn. Và đấy là một nét riêng hiếm hoi gieo vào lòng người thưởng ngoạn, mà ngày nay những tượng, những tranh khắc đá… từ nơi này, thay mặt chủ nhân của nó chào khách ở khắp nơi trên thế giới.

Chiều đã ngả màu hoàng hôn. Núi non yên ắng tĩnh lặng trầm mặc như một đạo sĩ nghìn năm tuổi đã chứng đạt ra cái lẽ bền bỉ như nhiên của… sông cạn đá mòn. Còn một non xanh là cố nhân - Người xưa muốn diễn đạt ý nghĩa của sự vĩnh hằng. Thấu cảm cái đẹp cao cả ấy để nuôi dưỡng niềm tin vững chãi vào sự sống như "cây đời mãi mãi xanh tươi". Chúng tôi xuống núi theo con đường ven biển trở về. Vẫn còn đó cách một đường mây bay là gặp núi Sơn Trà. Trời bán đảo xuống thấp hay đất bán đảo lên cao mà như bức tranh siêu thực đẹp huyền hoặc treo giữa một góc trời Đông-Bắc Đà Nẵng.

Lẽ ra, còn thời gian tôi sẽ đưa bạn tôi đến đấy để thấy hết sự mở mang của Đà Nẵng. Thế nhưng, nếu chỉ đưa anh đến đấy để thấy những nhà hàng, *resort* này nối tiếp *resort* kia tưng bừng các dự án tưởng như che kín biển thì e, như anh bảo: đã mòn nhẵn những nơi Thái Lan, Singapore mà anh đã gặp. Thậm chí những Quảng Ninh, Hải Phòng, Nha Trang, Vũng Tàu… còn đình đám các lễ hội biển, các cuộc thi hoa hậu, ca nhạc… Tất nhiên là phát triển du lịch thì tất cả mọi huyên náo ấy, thậm chí có nơi còn dáng dấp hào nhoáng nữa, là điều không thể tránh khỏi.

Nhưng để khắc khắc vào ký ức người ta, hay ít ra lưu lại vài nét đẹp trong lòng người, thì bao giờ cũng là bản sắc riêng của một vùng đất và là sự sáng tạo độc đáo chứ không phải là những xa hoa kiểu sức mòn nhẵn tư duy sao chép. Bản sắc là tiếng nói văn hóa sâu thẳm của mỗi vùng miền, là linh hồn của người và đất. Còn sáng tạo là sự thể hiện của trí tuệ khám phá ra cái mới, cái đẹp. Người muôn phương sẽ nhìn vào những giá trị đó để hiểu ra chủ nhân của đất ấy là người như thế nào. Đến lúc này bạn tôi lại ngâm nga mấy câu thơ "Vọng Hải đài" như một lời chào tạm biệt: Đưa tay ta vẫy ngoài vô tận. Chẳng biết xa lòng có những ai.

Ôi chao, cái non xanh "cố nhân" ấy đã neo đậu vĩnh hằng trong lòng người bài thơ của thi sĩ Phạm Hầu, thế nhưng đá núi ấy liệu rồi có theo con người mà tháng năm đá mòn sông cạn. Đang lái xe chạy trên đường, tôi quay lại thì thầm với bạn tôi: Chẳng ai xa lòng hết, bởi lẽ anh gieo vào đất đai này những hạt giống gì thì anh sẽ nhận về hoa trái ấy.

Nguyễn Nhã Tiên

chư tiên thượng giới mê văn thơ
hạ giới phàm nhân viết phất phơ
trời nghe còn khoái khen cụ Hiếu
hậu sinh chúng ta chẳng lẽ nào ...

từng giờ từng khắc tiến bộ xa
chữ nghĩa theo đời bừng nở hoa
chúng ta không sống nhờ ngòi bút
tâm sáng về sau cũng đã là ...
LH

Mùa Trâm Mắt Biếc Môi Hồng

NGUYỄN AN BÌNH

Có một ngày đầu tháng tư trời đang oi nồng, nắng gắt, buổi trưa ra đường cái nóng bốc lên làm rát mặt rát da, mấy cô gái thì trùm kín từ đầu đến chân, thêm cái mắt kính to chảng thì dù chúng ta thân đến cỡ nào cũng chưa chắc nhận ra đó là người quen của mình, thì bỗng nhiên đất trời vần vũ, bầu trời xám ngắt trút xuống cơn mưa đầu mùa bất chợt sau những tia chớp ngoằn ngoèo từ tận phía trời xa. Mùi đất oi nồng hăng hắc bốc lên hẳn làm cho ai đó có cái cảm giác bứt rứt khó chịu, nhưng cảm giác đó cũng sẽ qua đi nhanh chóng nhường cho sự thăng hoa, háo hức hứng lấy sự mát lạnh trong lành mà cơn mưa mang lại. Cơn mưa ngắn nhưng đem lại sự dịu mát, lòng người trở nên cởi mở gần gũi hơn. Những ngày sau đó lác đác vài trận mưa rào, rồi tiếp theo là những cơn mưa dầm rả rích. Mặt đất như mềm nhão đi, những chồi con mơn mởn xanh mượt mà của cỏ cây bắt đầu nổi loạn dưới mặt đất lại trỗi dậy, mới vài ngày trước mặt đất khô cằn, nứt nẻ biến đâu mất nhường cho cái màu xanh non tơ của cỏ cây hoa lá. Mấy cây trâm cằn cỗi mọc dọc theo hai bên con đường cũng không ngoại lệ, dáng vẻ già nua khô khốc như ông già hom hem ngủ gà ngủ gật dưới cái nắng cháy da cháy thịt của mùa hè cũng vội vàng tỉnh giấc. Tàn lá xanh bám đầy bụi bặm cũng lao xao bắt đầu mướt rượt và đâu đó ta nghe như có tiếng lách tách khẽ khàng của những chồi hoa tẻ nhánh sau bao ngày thắc thỏm dồn nén. Chỉ qua một vài ngày ta thấy nó hình như thay da đổi thịt, cả một chòm cây cơ man nào là những chùm hoa trăng trắng hoặc phớt hồng ẻo lả, căng phồng như trái banh lắc lư trong gió. Mùa trâm bắt đầu bằng những cơn mưa đầu mùa như thế đó.

Mùa này thật lạ, mưa đến không báo trước, ào ạt đến rồi ào ạt đi nhưng cũng đủ làm cho trời mát dịu, trâm chín trên cái cây trước nhà mọc cạnh bờ kênh được dịp rớt lộp bộp trên nền đất ẩm. Không biết cây trâm này có từ đời nào không biết, nghe ba tôi nói từ thời ông nội còn ở truồng tồng ngồng tắm mưa lận kia, như vậy cũng ngót nghét hơn nửa thế kỷ còn gì.

Nhìn cây trâm lá cành đẫm đầy nước mưa, cao nghịu nghển, lúc lỉu những chùm quả tím rịm, căng tròn mọng nước. Thuở nhỏ đó là món quà thiên nhiên dành tặng cho bọn trẻ chúng tôi vốn thiếu thốn đủ thứ từ những món quà bánh mà lâu lâu người lớn đi chợ về mới mua cho hoặc chỉ biết đứng nhìn thòm thèm những thứ cóc ổi cà na ghim đường trên những xe đẩy của các bà, các chị bán trước cổng trường vào những giờ tan học vì túi không có tiền. Rồi những trò chơi dưới gốc cây trâm của bọn trẻ, tôi làm sao quên được bài đồng dao thuở ấy:

Trời mưa lâm râm
Cây trâm có trái
Con gái có chồng
Đàn ông có vợ
Đàn bà có con.

Ôi, mấy cái trò chơi con nít ấy hình như mới đây thôi mà sao tôi cảm thấy nó xa lơ xa lắc đến thế, nhớ lại làm cho tôi cảm thấy buồn cười. Ngày đó có biết gì đâu, thấy bọn xóm trên nghêu ngao thì bọn tôi xóm dưới cũng rồng rắn nắm lưng áo của đứa phía trước mà hát theo. Mùa trâm chín thường vào khoảng đầu thu và kéo dài nhiều tháng sau đó. Trái trâm nhỏ hơi dài, theo thời gian những chùm trái non xanh dờn, bắt đầu đỏ hỏn rồi lại chuyển sang màu tím lịm, lúc sống màu xanh, già màu đỏ tươi và lúc chín chuyển sang màu tím đen. Trâm chín đen bóng, no tròn, mọng nước, ăn vào có vị chua chua, ngọt ngọt và hơi chát; trái càng đen càng ngọt. Hột trâm khá to nên người ăn chỉ thưởng thức được phần thịt bên ngoài. Sau khi ăn không giấu ai được vì trên môi để lại một màu tím rịm. Bởi vậy mấy cô cậu học trò khi lén đưa trâm vào lớp để ăn vụng thì dù khôn khéo, tinh ranh cách mấy cũng không thể qua được cặp mắt lão luyện của mấy ông thầy cô giáo vì cái môi tím ấy đã tố cáo tất cả rồi còn gì.

Bọn trẻ chúng tôi ngày ấy khi thấy trâm chín, cả bọn hấp háy đưa con mắt thèm thuồng nhìn lên nhưng ít đứa nào dám leo lên vì lẫn khuất trong những cành cây đầy quả chín ấy vô vàn lũ kiến vàng chạy tới chạy lui làm tổ sinh con đẻ cái trên đó, vô phúc cho đứa nào đang say mê hái trâm mà đụng phải ổ kiến vàng thì biết, nhất là nó chui lọt vào trong căn cái của quý thì chỉ có nước nhảy dựng té xuống mà thôi. Những chùm trái đen bóng no tròn mọng nước, tỏa hương thơm dìu dịu, ăn vào mới thấy cái vị chua chua chát chát lại ngòn ngọt làm sao, nó như thấm vào tận trong tim trong phổi vậy. Trái càng đen càng ngọt lại thêm thanh mát thì làm sao tụi học trò chúng tôi không thích kia chứ. Trâm chín thu hút kéo theo bao loài chim muông, chồn, sóc lũ lượt tràn về ăn trái, buổi sáng ra sân, trên đường đến trường thấy trái trâm rụng đầy, bị ăn nham nhở mà tiếc hùi hụi, có đứa dừng lại lựa những trái còn khá nguyên vẹn, lành lặn, lấy tay chùi bụi rồi bỏ vào miệng ăn một cách ngon lành. Bọn "trẻ trâu" thời ấy ngoài giờ học, ra đồng thả bò chăn trâu là chạy ùa đi tìm những cây trâm ngon ngọt đầy cơm hạt nhỏ mà hái, miệng đứa nào đứa nấy tím ngăn ngắt, rồi nhìn nhau cười ha hả một cách hồn nhiên.

Sau này đọc đâu đó trên báo chí hay trang mạng tôi không còn nhớ có những câu chuyện về trái trâm và những mùa trâm đã đi qua khoảng trời tuổi thơ của những cô cậu học trò nào đó để lại những ấn tượng thật dễ thương, thú vị khó quên mà băn khoăn tự hỏi: trong những cô cậu học trò ngày xưa ấy có mình và cô nàng có cái răng khểnh ngày đó không ta? Nghĩ rồi tự mỉm cười một mình một cách vu vơ, nếu có cũng xa lắc lơ rồi còn gì nữa, biết ai có còn nhớ không mà mình còn nặng gánh ưu tư cho nhói lòng nhỉ? Đọc để thấy nhớ có một con bé nhỏ xíu nhìn lên cây trâm đầy trái thèm rỏ dãi, giậm giậm đôi chân bé tí, mè nheo với thằng anh trai cũng ốm nhom ốm nhách cởi trần trùi trụi, đòi anh cõng mình lên hái trâm. Thằng anh thương em cũng è ặt cõng em leo lên. Hái chưa được mấy trái, ăn chưa được đã thèm, ông già nghe ồn ào chạy ra rồi chạy vào trong nhà lấy cây roi nhịp nhịp dưới đất bảo nằm xuống làm cả hai quíu giò quíu cẳng chịu trận trên cây. Ông nội thấy vậy rầy: Bây làm tụi nhỏ sợ không khéo tuột tay té lời bản họng ai đền cho bây? Sau trận đòn nên thân ấy, ông bày cho thằng anh hai cách dùng tro bếp đuổi bọn kiến vàng để khỏi bị chúng cắn, còn ba thì lật đật ra sau vườn đốn cây trúc thiệt dài uốn trên lửa cho thiệt thẳng làm cái lồng cho hai anh em hái vì sợ con ham trái leo trèo lên cao lỡ nhỡ tay té xuống thì khốn.

Còn có một câu chuyện khác nữa: Khi mùa trâm chín rộ, cành nào cũng chi chít những trái oần nhánh, trời mưa nhiều làm trái rụng nhớt gốc, người cha tiếc bèn lấy mền căng gốc, lắc cành trái rụng bỏ vào một rổ đầy để hai anh em đem theo ngồi cạnh mẹ bán chuối nấu và bắp nướng ở bến đò lấy tiền bỏ ống heo chờ năm học mới mua tập sách đi học. Ông nội lụi hụi lấy hộp sữa Ông Thọ đục đục khoét khoét thành cái lon đong trâm, mẹ rọc thêm lá chuối tươi xé thành từng tấm nhỏ cho con gói trâm bán. Vui quá được theo mẹ ra bến đò chơi lại được bán trâm có tiền mua sách thì còn gì thích bằng. Sề trâm vậy mà bán nhanh hết quá chừng, không biết tại bán được nhiều hay do anh em vừa bán vừa ăn kia chứ, mẹ mắng yêu hai đứa ăn riết hết vốn còn gì.

Cái ma lực của mùi trâm chín thì khỏi cần bàn cãi: Có thằng bé mẹ dặn mua đậu và đường về nấu chè ăn chơi. Đi mới được một khúc đã quên béng lời mẹ dặn vì cái mùi của trâm đã dậy theo từng bước chân hấp dẫn quá đi mất. Tiếng gọi nhau í ới, chòng ghẹo nhau rủ nhau đi hái trâm làm thằng bé đi như chạy. Trưa trờ trưa trất còn ngồi rung đùi nhai trâm phun phèo phèo hột xuống đất, từ xa nghe tiếng mẹ gọi: đậu và đường của mẹ đâu. Nó trả lời trớt quớt: Đậu, đường gì mẹ? Cái mông da thịt mỏng te, cây roi mây đét tới đâu là tê tái tới đó. Tụi bạn rủ là đi liền quên mất trận đòn còn đỏ hỏn trên da trên thịt vừa mới được mẹ tặng hôm qua.

Mấy đứa con gái thì thôi khỏi phải nói, buổi trưa vắng người cầm nón lá len lén đứng dưới gốc cây cúi xuống nhặt lấy nhặt để phủi phủi bỏ vào miệng ăn rất ngon lành. Có ai trong bọn con gái được đứa con trai cùng lớp ga-lăng leo tuốt lên cây hái từng chùm trâm chín mọng thả xuống lấy nón hứng tha hồ muốn bao nhiêu có bấy nhiêu. Cầm từng trái trâm chấm vào chén muối ớt bỏ vào miệng. Cái môi hồng mỏng rớt chẳng mấy chốc tím rịm không che giấu ai được, thằng con trai nào nhìn thấy mà không thương nghĩ cũng ngộ. Lại còn giấu giấu đút đút đem vào trong lớp bỏ vào học bàn, len lén nhón bỏ từng trái vào miệng khi thầy cô quay lên bảng chép bài rồi nhìn nhau tủm tỉm cười. Bọn con trai trề môi le lưỡi chòng ghẹo thì mackeno.

Từ những vùng quê xa lắc lơ, từ những đồi núi chập chùng miền biên viễn, trâm theo người xuôi về đồng bằng, vào thành phố, để cho một cô gái, một chàng trai đang bù đầu bù cổ với công việc, trong cái nắng oi ả của thành phố hay cơn mưa ào ạt, vội vội vàng vàng chạy ngang qua cái rổ đựng đầy những trái trâm chín tím lịm vun cao của người bán hàng rong ở một góc đường Nguyễn Thị Minh Khai hay Điện Biên Phủ gì đó phải bất chợt ngoái đầu lại rồi lui xe đến sề trâm mà trầm trồ hỏi người bán xem trâm này lấy từ đâu về hay bâng quơ nói một câu lãng xẹt: Đã đến mùa trâm rồi sao ta, rồi mua lấy một vài ký đem về nhà trọ chia sẻ cùng bạn bè và khoe quà quê của tao đó để rồi thấy con mắt chợt cay sè, nhớ đến quay quắt cái quê nhà ở đâu đó xa lắm mà từ lâu lắm mình không về.

Tôi cũng là người bỏ quê lên thành phố, ở cái tuổi gió heo may hiu hiu thổi về và cũng bắt đầu có suy nghĩ "Về thu xếp lại" thì những rổ trâm bên vệ đường của những người đàn ông, đàn bà lam lũ kia phút chốc cũng làm tôi chạnh lòng. Trâm không còn là món ăn thèm muốn như ngày nào thơ ấu nữa nhưng nó gợi cho tôi một khoảng trời xa xăm đầy kỷ niệm biết bao của thời mới lớn, một mối tình ngây thơ ngọt ngào dưới gốc trâm già để rồi không biết ai còn nhớ nhưng chắc chắn cái thuở tình nguyện leo lên cây hái từng chùm trâm chín mọng thả xuống cho cô bạn gái cùng lớp có chiếc răng khểnh dễ thương mặc cho bọn kiến vàng hành hạ là không thể nào quên được.

Ôi! Mùa trâm mắt biếc môi hồng ngày xưa của tôi đã trôi về đâu rồi nhỉ?

Nguyễn An Bình

Miếu Lớn Hơn Đình
HIỀN NGUYỄN

Trời tối đen như mực, tiếng mang tác, tiếng hổ gầm từ đại ngàn vọng về xen vào bản hợp tấu bất tận của lũ ếch nhái côn trùng quanh con suối Hầm Hô. Đêm đường sơn không hề im vắng như người dưới xuôi vẫn tưởng. Ông ngồi bên bếp lửa độc ẩm một mình, nậm rượu dường như cũng vơi cạn, tiếng củi cháy tí tách, ngọn lửa lung lay in bóng ông trên vách nứa. Ông vẫn ngồi như thế hàng đêm, dù nắng hạ hay mưa đông, kể từ ông về dựng cái lán bên suối này, tính ra cũng đã bảy ngàn đêm.

Bất chợt mắt ông quắc lên, ngưng thần lắng nghe âm thanh lạ hòa trong tiếng mưa rơi, bước chân đã bước lên bậc thang của lán. Thiên tánh con nhà võ cộng với sự từng trải mấy mươi năm khiến ông phán đoán chính xác. Lập tức ông lăn mình qua bên kia tấm phên, núp mình trong bóng tối. Cửa lán khẽ hé mở, một gã trung niên ló đầu vào và khẽ gọi:

- Đô đốc, đô đốc! Ngài có ở đây không?

Y gọi ba lần nhưng ông không trả lời, qua khe hở ông quan sát và nhận ra y. Y bước hẳn vào trong lán và nói:

- Đô đốc, đệ tử là Hậu hiệu úy đây! Đệ tử đến đây không có ý đồ xấu, xin ngài chớ lo!

Bấy giờ ông bước ra, gã kia liền sụp lạy, nước mắt chảy dài mà miệng cứ thì thào:

- Đô đốc, đô đốc, chủ nhân đây rồi!

Ông đỡ y dậy, chỉ cho cái kệ bên bếp lửa để ngồi rồi rót cho y một chung rượu nhỏ. Y lễ phép bái tạ xong mới uống.

- Đệ tử đã đi tìm đô đốc suốt mười lăm năm nay. Sau khi Nguyễn Vương về Phú Xuân trả thù tàn khốc những người có liên can đến soái công. Đệ trốn lên miền thượng và làm gã lái buôn thương hồ, rày đây mai đó, khi thì mua bán sản vật giữa miền thượng với các phủ Quy Nhơn, Thăng Hoa, Tư Nghĩa… Khi thì vào tận Hà Tiên trấn, có năm theo thương hồ lên Nam Vang, Vạn Tượng… Đến đâu đệ cũng dò la tông tích của đô đốc nhưng bặt vô âm tín. Mãi đến hôm nay, sau khi trao đổi sản vật ở bến Trường Trầu xong thì có người bảo: "Đầu nguồn suối Hầm Hô có một lão thượng sống một mình trong cái lán, lão ấy biết nói tiếng kinh, cứ mỗi nửa con trăng thì lão ấy gùi sản vật xuống đây đổi gạo, muối và rượu Bầu Đá…" Nghe đến đây tự nhiên lòng đệ tin chắc mười mươi đấy là chủ nhân! Đệ liền gởi hàng hóa lại cho lữ điếm rồi tìm đường vào đây, để che tai mắt triều đình, đệ bảo tìm vào sơn thượng để mua mật ong rừng. Trước khi vào đây đệ có nghe người làng Phú Phong bảo rằng: "Lão thượng người Bana vẫn thường xuống đây đổi sản vật tên là ông Dõng", từ đó đệ càng tin chắc hơn người đó chính là đô đốc vậy!

Ông ngồi trầm ngâm, vẻ mặt bình thản nhưng đôi mắt dường như có chút ngấn lệ. Mười lăm năm rồi còn gì! Ngày ấy ông là một viên dũng tướng, còn Hậu hiệu úy là đệ tử, là học trò của ông. Hai thầy trò theo soái công vào Nam ra Bắc, chinh chiến mười bốn năm ròng, lập nên những chiến công hiển hách và lẫy lừng. Hậu hiệu úy là tay thám báo trẻ, góp phần không ít vào những chiến công đó! Sau trận Đống Đa, giặc Bắc phương sợ soái công như sợ cọp. Đại Việt suốt nghìn năm, chưa bao giờ rạng rỡ như thế! Nhưng than ôi! Sự đời vốn vô thường, mệnh trời khó biết. Soái công đột ngột băng, cơ nghiệp huy hoàng gầy dựng bao nhiêu năm chợt tan thành bọt nước. Ông lặng lẽ rót chung rượu rồi tợp nhẹ. Gã kia vẫn ngồi lặng lẽ, không nói gì. Ông tiếp tục dòng hồi tưởng: Trận cuối ở Lũy Thầy, ông cùng vợ chồng nữ đô đốc đốc thúc ba quân nghênh chiến chặn quân Nguyễn Vương ra Bắc. Cuộc chiến đang khốc liệt thì ấu chúa trẻ người non dạ hạ lệnh lui quân… Thế trận vỡ tan, tuyến phòng thủ cuối cùng sụp đổ, cơ hội cuối cùng tan thành mây khói. Vợ chồng nữ đô đốc bị quân Nguyễn Vương bắt sống sau đó thì mọi người tản mác khắp nơi. Ông vượt thoát qua Bồn Man nương náu, khi thì xuống Cao Miên, lúc về miền thượng đạo sống lẫn với người Bana, Ê Đê… Cuối cùng thì về bên con suối này dựng lán ở cho đến hôm nay. Cái lán cách xa làng một khoảng cách đủ để bọn tai mắt triều đình không bén mảng đến. Người làng Phú Phong, An thái, An Truyền… cũng có biết ông về nhưng tất cả kín miệng như bưng. Lòng người vẫn còn chút tưởng đến người cựu trào năm xưa. Ông chìm trong dòng suy tư bất tận. Gã kia lên tiếng kéo ông về với thực tại:

- Đô đốc, ngài đã quên soái công rồi sao?

Nhanh như cắt, ông chụp lấy cây gậy lồ ô dựng ở góc lán và rút ra thanh đoản đao chĩa vào gã hiệu úy:

- Ngươi đến đây dò la?

Hậu hiệu úy mặt không đổi sắc, y quỳ tâu:

- Thưa đô đốc, đệ tử theo ngài chinh chiến mười bốn năm ròng. Đô đốc đã chỉ dạy võ nghệ, dìu dắt trên đường binh nghiệp. Đệ tử luôn nhớ ơn ngài, xem ngài như cha, như thầy, làm sao đệ tử có thể đến để dò la? Mười lăm năm ròng đi tìm tông tích ngài, sống không đổi dạ chết không thay lòng. Nếu đệ tử ăn ở hai lòng thì trời tru đất diệt!

Ông thâu thanh đao về, lại hỏi:

- Vậy ngươi đến đây với mục đích gì?

Y tâu:

- Vì lòng tưởng nhớ. Con nhà võ có thể hủy hình chứ không thể hủy tiết! Đệ tử còn một việc muốn thưa.

Ông bảo:

- Việc gì? Nói mau!

Hậu hiệu úy hạ giọng:

- Đệ tử chiêu tập hơn ngàn dũng sĩ, ngày đêm tập luyện để báo thù và khôi phục cơ nghiệp cho soái công. Xin đô đốc hãy đứng ra làm minh chủ, hiệu triệu dân quân!

Y vẫn quỳ đấy, ngửa mặt nhìn ông với ánh mắt van lơn và đầy nhiệt huyết. Ông nhét đoản đao vào lại cây gậy lồ ô, đoạn đỡ y ngồi lên, nước mắt ông chảy thành dòng.

- Hậu hiệu úy! Người quả là con nhà võ, tiết tháo can cường, trung nghĩa một lòng động đến đất trời nhưng tiếc một điều sự si mê của ngươi cũng quá lớn. Người đang đẩy ngàn dũng sĩ kia vào cửa tử, không chỉ một ngàn cái đầu lâu bêu trên cọc mà còn bao nhiêu họ sẽ diệt tộc đây? Năm xưa khi soái công băng, triều đình vẫn còn thiên binh vạn mã, xe pháo đủ đầy, quân tinh tướng giỏi… mà còn sụp đổ. Một ngàn dũng sĩ thì sẽ làm được việc gì? Bá tánh lầm than vì binh lửa can qua đã đủ rồi, đừng gây thêm nữa! Ý trời không biết được, lòng dân giờ cũng đã đổi thay không còn như mười lăm năm trước nữa. Người dũng sĩ không sợ chết nhưng đừng chết vì việc vô ích! Vả lại thiên hạ của bá tánh nào phải của riêng của soái công ta, bao đời nay các họ: Lê, Lý, Trần, Lê… vẫn thay nhau làm chủ. Giờ Nguyễn Vương thay soái công làm chủ thiên hạ cũng là lẽ thường tình. Ta tưởng nhớ soái công và những công lao hiển hách của người có bao giờ nguôi, nhưng chuyện khôi phục lại cơ nghiệp của soái công là không tưởng, không thể được, chỉ tổ gây thêm chết chóc máu xương mà thôi!

Hậu hiệu úy thưa:

- Không lẽ khoanh tay? Không lẽ phụ lòng soái công?

Ông ôn tồn:

- Gây thêm binh đao mới là phụ lòng soái công đấy! Bá tánh yên rồi, cơ hội nghìn năm chỉ có một lần, vĩnh viễn không bao giờ lặp lại. Soái công cũng như các huynh đệ chiến tướng chắc cũng chẳng còn muốn nhắc lại chuyện đau lòng.

Hậu hiệu úy lại thưa:

- Vậy giờ phải hành xử thế nào?

Ông nhìn y bảo:

- Hãy sống theo đời nhưng đừng đu theo thói đời, không xu phụ quyền thế, kể như đã không phụ soái công rồi!

Nói xong ông lại rút thanh đoản đao ra khỏi cây gậy và trao cho y:

- Thanh đoản đao này tên Trủy Thủ Huyết Long Đao, nó có thể cắt đứt mọi gươm giáo trên đời mà không hề sứt mẻ. Danh môn chánh phái hay tứ chiếng giang hồ đều thèm khát săn lùng nó. Nó vốn của Hám Hổ Hầu, y mang nó từ Triều Châu sang. Y theo phò tá soái công nhưng sau đó tự phụ và tạo phản nên bị soái công giết đi. Soái công tặng nó cho ta. Ta đã giữ nó bên mình suốt bao nhiêu năm nay. Ta dùng nó hộ thân. Khi cần sẽ tự xử lấy mình chứ nhất quyết không để lọt vào tay quan quân triều đình. Nay ta không cần nữa, người hãy giữ lấy, xem như chút lòng của ta gởi cho người!

Hậu hiệu úy sụp lạy giơ hai tay đón nhận thanh đoản đao.

- Xin đa tạ đô đốc, kiếp này dầu gan lầy óc nát cũng không quên người! Mười lăm năm nay mới gặp nhau phút giây này, biết có còn ngày nào gặp lại?

Ông đỡ y đứng dậy, mắt rơm rớm, vỗ vai y:

- Con nhà võ đôi khi cũng không cầm lòng đặng, lần hội ngộ này là lần đầu mà cũng có thể là lần cuối. Cuộc đời vô thường làm sao biết chuyện gì xảy ra ngày mai. Mai kia có gặp lại ở suối vàng thì ta với người cùng bái kiến soái công vậy!

Y ôm chầm lấy ông, nức nở:

- Đô đốc, chủ nhân, ông thầy của tôi!

Ông lui lại góc bếp lấy bầu rượu lớn rót ra hai chén đầy và trao cho y một chén.

- Hãy cùng ta cạn chén này, ngày mai khi mặt trời quá ngọ bọn lính canh điếm ăn nhậu say sẽ ngủ, lúc ấy người hãy đi!

Ngọn lửa bập bùng in bóng hai người trên phên liếp trông như hai pho tượng. Ngoài trời bóng tối đặc quánh như cái kén bọc lấy căn lán.

Mùng năm mùa xuân năm ấy ông chết, dân các làng Phú Phong, Kiên Mỹ, An Truyền… xì xầm bàn tán: "Ông Dõng chết rồi". Các bô lão làm giấy lên quan sở tại xin lập miếu thờ thành hoàng bổn cảnh. Ngày dỡ lán của ông dựng miếu thờ, để tránh tai mắt triều đình, các bô lão không đọc văn tế mà chỉ khấn thầm: "Sanh vi tướng tử vi thần, dân làng xin lập miếu thờ ngài, xuân thu nhị kỳ tế lễ. Đô đốc sống khôn chết thiêng xin hãy hộ quốc hộ dân…"

Không biết bao lâu kể từ khi lập miếu, tự dưng dân quanh vùng ngày ngày hát ru con:

Ai cho miếu lớn hơn đình

Bậu có chồng mặc bậu bậu vẫn gọi mình bằng anh

Hiền Nguyễn

"ĐIỂM TRANG CHO VỢ"
Thi Phẩm Ở Mãi Trong Dạng Bản Thảo
LUÂN HOÁN

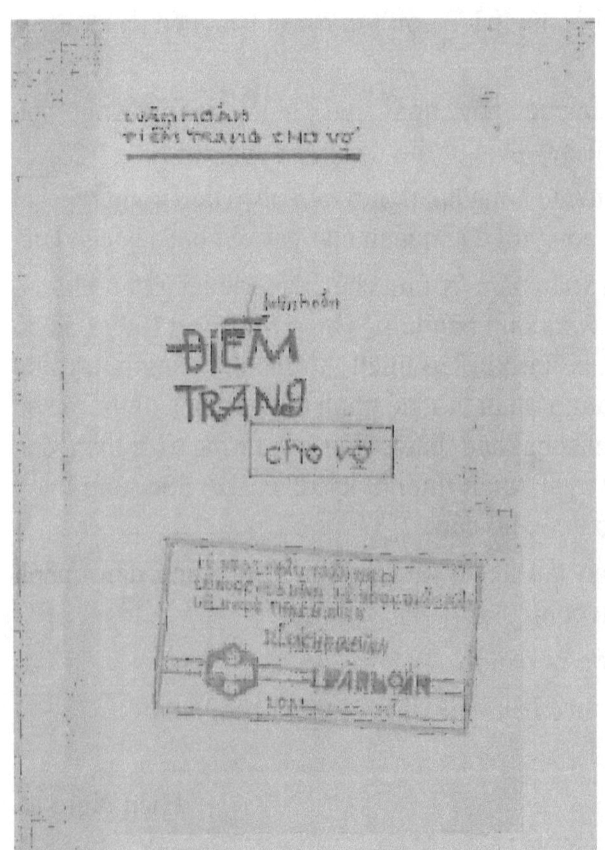

(bìa và trang đầu)

Tôi và Lý - gọi là Lý Phước Ninh, vì cô ấy được sinh tại quận Phước Ninh, một trong hai quận chính nằm giáp nhau của thành phố Đà Nẵng. Quận kia là quận Hải Châu, nơi tôi trưởng thành - Cuộc tình của cặp đôi chênh lệch nhau 11 tuổi này, thật không bằng phẳng trong giai đoạn đầu.

Từ cô bé tôi thường sai vặt mua thuốc lá, mang trà vào phòng... cho đến một hôm trời mưa, cô bé bỗng lớn lên dưới mắt tôi, khi em đứng vọc nước mưa trước hiên nhà. Diễn tiến cuộc hành trình thương yêu, được viết lại chân thật trong bài Chiều Mưa, in trong thi phẩm Đưa Nhau Về Đến Đâu (1989).

"Ta đến trọ nhà em từ thuở
em chưa qua hết tuổi mười ba"

Mười ba, con số thời gian chính xác của bé Lý có được kể từ khi ra đời, không phải dựa thơ Nguyên Sa lãng mạn hóa. Còn tôi lúc bấy giờ đã hâm đến bốn lần rồi. Khoảng cách chênh lệch là trở ngại đầu tiên và cũng là trở ngại duy nhất.

"... Ở chung nhà nhưng tương tư từng bữa
càng giận hờn càng tha thiết yêu thương"

trong khi:

"mẹ em bảo 'biết được ruồi đực cái
vừa bay ngang' huống chi chuyện tình yêu
càng giấu quanh càng bại lộ thêm nhiều..."

Sự bại lộ ấy suýt nữa làm tôi phải "vác chiếu ra hầu tòa" nếu không có sự khôn khéo và thân thế của ba tôi can thiệp. Trước đó, các bạn tôi những Đặng Văn Hải, Nguyễn Nho Sa Mạc, Hồ Luân, Nguyễn Văn Đài... (trong số này ngoài NNSM đã qua đời, các bạn còn lại hiện đang sống tại Việt Nam) đã bao bọc, che chở trên chặng đường tôi dẫn em vị thành niên này trốn nhà ngao du cả tuần.

Chúng tôi cử hành hôn lễ năm 1968, nhưng hôn thú được ba tôi lo lập từ ngày 30 tháng 11 năm 1966 sau khi đích thân ông chạy làm trích lục khai sinh tăng hai tuổi cho con dâu. Theo ông, làm hôn thú sớm để tránh những trở ngại có thể xảy ra, khi tôi đã vào KBC (khu bưu chính). Sự lo xa này khởi từ bà con bên mẹ của Lý ở miền quê Cổ Cò, dính khá nhiều đến thành phần "nhảy núi". Thân phụ tôi là một người cha vô cùng tuyệt.

Nói về bản thảo một tập thơ tình, nhưng khai dông kể dài như trên có lạc đề chăng? Hy vọng là không vì những lỉnh kỉnh này chính là cái gốc cái nguồn của tập thơ. Xin đi vào cụ thể:

Điểm Trang Cho Vợ, một tên sách quê quê, có vóc dáng mong manh, trọng lượng nhẹ hều, chỉ gồm 37 trang với hai mươi bài thơ được chép cẩn thận, đóng bìa chắc chắn để kỷ niệm cho ngày cái xương sườn của mình lộ ra ngoài; ngày khởi sự trăng hoa trên giường chiếu tinh khiết; ngày chung sức sáng tác, mưu cầu có những tác phẩm biết nói, biết cười, biết làm người... Chuyện vĩ đại ấy đâu phải là chuyện tầm phào. Một tập thơ viết nắn nót đi kèm với chiếc nhẫn cưới, trị giá cả hai có thể bèo, nhưng tính chất lãng mạn quả không nhỏ.

Ghi nhận "Điểm Trang Cho Vợ" là một thi phẩm hay khiêm nhường hơn, là một tập thơ, có quá đáng chăng?

Hình như trước đây nhiều người sáng tác văn thơ Việt Nam quan niệm rằng: Văn phải có vóc dáng, thân thể đầy đặn, dầy dặn; trái lại thơ nên mảnh khảnh, nhẹ nhàng. Một tập thơ không nên dầy cộm, nặng nề; phải thích hợp với bản chất kiệm lời, chữ ít mà hồn vía nhiều, tư tưởng rộng.

Một tập truyện ngắn, truyện dài, tùy bút, tạp ghi... càng giàu trang càng tốt, càng tỏ ra đúng là một tác phẩm. Một cuốn sách mang danh thơ không cần phải quá giàu có trang chữ. Nhiều khi sự bề thế của hình thức làm vơi bớt chất trang trọng, sang cả? Bù lại giấy in thơ trước đây thường được chọn loại giấy đặc biệt. Giấy có tên gọi riêng đầy phong cách đài các, rất ư tiểu thư, tỉ như: Hoa Tiên, Thiên Thanh, Hồng Điều, Bạch Vân, Chi Thảo... Và dẫu mỏng bao nhiêu cũng thành tập thơ nếu thơ hay.

Trong kho thi ca Việt Nam, từ trước đến nay, có những tập thơ không có gáy vẫn thành danh thi phẩm, kể tiêu biểu theo trí nhớ: Mưa Thuận Thành của Hoàng Cầm, Lục Bát Cung Trầm Tưởng (25 trang, Con Đuông), Trong Cơn Yêu Dấu của Hoàng Trúc Ly (28 trang), Men Đá Vàng của Hoàng Cầm (64 trang), Hòa Bình Và Tôi của Hà Thúc Sinh (30 trang), Mênh Mông Chiều của Hồ Đắc Thiếu Anh (83 trang)... Cỡ 120 trang trở lại thì rất nhiều. Đã thế nhiều thi phẩm rất phí phạm giấy, có trang chỉ in 4 hoặc 2 câu, gọi là bảo quản không gian cho thơ có chỗ thở. Thật ra, hữu ích đích thực là thành hình một tập thơ mà không phải đợi thời gian sáng tác quá lâu. Người viết nhanh viết nhiều sẽ sớm có số lượng tác phẩm khả quan. Với 10 tập thơ, mỗi tập 100 trang, nghe vẫn bề thế hơn là chỉ một tập, dày năm sáu trăm trang.

Nói gì thêm với "Điểm Trang Cho Vợ" của tôi? Chắc các bạn cũng không muốn nghe gì thêm. Đọc thử là hợp lý nhất. Tập thơ mỏng, đọc lại thấy vụng nhiều, tôi không che giấu, nên gõ trình làng hết, xem như đây là bản in chính tập "Điểm Trang Cho Vợ".

TÌNH KHÚC

1.

tôi bắt đầu sống cùng mặt trời
cùng trái tim một người khác
vĩnh viễn xin anh em lời chúc mừng
là bài thơ tình thứ nhất
tặng em

2.

ôi em ôi em ôi em
đời hiền từ bao bọc chúng ta
chiếc khăn xanh nét nhạc nhỏ
cơn mưa đầy mặt người
xối rửa tay đeo nhẫn

không cần phấn trắng phấn hồng
anh vẽ em ngoài đường phố
anh vẽ em ngoài cánh đồng
anh vẽ em ngoài bờ sông
anh vẽ em nơi nào con người có mặt
biết tặng nhau
tiếng ca từ bài thơ tình thứ nhất.

3.

ơi em ơi em ơi em
đời hiền từ che chở chúng ta
đời đớn đau vỗ về chúng ta
hãy hát cùng gót giày

cùng bàn tay đầu chợ
không phấn không son
anh vẽ em lên ngực đau vết đạn
lên buổi chiều
lên tiếng thở anh em
quây quần làm bài thơ tình thứ nhất
có miếng ăn
bằng hình ảnh
của con người

4.

ơi em muôn năm em muôn năm
kiều diễm
chẳng phải trốn về đâu
trong bài thơ tình anh duy nhất
thay trái tim
chúng ta bắt đầu làm người sung sướng.

TIẾNG THỞ ĐÊM MÙA XUÂN

có một người sắp chết
đêm vắng không
đột nhiên nụ cười vang lên niềm man dại.
tôi vùng vẫy kêu gào
hỡi tên khốn nạn
đời sống của mày đang bắt đầu
đang xâm lấn đàn áp ta
không phải là em đâu
tôi biết
tôi biết từ lâu
hơi thở hèn mọn này

em cứ ngủ
cứ yêu
cứ bình an giấc mơ thời con gái
cho tôi niềm hân hoan kiêu hãnh

tôi biết

tôi biết tên khốn nạn đó
mày đang làm gì trên da thịt ta?
ôi cảm giác cháy từng phút giây
hằn thù
hỡi tên dã man
không phải là em đâu
tôi biết
tôi biết
có một người sắp chết
đêm vắng không
đột nhiên nụ cười vang lên niềm man dại.
tôi vùng vẫy thét la hỡi tên nô lệ
mày đánh cắp trái tim chủ mày
hành hạ ta
đồ khốn, đồ khốn

ôi âm thanh kêu gào đập dội tim tôi, từng phút giây
ôi cảm giác cháy từng hơi treo đầu giường
hai bàn tay níu chặt.
vùng cát bỏng vuốt ve
tại sao
tại sao tại sao em vắng mặt?
hỡi nét thơ ngây con nai muôn đời anh nuôi bằng vần điệu
em bỏ đi đâu?
em bỏ đi đâu?
đồ khốn đồ khốn đồ khốn
ta sẽ vạch mặt mày
ta sẽ đặt tên cho mày
một danh từ thấp kém
em hỡi
em hãy ngủ say cùng giấc mơ thời con gái
tôi sẽ viết thêm một bài thơ
rồi sau đó
hỡi con dao
hãy giúp ta giết nó
giết nó
giết thật tình thản nhiên

em có biết
có một người sắp chết
đêm vắng không
và tôi
hỡi thằng khốn nạn
mày chạy đâu cho thoát
mày
chạy đâu
cho thoát?

CA DAO

ba hoa lắm sợ lạc đàng
chân em sang lệch đôi hàng âm thanh
đời thừa đôi nét xuân xanh
lòng anh cõi sống để dành cho em.

ĐÓN EM

một mình ngủ giấc chưa ngon
đón em về góp vui tròn chiêm bao
trong chăn chiếu sợi tơ nào
góp nhau hơi thở ra chào đời sau

một mình cấu xé chưa đau
đón em về vuốt ve sầu châu thân
ôi tim đường mộng nào gần
cửa thăm địa phủ đêm lần tay nhau

một mình sống chẳng vui đâu
ta thành khẩn đón em cầu thân chung.

VÀO ĐỜI NHAU

vào nằm trong đời nhau
cơn mưa đầy gối thẹn
tóc nép sát da người

hồn đầy nhau nỗi hẹn

vào nằm trong đời nhau
lời ru choàng thơm áo
hạnh phúc choàng run người
từng khắc giây rực rỡ

vào nằm trong đời nhau
nụ hôn hằn trán mỏng
sầu biếc hằn thân ngà
hằn lên hồn nóng bỏng

vào nằm trong đời nhau
ôi một đời trắng phau
ơi một đời trắng phau
sẽ dài đời đớn đau?

NHỜ VẢ

nhờ em tôi ngủ yên tâm
trong chiêm bao gặp chiếc hầm trú thân
phận trai đến đoạn giam cầm
cái thân hèn mọn mòn dần thịt da

nhờ em tôi biết ba hoa
trong lời vui chợt lộ ra nét buồn
yêu là đóng trọn vai tuồng
hai thân nô lệ cuống cuồng theo nhau

nhờ em đời biết về đâu
gọi là khởi điểm bắt đầu lớn khôn
lập hậu cung vững để còn
tiến trên quan lộ núi non bình thường

LỜI XƯA

hơi thở thơm thơm từ môi em
khi lời thỏ thẻ nhẹ vang lên
ngỡ như em đọc thơ hay hát

gió thoảng qua vai gầy trước thềm

tôi sớm chiều theo nhặt tiếng chân
đường vui vết cỏ đọng thanh xuân
nhịp tim không chỉ trong lồng ngực
tiếng mộng miên man nỗi ngập ngừng

ngộ được em rồi hỡi tiếng ca
sầu như sao lạc thoáng bay qua
em xinh hơn cả muôn hoa nở
tay ngọt ngào vun lòng thiết tha

đời có còn tôi hay đã tan
sắc hương em lấp kín dung nhan
nam nhi chi chí tôi tàn lụn
hay sẽ bùng lên ngọn nắng vàng

TUYÊN BỐ

tình em đàn áp tôi rồi
hơn hai mươi tuổi quên đời độc thân
tra cùm vào hai ống chân
dù người cai ngục lâng lâng ngọt ngào

giữa ban ngày được chiêm bao
âu yếm thùy mị dễ cao hứng cười
em rạng rỡ nét an vui
lùa nhau vào cuộc rung đùi làm thơ

hoàn thành tốt đẹp ước mơ
tôi em hạnh phúc xóa mờ thần linh
ai ngồi lệch bóng bình minh
nghìn sau xin vẫn là tình nhân tôi

chia vui, thầm lén nhận rồi
còn tình trọn vẹn em tôi gối đầu
kể từ nay chỉ có nhau
hai tên trong bản hôn rồi thú sau

HỎI LẠI

em đã bằng lòng thật sao
tội mưa rớt hột sa vào vườn hoang
thân em sắc đượm nồng nàn
biết đâu mai mốt phai vàng nhạt hương

suy nghĩ kỹ nghe cô nương
ta đây gã lắm bất thường ham chơi
đừng ham vui lạc bước đời
mai này hối tiếc đất trời còn dung?

tạ ơn em biết ung dung
ủi giùm quần áo đẫm lưng hôn kèm
ta trọng tình nghĩa của em
quyết cai bỏ hết lem nhem đã từng

hỏi lại em cho có chừng
cũng xin thú thật rất mừng có em
thành gia thất là đi lên
cuộc đời đã sắp đặt trên ông trời.

LỜI NÀNG

bằng mái tóc thanh xuân chiều gió thổi
bằng mi dài phủ lá mắt chiêm bao
bằng tay ngọc nâng niu sầu tinh khiết
bằng yêu đời nuôi trái mộng ngọt ngào

tôi khôn lớn làm người yêu thi sĩ
nên cuộc đời như thời tiết mùa thu
có lá chết theo gió buồn rên rỉ
có trăng vàng trong mây xám âm u

tôi nằm gối những chùm mơ nhung nhớ
yêu thương nhau còn vời vợi xa xôi
hồn chàng mở lời chim trời ca hót
cho muôn người hay dành tặng riêng tôi?

sao vần điệu bay hoài không định chỗ
mang chàng bay lãng đãng tìm tương lai
tôi muốn khóc để tặng chàng ngấn lệ
đủ trôi xuôi những tiếng hát ngân dài

tình ân ái đã nói bằng đôi mắt
bằng môi thơm vụng dại nhẹ dìu nhau
nhan sắc tôi xin dâng làm chất liệu
nuôi thơ chàng lướt cánh mãi muôn sau

tim gõ nhịp trong lời tôi cầu nguyện
thi sĩ ơi tôi lãng mạn hay người?

THÀNH HÔN

rực rỡ như ngọc bích
quý giá như hoàng kim
em ngã lên trái tim ngôn ngữ
em ngã lên bàn tay tài hoa

tình tứ như bóng tối
ấm áp như giấc mơ
em trải xuống hồn tôi vùng hạnh phúc
em đắp lên đời tôi đất tình dựng lều
(trồng hoa nuôi chim đào ao thả cá)
giản dị thơm nụ cười trẻ thơ

mời mọi người uống mừng chúng tôi ly rượu ngọt
thành thật cảm ơn quà kỷ niệm

em hãy nắm đầu dây kẽm gai này
tặng phẩm của bằng hữu anh
em hãy nắm thêm cọc sắt này
tặng phẩm của bè bạn em
và chúng ta bắt đầu rào vùng hạnh phúc
chúng ta bắt đầu tạo sản nghiệp riêng

trái tim anh là cái búa
trái tim em là nắm tay
em đóng

em đóng từng gốc trụ
chúng ta cùng vỗ những lời tình ca
cho chim trong vườn tập hót
cho cá bơi quanh hồ trong
và cây yêu cây ra hoa đơm trái
dĩa sính lễ ngọt vị quê hương

em hãy giữ giúp lòng tinh khôi ta
báu vật từ mẹ cha ta đó
em hãy vịn lòng trung trực
sản phẩm của giống dòng
và đương nhiên em thêm vào
tình yêu thương lứa đôi mặn nồng muôn thuở

em không đội khăn che mặt
vợ chồng không giao bái
nhưng trân trọng tin yêu

nào chúng ta bắt đầu
nắm tay
nhắm mắt
không học từ sách vở nào
vẫn môi dán liền môi
không nghe tiếng tim đập
chỉ ngấm dần nỗi ngọt ngào
đêm nôn nao tắt nến

NỤ SẦU

trông cho rõ mặt kẻo lầm
ta đôi mắt biếc thâm trầm lắng sâu
mắt em vào đậu lần đầu
lời yêu thương nối xanh màu tình hoa

em thành ngay vị sao sa
định cư trong mắt ta tha thiết mời
nụ sầu em tan trên môi
cả hai ta nhập chung đời sống thơ

không mai sau, ngay bây giờ
hai ta chấm hết bài thơ nụ sầu
cả hai thật sự bắt đầu
không giữ gìn chuyện hôn nhau thế nào...

NHẠC BIẾC

nỗi vui không dâng trong lòng
mà lâng lâng giữ mấy tầng âm thanh
nhạc nào chải chuốt lời anh
điệu ca nào dỗ em thành phu nhân
có nhau chừ tới trăm năm
ly tình đi đứng ngồi nằm uống chung

CÕI TA

từ đây em ngự cõi ta
vốn riêng ta tặng nhưng mà của chung
không chừng có muỗi trong mùng
có rệp trong chiếu bò lùng da thơm

máu ta muỗi rệp đã lờn
một cõi lộn xộn đẹp hơn gọn gàng
em làm vợ là quá giang
không đi đâu khỏi trần gian con người

cảm ơn em giữ nụ cười
từng hồi từng chặp suốt đời như nhau
cảm ơn ta sẽ thuộc làu
tính em, đủ để luôn hầu hạ em

CƠN MỆT

xe vui nổ máy đến giờ
đón em anh chạy có cờ khổ chưa
dù ngồi không, ngó như thừa
thân thể trong áo quần mua còn hồ

nhìn người thân rất nôn nao
ông vua thái giám ra sao hiểu liền
lạ lùng lòng chợt không yên
môi tay mắt ấy đã ghiền khá lâu

vài giờ nữa em làm dâu
có chi khác khác trong đầu phân vân
ai bảo vợ chồng nợ nần
từ những kiếp trước thành thân bây chừ

xe chạy đôi lúc lắc lư
đường phố bằng phẳng tưởng như ổ gà
hóa ra sợ mắc cỡ mà
tính ta lụt lịt vậy mà đón dâu

không dám hít thở thật sâu
cơn mệt vô cớ thành câu thơ tình

VÔ TÌNH

từ tim nhịp trỗi quên ngừng
đem nhau lên được mấy từng chiêm bao
đời vui tay ngượng quên chào
và ta lúng túng quên rào âm thanh

TÓC RU

cho anh những sợi tóc này
sợi đen sợi lạnh sợi gầy sợi chao
sợi mơ ước sợi chiêm bao
sợi cười sợi nói sợi chào sợi ru
sợi thương sợi ghét sợi thù
sợi che chở mộng sợi trù ếm nhau
sợi nhung nhớ sợi buồn rầu
sợi lau nước mắt sợi khâu tình người
sợi ngồi vào giữa cơn vui
sợi bay nối nỗi ngậm ngùi giọng ca
sợi thân yêu sợi hiền hòa

sợi trăm sợi triệu sợi là ca dao
anh ru, anh ngủ chưa nào?
đời trăn trở gối thở phào mấy hơi?

MẶT TRỜI

còn nằm-không một đêm nay
chiếu chăn giường nệm mai đầy hiển linh
căn phòng sẽ rất lung linh
trăng sao thay nến soi hình ảnh nhau

mặt quen mặt đã từ lâu
nhưng vẫn mới rợi như hồi liếc ngang
lòng ta ơi chớ vội vàng
em đã là vợ nồng nàn của ta

nhẹ tay đừng nổi da gà
em là thục nữ không ma tình nào
còn ta mặt trời trên cao
sáng soi sũng hạnh ngọt ngào tinh hoa

hai thân nhập một mở ra
mầm nhân sinh mới cũng là tự nhiên
không cần ngừa rào chủ quyền
đại diện tình ái ưu tiên ra đời

lơ mơ nằm giữa đêm trôi
đêm mai không rõ hạ hồi ra sao
ông trời nếu biết làm thơ
thì chắc cũng viết ca dao là cùng

RƯỚC DÂU

xích lô mươi cái chàng ràng
ta ngồi xe jeep giữa đoàn rước dâu
vẫn quân phục có hơi nhàu
sẫm màu cứt ngựa đã lâu ôm người
bên ta ông anh thật vui
bên chị hí hửng tươi cười tự nhiên

ta cố hết sức ngồi yên
nên càng cảm thấy vô duyên lộ dần
liếc nhìn trầu cau vài mâm
cái tính lập dị xuống chân bất ngờ
em mười bảy tuổi, có sao
tăng lên mười chín hao hao giống mà
ta sẽ cho em mau già
sau đó giữ lại thịt da xuân tình
nửa dân sự nửa nhà binh
Hải Châu cùng với Phước Ninh nối liền
mấy giờ trời đất bình yên
ngón tay nhột chiếc nhẫn hiền sáng trưng.

CHÀO NHAU CHIA VUI

hộp quẹt trên góc bàn
chậu thủy tinh con cá nhỏ
cành rong xanh
cây bút chì nằm trên cuốn vở
tôi ngồi
tất cả thành tranh tĩnh vật

cơn gió chao màn cửa
tiếng nắp zippo
tôi châm thuốc
thở hơi như làm duyên
mùi bastos nặng
không ghiền
vì ít có tiền mua thuốc
ơi cái tôi ghiền
sắp hoàn toàn thỏa mãn

không có tấm thiệp nào chúc mừng
ngoài vài dòng chữ
trên vài tờ pelure xanh màu da trời
bè bạn có thằng chúc
mày yên thân, ngon nhé
có thằng vô cớ chửi thề

mẹ kiếp

thế thôi
chẳng ai biết
ngày trọng đại tôi
tôi khép kín
vụng giao hảo
em thành bị thiệt

tuần san tạp chí chẳng ai tin
tôi giấu biệt
ngày lên xe bông
bởi hôn thú ký trước ngày vào lính
ngại lộn xộn điều tra
thân phụ lo xa và thực hiện

thôi cũng xong
thật nhẹ nhõm
tôi chuyển từ tĩnh sang động
ngay lúc bật zippo
có cái cày mà thường thiếu con trâu
nhiều khi bật nghe tiếng kêu cũng khoái
riêng tình yêu
mừng đủ bộ
đã ghiền.

CẢM GIÁC ĐỦ ĐÔI

ký tên vào hôn thú
chính thức cuộc đổi đời
được tự do hơn nữa
dù giảm bớt rong chơi

lập dị nghĩ ngược ngạo?
uốn lưỡi ba hoa lời?
hay tạo trò chơi nổi?
tỏ ra vẻ khác đời?

những câu hỏi to tướng
không dễ gì cười tôi

Luân Hoán
1967

THÒNG THÊM

Lợi dụng chuyện thơ thẩn, xin kể qua vài nét đời thường. Tôi bản tính giàu tự ái, hay mắc cỡ, nên đám cưới chúng tôi giản dị đến mức kỳ cục. Tôi mặc quần lính màu cứt ngựa, áo sơ mi trắng bỏ ngoài quần. Ngoài mái tóc và đôi mắt tôi không còn gì đáng giá. Lý khả quan hơn, áo dài hồng và chút ít son phấn. Rất tiếc chúng tôi không chụp một tấm ảnh nào, dù có máy ảnh. Đón dâu bằng hai xe Jeep Đại Hàn tân trang của ông anh tôi, Lê Ngọc Hiển, với non mười chiếc xích lô (từ chối không trưng dụng xe đò của nhà vợ để chở hai họ).

Sống với nhau đã 51 năm, 4 đứa con (hai trai hai gái) chúng tôi chưa tổ chức kỷ niệm thành hôn bao giờ. Tấm ảnh chúng tôi trong trang phục hôn lễ, chỉ là chụp chơi trước khi cho đi áo cưới của trưởng nữ Hòa Bình. Nghĩ thật mừng: áo cưới của chúng tôi là sự thương yêu nhau hơi trên tuyệt vời một chút. Tạ ơn Trời Phật.

Luân Hoán
12.06 trưa - 27-12-2018

(kỳ tới: Thơ Tình)

Tin Văn Nghệ
MINH NGỌC

1/ "**Phan Thanh Giản** - Nhà ái quốc, người mở đường cho nước Việt Nam hiện đại: Những năm cuối đời (1862-1867)"

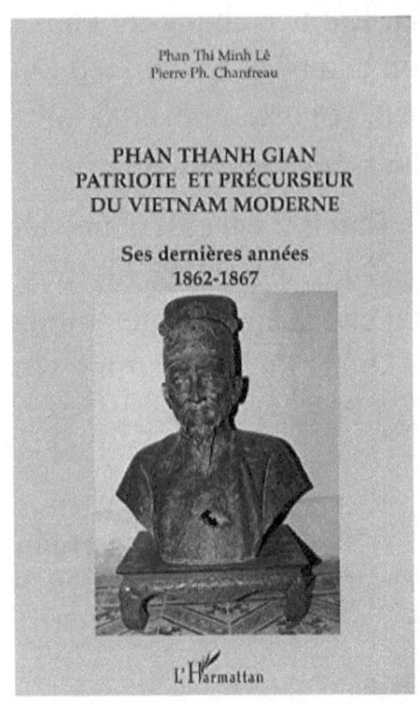

Quyển "Phan Thanh Gian: patriote et précurseur du Vietnam moderne: Ses dernières années 1862-1867" của hai tác giả Phan thị Minh Lễ và Pierre Ph. Chanfrau (L'Harmattan, Paris 2002) vừa được dịch giả Phan Tín Dụng dịch ra Việt ngữ dưới tựa "Phan Thanh Giản - Nhà ái quốc, người mở đường cho nước Việt Nam hiện đại: Những năm cuối đời (1862-1867)" (Nhà xuất bản Hà Nội). Tuy nhiên, ngày 14 tháng Giêng 2020, Nhà xuất bản Hà Nội (do Ủy ban Nhân dân Thành phố Hà Nội quản lý) ra công văn ngưng phát hành bộ sách này, với lý do "trong quá trình rà soát lại, Nhà xuất bản Hà Nội nhận thấy một vài nội dung cần có sự nghiên cứu kỹ lưỡng để có thể chỉnh sửa cho phù hợp hơn". Chẳng hiểu đây là một quyển sách dịch từ nguyên bản phát hành ở Pháp thì Nhà xuất bản Hà Nội "nghiên cứu, chỉnh sửa" kiểu gì?

Hiệp biện đại học sĩ Phan Thanh Giản (1796-1867), bị thất sủng sau khi cùng Thượng thư Lâm Duy Hiệp thương thuyết với Pháp bất thành năm 1858, khiến mất ba tỉnh miền Đông và phải bồi thường chiến phí cho Pháp, trái với lệnh vua Tự Đức phải chuộc lại ba tỉnh. Năm 1863 ông lại được vua cử sang Pháp điều đình chuộc ba tỉnh lần nữa, nhưng cũng thất bại. Tuy từng bị cách lưu vì mất ba tỉnh miền Đông, mến tài đức ông, vua lại xá tội và phong làm Kinh lược sứ ba tỉnh miền Tây năm 1865. Năm 1867, Pháp đánh chiếm Vĩnh Long và gửi tối hậu thư bắt An Giang và Hà Tiên đầu hàng. Trước thế giặc quá mạnh trong khi quân Nam ít và thiếu thốn vũ khí do triều đình đã có chủ trương giải giới, Phan Thanh Giản muốn tránh cảnh tàn sát lương dân, đã chọn đầu hàng ba tỉnh miền Tây, gửi sớ tạ tội cùng mũ áo phẩm hàm về triều. Hai tuần sau, chưa nhận được tin tức từ triều đình, ông uống thuốc độc tự vẫn. Ông được an táng ở Bến Tre, di chúc các con không hợp tác với Pháp. Các con ông sau tham gia khởi nghĩa chống Pháp. Năm 1868, vua Tự Đức ra án trảm quyết Phan Thanh Giản, cách hết chức tước, đục bỏ tên ông trong văn bia tiến sĩ. Đến triều Đồng Khánh, vua phục hồi chức tước phẩm hàm cho Phan Thanh Giản và cho khắc lại tên ông trên văn bia.

Mặc dù ông bị lịch sử kết tội để mất Nam Kỳ, người dân miền Tây Nam Bộ vẫn thờ phụng Phan Thanh Giản ở nhiều địa phương ngoài đền thờ và mộ phần ông ở Ba Tri, Bến Tre, ngay cả sau 1975 khi tất cả tên đường Phan Thanh Giản ở miền Nam bị đổi (ở Sài Gòn đổi thành Điện Biên Phủ), một số nơi ở miền Tây vẫn còn giữ tới ngày nay. Trong khi đó, ở miền Bắc, khởi đầu từ Trần Huy Liệu năm 1963 kết tội Phan Thanh Giản phản quốc bán nước, các tài liệu giảng dạy và nghiên cứu lịch sử đều theo khuynh hướng đó. Sau 1975, ở miền Nam, ngoài tên đường bị đổi, tượng Phan Thanh Giản ở Trung học Phan Thanh Giản (Cần Thơ) bị đập bỏ, trường bị đổi tên, nay là Trung học Châu văn Liêm.

Năm 1994, sử gia Phan Huy Lê chủ xướng hội thảo Phan Thanh Giản ở Vĩnh Long, bước đầu "phục hồi danh dự" cho ông, mở đường cho nhiều nghiên cứu và khảo luận sau này tôn vinh công đức Phan Thanh Giản. Năm 2003, hội thảo Phan Thanh Giản diễn ra ở Sài Gòn, có ông Võ văn Kiệt tham dự, lúc đó đã thôi làm Thủ tướng, chỉ còn là Cố vấn Trung ương Đảng. Sau đó, ông Kiệt về Ba Tri viếng mộ

Phan Thanh Giản, cho phục dựng tượng Phan Thanh Giản và tu sửa mộ phần. Năm 2008, pho tượng này được thỉnh vào Văn Thánh Miếu với nghi lễ long trọng. Việc tôn vinh Phan Thanh Giản được sự ủng hộ rộng rãi từ dân chúng (đặc biệt ở miền Nam) và giới nghiên cứu học thuật, tuy nhiên đến nay vẫn còn ý kiến phản đối từ thiểu số thủ cựu. Xem ra cụ Nguyễn Đình Chiểu đã tiên tri trong bài viếng Phan Thanh Giản:

"Minh tinh chín chữ lòng son tạc,
Trời đất từ rày mặc gió thu."

2/ **Nhạc sĩ Nguyễn văn Tý** (1925-2019):

Nhạc sĩ Nguyễn văn Tý từ trần tại Sài Gòn ngày 26 tháng Mười Hai 2019, thọ 94 tuổi. Ông sinh quán Vinh, Nghệ An, cha là nghệ sĩ phường bát âm, có lẽ đã ảnh hưởng đến sự nghiệp sáng tác âm nhạc của ông sau này, với những ca khúc phổ biến nhất hầu hết mang âm hưởng dân ca như Một khúc tâm tình của người Hà Tĩnh, Người đi xây hồ Kẻ Gỗ, Dáng đứng Bến Tre…

Đầu thập niên 40, ông học Quốc học Vinh, bắt đầu đi hát ở các phòng trà. Sau đó ông tham gia kháng chiến, viết các bài hát cổ động kháng chiến. Ông thành hôn với người vợ đầu là cô Mai thị Cúc năm 1946, nhưng cô Cúc mất sớm năm 1947 vì bệnh tim sau khi sinh con gái đầu lòng. Năm 1949 ông thầm yêu một thiếu nữ mới 16 tuổi, duyên không thành mà lại thành ca khúc để đời "Dư âm". Ông bị kiểm điểm vì bài hát "ủy mị, tiểu tư sản", nhưng bản này được đưa về Hà Nội theo chân những nghệ sĩ "dinh tê", thành ra nổi tiếng, sau 1954 rất phổ biến ở miền Nam qua những giọng hát hàng đầu Anh Ngọc, Duy Trác, và các thế hệ ca sĩ sau như Duy Quang, Elvis Phương, Tuấn Ngọc… trong khi vẫn bị cấm ở miền Bắc cho đến cuối thập niên 80 khi Tổng bí thư Nguyễn văn Linh "cởi trói văn nghệ". Năm 1988 ông viết tiếp "Dư âm 2" với tựa "Một ánh sao trời". Mặc dù viết rất nhiều bài hát cổ động các chính sách phong trào của nhà nước và được trao Giải thưởng Hồ Chí Minh, khi ông mất, nhiều báo chí trong nước lại đưa tin "Tác giả ca khúc Dư âm vừa qua đời".

Năm 1957, ông cùng các nhạc sĩ Văn Cao, Nguyễn Xuân Khoát, Lưu Hữu Phước thành lập Hội Nhạc sĩ Việt Nam, nhưng không lâu sau xảy ra vụ Nhân văn – Giai phẩm có Văn Cao là một thành viên chủ chốt. Vì sự liên lụy dù có mong manh, Nguyễn văn Tý "đi thực tế" ở các tỉnh, nghiên cứu dân ca. Sự kiện này lại giúp ông sáng tác những ca khúc dân ca nổi tiếng.

Nhạc sĩ Nguyễn văn Tý tục huyền năm 1953 với bà Nguyễn thị Bạch Lê, em gái nhạc sĩ Nguyễn văn Thương, có một con gái. Bà Bạch Lê đã mất năm 2004.

3/ **Họa sĩ Đặng Hoài Nam** (1930-2020):

Họa sĩ Đặng Hoài Nam sinh năm 1930 tại Cao Miên, học Mỹ nghệ Gia Định năm 1947, sở trường tranh bột màu và sơn dầu trường phái Trừu tượng. Năm 1962 ông được Tổng thống Ngô Đình Diệm trao giải Văn học Nghệ thuật về Hội họa. Trước 1975, ông nổi tiếng là chuyên viên thiết kế sân khấu điện ảnh hàng đầu của miền Nam, khởi đầu là sân khấu Năm Châu năm 1950. Ông đã thiết kế nhiều phim như Hồi chuông Thiên Mụ, Bàn thờ tổ của một cô đào, Xa lộ không đèn... Về già, ông sống tại Khu dưỡng lão nghệ sĩ ở Quận 8, Sài Gòn. Ông mất ngày 7 tháng Giêng 2020. Ông không hề lập gia đình.

Họa sĩ Hoài Nam còn được biết đến vì nét mặt gầy hõm, mắt trũng sâu, miệng móm, tóc lơ phơ y hệt Bùi Giáng và vẫn hay bị nhận nhầm trên đường phố khi thi sĩ còn sinh tiền. Bản thân họa sĩ cũng làm thơ tuy không phổ biến. Những năm cuối đời, ông soạn bộ "Giải mã Hán Việt Nôm theo phương pháp họa tự", căn cứ vào kiến thức Hán tự ông đã học từ năm 1964.

Trích mấy câu thơ của họa sĩ Hoài Nam:

(Ngựa hoang)

4/ Nữ sĩ Nguyễn thị Vinh (1924-2020):

Nữ sĩ Nguyễn thị Vinh, thành viên nữ duy nhất của Tự Lực văn đoàn từ trần tại Na Uy ngày 8 tháng Giêng 2020. Bà sinh quán Hà Đông, thành hôn với nhà văn Trương Bảo Sơn. Năm 1946, ông Trương Bảo Sơn và các đồng chí Quốc Dân Đảng theo Nhất Linh lưu vong ở Trung Quốc, đến năm 1948 bà cũng đem con gái sang ở bên chồng. Thời gian này, bà bắt đầu sáng tác, viết hai truyện dài "Thương yêu" và "Hai chị em".

Năm 1953, nhóm Quốc Dân Đảng về nước, vào sống ở Sài Gòn. Lúc này Nhất Linh muốn tái lập Tự Lực văn đoàn, thiếu Thạch Lam (mất ở Hà Nội năm 1946), Khái Hưng (bị Việt Minh thủ tiêu năm 1947), Hoàng Đạo (mất ở Trung Quốc năm 1948), Trần Tiêu (theo Việt Minh, sau về thành và mất năm 1954), còn Xuân Diệu, Thế Lữ và Tú Mỡ vào chiến khu Việt Bắc sau ở lại miền Bắc, ông thêm ba cây bút trẻ Tường Hùng (con ông Nguyễn Tường Thụy), Duy Lam (con bà Nguyễn thị Thế) và Nguyễn thị Vinh. Nhất Linh chủ trương giai phẩm Văn Hóa Ngày Nay năm 1958-1959 được 11 số, đăng đều đặn các sáng tác của Nguyễn thị Vinh. Ông còn lập ra nhà xuất bản Phượng Giang tái bản các sách của Tự Lực văn đoàn trước kia và phát hành các tác phẩm của nhóm Tự lực văn đoàn mới. Bà Nguyễn thị Vinh sau chủ trương các báo Tân Phong và Đông Phương, đồng thời sáng tác nhiều thơ văn đăng trên các tạp chí và xuất bản thành sách. Năm 1970 bà gặp nhà văn họa sĩ Nguyễn Hữu Nhật và thành một đôi văn tài tri kỷ đến cuối đời. Bà cùng ông Nguyễn Hữu Nhật định cư tại Na Uy năm 1984, cả hai tiếp tục sáng tác và xuất bản, hoạt động mạnh mẽ trong văn học hải ngoại.

5/ Giáo sư toán học Nguyễn Văn Hai (1927-2020):

Pháp danh Hồng Dương, sinh năm 1927, tốt nghiệp Tiến sĩ toán tại đại học Sorbonne Paris Pháp, cũng là nhà nghiên cứu Phật học. Ông từng là cựu hiệu trưởng trường Quốc Học Huế, Giám đốc Nha Học Chánh Trung Việt, Khoa trưởng trường Đại học Khoa học Huế, Phó viện trưởng Viện đại học Huế, Phó giám đốc Trung tâm Liễu Quán Huế, giáo sư Đại học Louisville Kentucky USA (cho đến ngày nghỉ hưu). Qua đời ngày 25-01-2020 – mùng một Tết Canh Tý, thọ 93 tuổi. Đã xuất bản những tác phẩm biên khảo về Phật học: Tìm hiểu Trung quán: Nhận thức và Không tánh (2001) | Luận giải Trung quán: Tánh khởi và Duyên khởi (2003) | Nhân quả đồng thời (2008) | Tư tưởng Phật giáo trong triết học Gilles Deleuze (2015) | Nguyên tắc lý do đủ - Lý duyên khởi (2017) | Đạo Phật là toán học (2018) | Ngã - Pháp (2019).

6/ Nhà thơ Mịch La Phong (1944-2020):

Tên thật Phạm Phương Phi, cũng là dịch giả, nhà nghiên cứu văn hóa Trung hoa Ngô Nguyên Phi, sinh năm 1944 tại Ghềnh Ráng, Qui Nhơn, Bình Định, mất ngày 26-01-2020, tại Sài Gòn, thọ 76 tuổi. Vợ và 3 con ông hiện ở Mỹ. Tác phẩm để lại: Cung Buồn (tập thơ chưa xuất bản)

7/ Nhà văn Hồ Trường An (1938-2020):

Nhà văn Nam kỳ có biệt danh "Bà Già Trầu" Hồ Trường An từ trần ngày 27 tháng Giêng, nhằm mùng Ba Tết Canh Tý tại Troyes, Pháp. Ông tên thật Nguyễn Viết Quang, sinh trưởng tại Vĩnh Long trong gia đình văn chương – cha là thi sĩ Mặc Khải (Nguyễn Viết Khải), cô là nữ sĩ Phương Đài (Nguyễn thị Thu Hường), dượng rể là ký giả Trần Quân, chị ruột là nữ văn sĩ Nguyễn thị Thụy Vũ (Nguyễn Thị Băng Lĩnh). Ông học Đại học Dược khoa Sài Gòn, bỏ dở để nhập ngũ trường Bộ binh Thủ Đức khóa 26 (1968), sau đó là Trưởng ban Chiến tranh Chính trị chi khu Trị Tâm và Lái Thiêu (Bình Dương) rồi về Ban Thông tin Báo chí Quân đoàn III & Quân khu 3. Ông định cư tại Pháp năm 1977. Ông bắt đầu sáng tác thơ văn đăng báo từ đầu thập niên 60 trên nhiều tạp chí văn học ở Sài Gòn, sau khi ra hải ngoại ông cộng tác với hầu hết các tạp chí văn học và tham gia điều hành nhiều tạp chí, trong đó có Văn Học do Võ Phiến chủ trương, Quê Mẹ, Làng Văn... Ông là một trong những tác giả sáng tác mạnh nhất, có tác phẩm xuất bản đều đặn, chủ yếu các truyện về đồng quê Nam bộ, nên có nhà phê bình đã xếp ông vào "văn chương miệt vườn". Ngoài ra ông soạn hai bộ biên khảo: "Chân trời lam ngọc" về 28 tác giả và "Theo chân những tiếng hát" với nhiều giai thoại và kỷ niệm về những danh ca hàng đầu của tân nhạc miền Nam trước 1975. Các bút danh khác: Đào Huy Đán, Đinh Xuân Thu, Đông Phương Bảo Ngọc, Hồ Bảo Ngọc, Người Sông Tiền, Nguyễn Thị Cỏ May, Đoàn Hồng Yến, Đặng Thị Thanh Nguyệt...

8/ "The Two Popes":

Phim "The Two Popes" (Hai vị Giáo hoàng) được đề cử Oscar 2020 giải Kịch bản chuyển thể (Anthony McCarten) ngoài giải Nam diễn viên chính (Jonathan Pryce) và Nam diễn viên phụ (Anthony Hopkins). Nguyên bản là vở kịch "The Pope" cũng của McCarten, về hai Giáo hoàng Benedict XVI và Francis, bắt đầu từ sau ngày Giáo hoàng John Paul II băng hà, hội đồng Hồng Y họp bầu tân Giáo hoàng. Hồng Y Jorge Mario Bergoglio (Argentina) có số phiếu bầu đứng ngay sau Hồng Y Joseph Ratzinger (Đức). Hồng Y Ratzinger trở thành Giáo hoàng Benedict XVI (Anthony Hopkins). Sau đó, hai người có nhiều lần gặp gỡ. Năm 2013, giữa các vụ kiện lạm dụng tình dục do linh mục khắp nơi trên thế giới và những bí mật đen tối không tiết lộ ra công

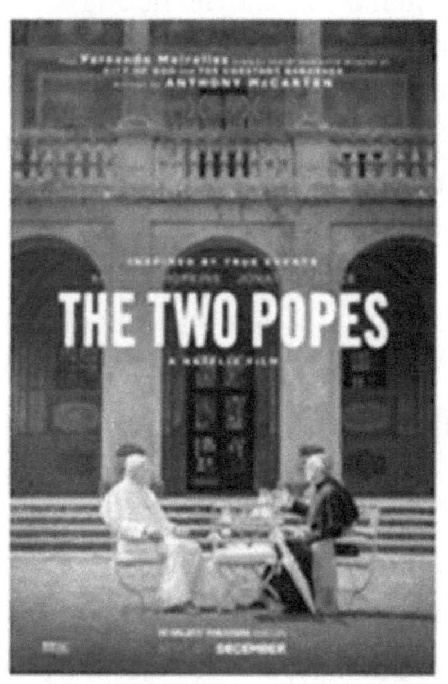

luận, Giáo hoàng Benedict XVI trở thành vị Giáo hoàng đầu tiên trong lịch sử giáo hội thoái vị. Hồng Y Bergoglio (Jonathan Pryce) trở thành Giáo hoàng kế nhiệm. Phim kết thúc với cảnh hai vị Giáo hoàng ngồi uống bia, ăn pizza, cổ vũ trận bóng đá chung kết World Cup 2014 giữa Đức và Argentina.

Câu chuyện giữa hai Giáo hoàng thực sự bùng nổ, không phải vì bộ phim này, mà là quyển sách vừa phát hành, "From the Depths of Our Hearts" (Từ đáy lòng) do Hồng Y Robert Sarah và nguyên Giáo hoàng Benedict XVI đồng tác giả, khi Giáo hoàng Francis vừa tuyên bố xem xét tấn phong linh mục cho một số ứng viên đã có gia đình ở vùng hẻo lánh vì tình trạng thiếu nhân sự. Hồng Y Robert Sarah có tiếng là bảo thủ, cũng như Benedict XVI, nhất quyết bảo vệ luật tuyệt đối độc thân của linh mục thụ giới. Chương sách do Giáo hoàng Benedict XVI viết lại là về chủ đề này. Sau khi nhật báo Le Figaro trích đăng trong số ra ngày chủ nhật 12 tháng Giêng 2020, Giáo hoàng Benedict XVI yêu cầu bỏ tên ông khỏi quyển sách, cho rằng Hồng Y Sarah chỉ nhờ ông viết một bài khảo luận, ông không biết tên mình sẽ là đồng tác giả của quyển sách. Văn phòng Giáo hoàng Francis cũng lên tiếng, khẳng định quan điểm của Giáo hoàng Francis về luật độc thân là bắt buộc, không phải tùy ý. Dư luận Giáo hội tỏ ý bất bình, vì một trong những giao ước khi Giáo hoàng Benedict XVI thoái vị là ông phải biệt lập với công chúng và không được tiếp xúc với truyền thông, cho nên việc xuất hiện trong một quyển sách là không chấp nhận được. Nhà xuất bản Fayard cho bản Pháp ngữ vẫn phát hành sách dưới tên hai vị, nhưng các ấn bản sau sẽ bỏ tên Giáo hoàng Benedict XVI, trong khi nhà xuất bản Mỹ Ignatius cho bản Anh ngữ kiên quyết không thay đổi.

Đây không phải lần đầu Giáo hoàng Benedict XVI bày tỏ sự đối lập với người kế nhiệm. Năm ngoái, ông viết rằng tệ nạn ấu dâm của linh mục là từ cách mạng tình dục thập niên 60 và khuynh hướng đồng tính, sau một hội thảo của Vatican về nạn lạm dụng tình dục, trong đó Giáo hoàng Francis cho rằng nó bắt nguồn từ truyền thống giáo hội đặt linh mục lên vị trí cao cả. Lần này, việc công khai quan điểm bảo thủ của vị cựu Giáo hoàng có lẽ nhằm gây khó khăn cho Giáo hoàng Francis, hiện sắp sửa công bố quyết định giải quyết nạn khan hiếm linh mục vùng Amazon, có thể phải tấn phong các ứng viên đã có vợ, mà phe bảo thủ lo ngại sẽ thành tiền lệ cho các linh mục thụ phong sau này.

Các cận thần triều đình Trung Hoa xưa hay có câu "Một nước không thể có hai vua" là vậy!

9/ Họa phẩm thất lạc của Gustav Klimt:

(Tranh Chân dung thiếu phụ.)

Ngày 10 tháng Mười Hai 2019, hai người làm vườn dọn dẹp dây leo um tùm bao phủ tường bảo tàng Ricci-Oddi ở Piacenza, Ý, phát hiện một nắp che bằng kim loại ốp trên tường. Khi tháo ra, họ nhìn thấy một hốc tường có cái gói bọc một bức tranh. Đó là họa phẩm "Portrait of a Lady" (Chân dung thiếu phụ) trị giá 66 triệu Mỹ kim của danh họa Áo Gustav Klimt vẽ năm 1917, đã bị mất cắp ngày 22 tháng Hai năm 1997 từ chính bảo tàng này. Sau khi phát hiện bức tranh, nhật báo địa phương La Libertà nhận được một lá thư nặc danh trong đó hai người nhận là họ đã lấy bức tranh giấu trong tường. Hiện cảnh sát vẫn còn truy tìm thủ phạm từ DNA trên khung tranh bỏ lại. Bức tranh bị mất sau khi một sinh viên Mỹ thuật tên Claudia Maga phát hiện nó được vẽ trên nền một bức tranh được xem như mất tích từ 1912 "Portrait of a Young Lady", khiến cho giá trị bức tranh tăng vọt. Bức tranh nguyên thủy vẽ một thiếu nữ đội nón, mặc áo khoác tím. Các chuyên viên mỹ thuật cho là cái chết đột ngột của cô khiến họa sĩ đau buồn, vẽ bức chân dung mới đè lên, người thiếu phụ mặc áo trắng hoa tím, tóc xõa.

Gustav Klimt mất năm 1918 vì biến chứng dịch cúm, để lại nhiều họa phẩm dở dang

10/ Sách thiếu nhi của Kobe Bryant:

Sau cái chết bất ngờ của danh thủ bóng rổ Kobe Bryant trong tai nạn phi cơ ngày 26 tháng Giêng, nhà văn Brazil Paulo Coelho tuyên bố hủy bỏ bản thảo quyển sách thiếu nhi ông đang hợp soạn với Bryant. Sau khi giải nghệ, Bryant hoạt động trong lĩnh vực văn hóa với công ty riêng Granity Studios, hợp tác với một số nhà văn viết sách cho trẻ em về đề tài thể thao, với mong muốn giúp các trẻ em nghèo khó có ý thức vươn lên bằng thể thao. Nhà văn Coelho cho rằng với cái chết của Bryant, ông không còn lý do gì để hoàn thành cuốn sách, nhưng có thể ông sẽ viết về những điều ông học hỏi được từ anh và nhân cách cao cả của anh. Năm 2018, Bryant đã xuất bản cuốn hồi ký "The Mamba Mentality: How I Play". Anh còn là người da đen đầu tiên nhận Oscar cho phim hoạt hình ngắn năm 2018 với phim "Dear Basketball".

Minh Ngọc

BA HOA HUÊ TÌNH

Xuân Hoàn

Thơ

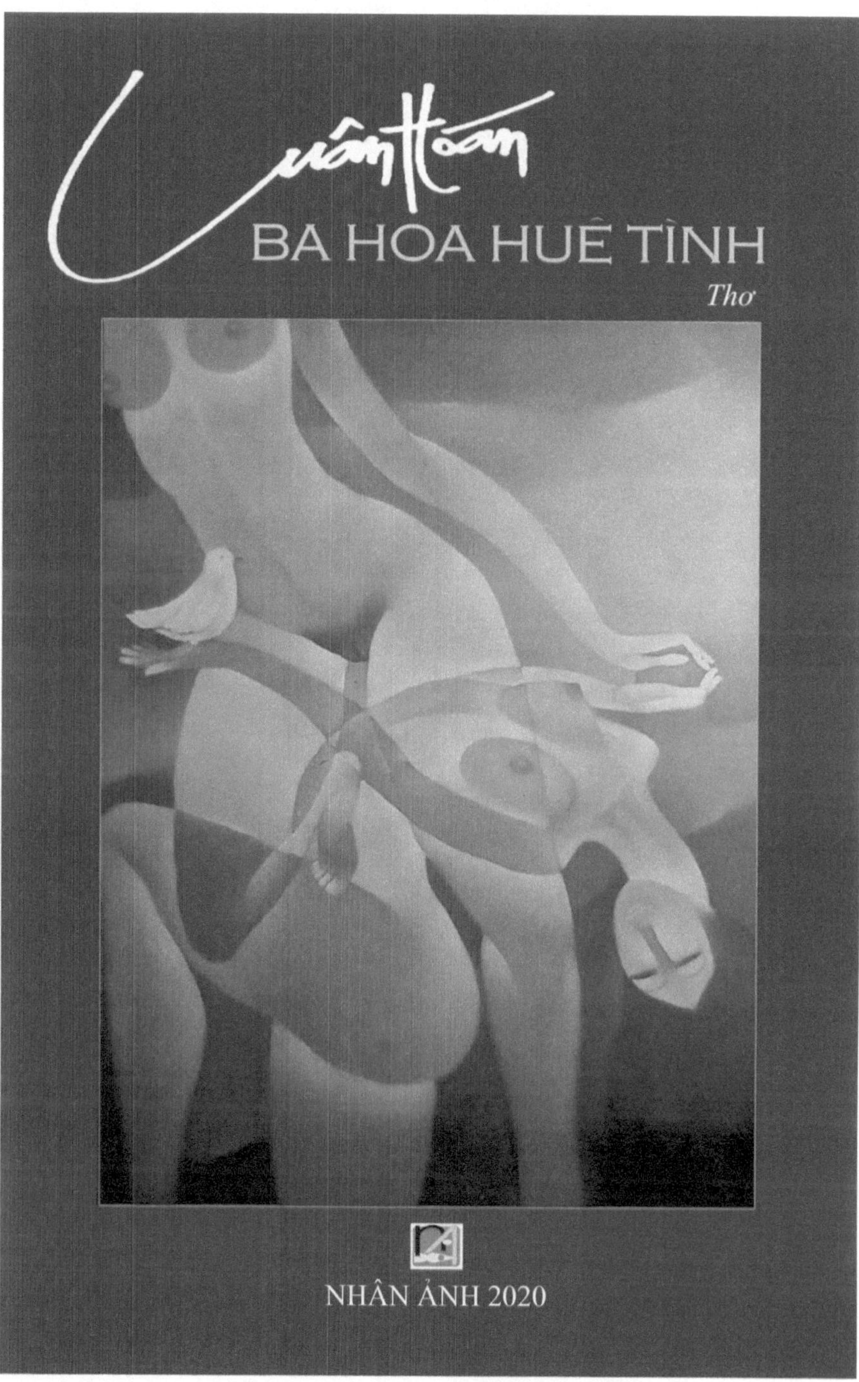

NHÂN ẢNH 2020

Liên lạc Lê Hân: han.le3359@gmail.com

THE HUNDRED-YEAR MARATHON
CHINA'S SECRET STRATEGY
TO REPLACE AMERICA AS THE GLOBAL SUPERPOWER
MICHAEL PILLSBURY

TRẦN LƯƠNG NGỌC
CHUYỂN NGỮ VÀ CHÚ THÍCH

CUỘC ĐUA MARATHON 100 NĂM

SÁCH LƯỢC BÍ MẬT CỦA TRUNG QUỐC
NHẰM TRANH NGÔI BÁ CHỦ THẾ GIỚI CỦA HOA KỲ

PHONG TRÀO VIỆT HƯNG PHÁT HÀNH
NHÀ XUẤT BẢN NHÂN ẢNH
2019

Tìm mua trên hệ thống mạng amazon.com

Tuyển tập 50 ca khúc về **Mẹ**

Võ Tá Hân
phổ nhạc

KIM HOÀNG SƠN
2019

Liên lạc mua sách: Nhà Sách Tự Lực
14318 Brookhurst St, Garden Grove, CA 92843
(888) 204-7749 - www.tuluc.com